ഗ്രീൻ ബുക്സ്

ചുവന്ന പതാക ചുരമിറങ്ങുമ്പോൾ

പ്രിൻസ് ബി. നായർ

കോട്ടയം ജില്ലയിലെ തലയോലപ്പറമ്പിൽ ജനനം. അച്ഛൻ: തൊഴുത്തുങ്കൽ പരേതനായ കെ. ഭാസ്കരൻ നായർ. അമ്മ: പി.ടി. സുഭദ്ര കോട്ടയം ബസേലിയസ് കോളജിൽ നിന്നു പൊളിറ്റിക്കൽ സയൻസിൽ ബിരുദവും മൈസൂർ ജെഎസ്എസ് ലോ കോളജിൽ നിന്നു നിയമബിരുദവും നേടി. എറണാകുളം ഭാരതീയ വിദ്യാഭവനിൽ നിന്നു ജേണലിസത്തിൽ ബിരുദാനന്തര ഡിപ്ലോമയും നേടിയിട്ടുണ്ട്. മംഗളം, കേരളകൗമുദി ദിനപത്രങ്ങളിൽ സബ് എഡിറ്റർ ആയിരുന്നു. ഇപ്പോൾ മലയാള മനോരമയുടെ ദുബായ് ബ്യൂറോയിൽ. തുടർച്ചയായി മൂന്നു വർഷം ദുബായ് ഗവൺമെന്റിന്റെ ഗ്ലോബൽ വില്ലേജ് മീഡിയ അവാർഡ് നേടിയിട്ടുണ്ട്.

നോവൽ

ചുവന്ന പതാക ചുരമിറങ്ങുമ്പോൾ

പ്രിൻസ് ബി. നായർ

ഗ്രീൻ ബുക്സ്

green books private limited
gb building, civil lane road, ayyanthole,
thrissur- 680 003, kerala, ph: +91 487-2381066, 2381039
website: www.greenbooksindia.com
e-mail: info@greenbooksindia.com

malayalam
chuvanna pathaka churamirangumpol
novel
by
prince b. nair

first published september 2018

cover design : mansoor cheruppa

branches:
thrissur 0487-2422515
palakkad 0491-2546162
thiruvananthapuram 0471-2335301
calicut 0495 4854662
kannur 0497-2763038

isbn : 978-93-87357-43-3

GBPL/1031/2018

എന്റെ ഉണ്ണിക്കണ്ണന്റെ
തൃപ്പാദങ്ങളിൽ...

കാട്ടുപൂക്കളുടെ ഗന്ധമുള്ള കാറ്റിന്റെ തലോടലേറ്റ് ആദ്യമായി വയനാടൻ ചുരം കയറുമ്പോൾ
കഥകളും കാഴ്ചകളുമുറങ്ങുന്ന ലോകം
കാത്തിരിക്കുകയാണെന്ന് അറിഞ്ഞില്ല.
മൈസൂരിലെ പഠനകാലത്ത് പലവട്ടം അതുവഴി
കടന്നുപോയപ്പോൾ പല ബിംബങ്ങളും
മനസ്സിൽ പതിഞ്ഞു. കോടമഞ്ഞു പുതച്ച
വയനാടൻ ഗ്രാമങ്ങളിലും നീലഗിരി കുന്നുകളിലും
പരിചയപ്പെട്ട പലരുടെയും കണ്ണുകളിൽ
അനുഭവങ്ങളുടെ അലകടൽ കാണാനായി.
പതിറ്റാണ്ടുകളുടെ പിന്നിൽ നിന്ന്
അപരിചിതരെപ്പോലെ അവർ പെരുമാറി.
ശബ്ദങ്ങൾ അവരെ ഭയപ്പെടുത്തി. മഞ്ഞിലുറഞ്ഞ
മൗനവും മാനവും എന്നോ മരവിച്ചു പോയിരുന്നു.

മനസ്സിലെ സമസ്യകൾക്ക് ഉത്തരം കിട്ടിയത്
ക്യാംപസിൽ ആയിരുന്നു. പഠിക്കാനെത്തിയവരിൽ
പലതരക്കാർ. തോട്ടമുടമകളുടെയും
ഉന്നതരുടെയും സാധാരണക്കാരുടെയും
മക്കളെ കൂടാതെ വേറെയും ചിലരുണ്ടായിരുന്നു.
നെഞ്ചേറ്റിയ പ്രത്യയശാസ്ത്രത്തിനു വേണ്ടി
വീറോടെ വാദിക്കാൻ ജീവിതം മാറ്റിവച്ചവർ.
ഒഴിവുസമയങ്ങളിൽ ഓട്ടോ ഓടിച്ചും ഹോട്ടലിൽ
എച്ചിലില പെറുക്കിയും ചുമടു ചുവന്നും
ജീവിതത്തോട് അവർ പൊരുതി നിന്നു.
പൊയ്മുഖമില്ലാതെ ഹോസ്റ്റലിലും ക്യാംപസിലെ
തണൽമരച്ചുവട്ടിലും ഒത്തുകൂടുമ്പോൾ
ലോകമൊതുങ്ങുന്നത് ക്ലാസ് മുറികളിലോ
പുസ്തകത്താളുകളിലോ അല്ലെന്നു മനസ്സിലായി.
വയനാട്ടിലെ സമസ്യകൾക്ക് ഉത്തരം കിട്ടിത്തുടങ്ങി.

വയനാട്ടിൽ ഒതുങ്ങുന്നതല്ല അതെന്നും തിരിച്ചറിഞ്ഞു. മനസ്സിൽ പതിഞ്ഞ ഓരോ ബിംബവും ഇന്നും കൂടെയുണ്ട്. അവർ കഥ പറഞ്ഞു കൊണ്ടേയിരിക്കുന്നു. എത്രയെഴുതിയാലും തീരാത്ത കഥകൾ. പല കഥകളും സമസ്യകൾ സങ്കീർണമാക്കുന്നു. ഇവർക്കൊപ്പമുള്ള ചെറുയാത്രയാണ് ഈ പുസ്തകത്താളുകളിൽ. എത്രമാത്രം നീതി പുലർത്തി എന്നറിയില്ല. ഒന്നുറപ്പ്. പലതും നേർക്കാഴ്ചകളായിരുന്നു. വിനയപൂർവം സമർപ്പിക്കുന്നു.

പ്രിൻസ് ബി.നായർ

അവതാരിക

മനുഷ്യന്റെ ചൂരും പതാകയുടെ ചുരമിറക്കങ്ങളും

എസ്. ഗോപാലകൃഷ്ണൻ

രാഷ്ട്രീയ നോവലുകൾ എന്ന ഒരു വിഭാഗം ഇല്ല. കാരണം എല്ലാ വാക്കിനും വാചകത്തിനും അതിന്റെ സഞ്ചയങ്ങൾക്കും രാഷ്ട്രീയം ഉണ്ട് എന്നതുകൊണ്ടു തന്നെ. അതേസമയം തന്നെ പ്രത്യക്ഷത്തിൽ രാഷ്ട്രീയ പരിസരത്തിൽ നിന്ന് എഴുതപ്പെട്ട രചനകളുണ്ട്. അതു തീക്ഷ്ണമായ രാഷ്ട്രീയ ശയ്യയിലാണ് എഴുതപ്പെടുന്നത്. ആ രചനകളുടെ വാഗ്ദാനം രാഷ്ട്രീയം തന്നെയാണ്. അതിനാൽ അത് ഉട്ടോപ്യകളെക്കുറിച്ചു സംസാരിക്കും, കൊടുങ്കാറ്റുകളുടെ കുഞ്ചിരോമത്തിൽ പിടിച്ചു സവാരി ചെയ്യും, വലിയ പതനങ്ങളെക്കുറിച്ചു സംസാരിക്കും, ആത്മഹത്യകളുടെ രക്തനിലത്തിൽ കൊടികുത്തും, ഓർവെൽ എഴുതിയതുപോലെ വലിയ അപഹാസങ്ങൾ തുറന്നുവയ്ക്കും.

എന്റെ സുഹൃത്തും സഹപ്രവർത്തകനുമായ പ്രിൻസ് ബി. നായർ എഴുതിയ നോവൽ 'ചുവന്ന പതാക ചുരമിറങ്ങുമ്പോൾ' വായിച്ചപ്പോൾ ആദ്യം മനസ്സിൽ വന്നത് 'അസാമാന്യമായ ഒരു പ്രമേയം' എന്നതാണ്. കഴിഞ്ഞ അരനൂറ്റാണ്ടു കണ്ട രണ്ടു പ്രമുഖ രാഷ്ട്രീയ പ്രസ്ഥാനങ്ങളുടെ ഛായയിലാണ് ഈ പതാകാ നോവൽ ചുരമിറങ്ങുന്നത്. ശ്രീലങ്കയിലെ തമിഴ് ജനതയുടെ വിമോചനപ്പോരാട്ടവും ഇന്ത്യയിലെ മാവോയിസ്റ്റ് രാഷ്ട്രീയവും. മൈസൂരിലെ ഒരു വിദ്യാലയത്തിന്റെ അന്തരീക്ഷത്തിൽ തികച്ചും അപ്രതീക്ഷിതമായ രീതിയിൽ ഈ രണ്ടു ധാരകളിൽ പെട്ടവർ നടത്തുന്ന ആശയവിനിമയമാണ് എന്നെ സംബന്ധിച്ചിടത്തോളം ആകർഷണീയമായി തോന്നിയത്.

ഒരു നോവൽ എന്ന രീതിയിൽ ആ അസാമാന്യമായ പ്രമേയം എത്രകണ്ട് ഫലപ്രദമായി ഈ രചനയിൽ വളർന്നു എന്നത് ചർച്ച ചെയ്യേണ്ടതു തന്നെ. ആ പ്രമേയ പരിസരവും അതുമായി ബന്ധപ്പെട്ട് ഇന്ത്യയിലെ തീവ്ര ഇടതുരാഷ്ട്രീയപ്രവർത്തനത്തിന്റെ മോഹവും മോഹഭംഗവും നോവലിൽ ഇഴചേരുന്നു. ഇന്ത്യൻ തീവ്ര ഇടതുപക്ഷരാഷ്ട്രീയം പ്രമേയമായി മലയാളത്തിൽ അതിശക്തവും മലയാള നോവൽ സാഹിത്യത്തിലെ തന്നെ നാഴികക്കല്ലുകളായി മാറിയതുമായ രചനകൾ ഉണ്ടായിട്ടുണ്ടെന്നു നമുക്കറിയാം. എന്നാൽ ഈ നോവലിനെ വ്യത്യസ്തമാക്കുന്നത് ഞാനാദ്യം സൂചിപ്പിച്ചതുപോലെ ഇതിൽ കടന്നുവരുന്ന ശ്രീലങ്കൻ പുലികളാണ്.

ഈ നോവൽ സമീപ ഭൂതകാലത്തിലെ തീക്ഷ്ണമായ ഒരു രാഷ്ട്രീയ ധാരയെയും സമകാലത്തിലും സജീവമായ ഇന്ത്യയിലെ തീവ്ര ഇടതുപക്ഷ ധാരയെയും ചുറ്റിപ്പറ്റി നിൽക്കുമ്പോഴും ഒരു രാഷ്ട്രീയ നോവൽ എന്ന പരിഗണനയിൽ നിന്നു കുതറിമാറാൻ ശ്രമിക്കുന്നുണ്ട്. എഴുത്തുകാരൻ ഇതൊരു രാഷ്ട്രീയ നോവലായല്ല എഴുതിയിരിക്കുന്നത്. തന്റെ വിദ്യാഭ്യാസ കാലത്ത് അനുഭവിച്ച ഒന്നിനെ എഴുതി എന്നുമാത്രം. മറ്റു ചിലരുടെ തീവ്രരാഷ്ട്രീയാനുഭവങ്ങൾ മറ്റൊരാളായി മാറിനിന്നു കണ്ട് എഴുതുന്നതിനാൽ തീർച്ചയായും നോവലിന്റെ സ്ഥായിയായ ഭാവത്തിൽ നിന്നുള്ള ഒഴിഞ്ഞുമാറ്റം സ്വാഭാവികമായും പ്രകടമാണ്. അതിനാൽ മറ്റു ചിലരുടെ സ്വപ്നങ്ങളുടെ മാറിനിന്നുള്ള നിരീക്ഷണം പോലെ ഒരു ഭാവം ഇതിനുണ്ട്. ചുറ്റിനും സംഭവിക്കുന്നത് എഴുത്തുകാരന് എഴുത്തിനുള്ള അസംസ്കൃത വിഭവങ്ങളാണെന്നു ലാറ്റിനമേരിക്കൻ എഴുത്തുകാരൻ ബോർഹസ് പറഞ്ഞതുപോലെ, പ്രിൻസ് സ്വീകരിച്ചിരിക്കുന്ന മൈസൂർ നഗരം, ഒരു കലാലയം, ആ കലാലയം തുറക്കുന്ന വിവിധ പരിചയലോകങ്ങൾ, മൈസൂരിലെ നാട്ടിൻപുറങ്ങൾ, സ്ത്രീപുരുഷ കാമനകൾ, രാഷ്ട്രീയ മോഹങ്ങൾ, സ്വപ്നങ്ങൾ, കൊലപാതകങ്ങൾ, ആത്മഹത്യകൾ എന്നിങ്ങനെ നിരവധി വഴികളിലൂടെ ചുരമിറങ്ങുന്ന ഈ നോവൽ വ്യത്യസ്തമായ ഒരു വായനാനുഭവമാണ് നല്കുന്നത്.

■

ഒന്ന്

രണ്ടും കല്പിച്ചൊരു യാത്ര

ദൊരൈസ്വാമിയുടെ ചാരായക്കടയിലേക്കു കയറുമ്പോൾ അയാൾ ചുറ്റുമൊന്നു നോക്കി. ഇല്ല, ആരും ശ്രദ്ധിക്കുന്നില്ല. അല്ലെങ്കിൽ ഈ ഗുണ്ടൽപേട്ടിൽ തന്നെ ആരറിയാൻ. മൈസൂരിലേക്കുള്ള യാത്രയ്ക്കിടയിൽ മുൻപ് മൂന്നോ നാലോ തവണ ഇവിടെ ഇറങ്ങിയിട്ടുണ്ടാകണം. അന്നൊക്കെ ദൊരൈസ്വാമിയുടെ കടയിൽ കയറിയിട്ടുമുണ്ട്. ബസ് സ്റ്റാൻഡിൽ നിന്ന് അല്പം മാറിയുള്ള കടയായതിനാൽ അധികമാരും ഇവിടെ കയറാറില്ല. തൊട്ടടുത്തുള്ള തട്ടുകടയിൽ നിന്നു തൊടാനുള്ളതൊക്കെ കിട്ടുകയും ചെയ്യും. കാളവണ്ടിക്കാരും ലോറിക്കാരുമാണ് ഇവിടെ കൂടുതലും വരിക. തോളത്തെ തോർത്തെടുത്തു ബഞ്ച് തുടച്ച് നിറഞ്ഞ ചിരിയോടെ അവരെയൊക്കെ ദൊരൈസ്വാമി സ്വീകരിക്കും. എന്നിട്ടു പൊക്കവും വാവട്ടവും കൂടിയ വെട്ടുഗ്ലാസിലേക്ക് പായ്ക്കറ്റ് ചാരായം ഒഴിക്കും. കുത്തലങ്ങുപോട്ടെ എന്നു പറഞ്ഞു സ്നേഹക്കൂടുതലുള്ളവരുടെ ഗ്ലാസിലേക്ക് നാലോ അഞ്ചോ തുള്ളി കൊക്കകോളയോ പെപ്സിയോ ഒഴിക്കുന്നതാണ് സ്വാമിയുടെ രീതി. തനിനാടനും ബഹുരാഷ്ട്രകുത്തകകളും ഈ കൊച്ചുകടയിൽ ഒന്നിച്ചു പതഞ്ഞുയരുമ്പോൾ സോഷ്യലിസത്തിനു വീര്യമുള്ള ഗന്ധം. മിക്സിങ് കോള ഫ്രീയാണ്. അല്ലാത്തവർക്കു ചളി പുരണ്ട കുപ്പിയിലെ വെള്ളം. ഒന്നും ചേർക്കാതെ പായ്ക്കറ്റിന്റെ മൂല പൊട്ടിച്ചു വായിലേക്കൊഴിക്കുന്നവരാണ് പതിവുകാരായ പലരും.

സത്യത്തിൽ മറ്റെങ്ങും കിട്ടാത്ത സുരക്ഷിതത്വമാണിവിടെ. ലോറിക്കാരെല്ലാം ഇവിടെ കയറുന്നതിനാൽ സൗകര്യമാണ്. കുഴപ്പക്കാരല്ലെന്നു തോന്നുന്നവരെ മണിയടിച്ചു ലോറിയിൽ കയറിക്കൂടി മൈസൂരിലെത്താം. ചാക്കുകെട്ടുകൾക്കിടയിൽ നീണ്ടുനിവർന്നു കിടക്കാം. നഞ്ചങ്കോട് എത്തുമ്പോൾ പൂക്കാരിപ്പെണ്ണുങ്ങൾ കയറുന്നതാണ് ഏകപ്രശ്നം. വായ്ക്കു വിശ്രമം കൊടുക്കാതെ മത്സരിച്ചു കലപില

കൂട്ടുന്നവർ. ഉറക്കം മുടങ്ങിയാലും അവരുടെ വിയർപ്പിന്റെയും മുഷിഞ്ഞ സാരിയുടെയും മുടിക്കെട്ടിലെ പൂക്കളുടെയും സമ്മിശ്രഗന്ധത്തിന് വല്ലാത്തൊരു ഉന്മാദലഹരിയുണ്ട്.

രണ്ടു പായ്ക്കറ്റ് അകത്തു ചെന്നപ്പോൾ ക്ഷീണം വിട്ടകന്നു. രണ്ടു ദിവസമായി ഉറങ്ങിയിട്ടില്ല. അയ്യൻകൊല്ലിയിൽ നിന്നു പാതിരാത്രി ഇറങ്ങിയതാണ്. ആറുമണി കഴിഞ്ഞാൽ പുലിയിറങ്ങുന്ന സ്ഥലമാണെങ്കിലും പേടി തോന്നിയില്ല. മനുഷ്യരെയാണ് പേടിക്കേണ്ടത്. പൊലീസുകാരും ഒറ്റുകാരും തമിഴന്മാരായ കങ്കാണിമാരും ഒരുമിച്ചു വേട്ടയാടുമ്പോൾ പുലിതന്നെയാണ് ഭേദം. തമ്പിമാഷിന്റെ വീട്ടിൽനിന്നു തന്ന പൊതിച്ചോറ് വഴിയിലെവിടെയോ നിന്നു കഴിച്ചു. കുറ്റാക്കൂരിരുട്ടിൽ വാരി വലിച്ചു തിന്നു. വെള്ളമില്ലാത്തതിനാൽ ഇലകൾ പറിച്ചു കൈ തുടച്ചു. ബാക്കി നക്കി വൃത്തിയാക്കി. സഖാക്കളുടെ ജീവിതത്തിൽ ഇങ്ങനെയൊക്കെത്തന്നെ. ബൊളീവിയൻ കാടുകളിലെയും വിയറ്റ്നാമിലെയും എന്തിന്, കൊച്ചുകേരളത്തിലെവരെ സമരചരിത്രങ്ങൾ പാർട്ടിക്ലാസുകളിൽ എത്രയോ തവണ ആവേശത്തോടെ കേട്ടിരുന്നിട്ടുണ്ട്. എവിടെയെല്ലാം പ്രസംഗിച്ചിട്ടുണ്ട്.

പെട്ടെന്നാണ് മൈസൂരിലേക്ക് പൊയ്ക്കോളാൻ തമ്പിമാഷ് ആവശ്യപ്പെട്ടത്. എന്തിനാണെന്നു മാത്രം പറഞ്ഞില്ല. അങ്ങനെയുള്ള ചോദ്യങ്ങൾ ഇഷ്ടമില്ലല്ലോ. ഒട്ടും പ്രസക്തിയുമില്ല. ജെ.എസ്.എസ്. ലോകോളജിൽ എത്തുക. ഫൈനൽ ഇയറിലെ ഹർഷനെ കാണുക. കണ്ണൂരുകാരൻ ഹർഷവർധൻ. പിന്നീടുള്ള കാര്യങ്ങൾ അപ്പോഴറിയാം. വണ്ടിക്കൂലി ഉൾപ്പെടെ ഒരുകെട്ട് നോട്ടുകളും പൊതിച്ചോറും തന്ന് ഒരു ചിരി പോലും ഇല്ലാതെ യാത്രപറച്ചിൽ. ഇന്നു പിശുക്കി സൂക്ഷിച്ചു വയ്ക്കുന്ന ചിരികൾ നാളെ പൊട്ടിച്ചിരിയായി ലോകമെന്ന മഹാസാമ്രാജ്യമാകെ പരക്കട്ടെയെന്നാണ് തമ്പിമാഷ് പറയുക. അതുവരെ ദൗത്യംതുടരുക. ദൗത്യമെന്നാൽ അവസാനിക്കാത്ത യാത്രയാണോ? ഒരുപക്ഷേ ആയിരിക്കാം.

മരിച്ചുവീണാലും നിയോഗം തീരുന്നില്ലല്ലോ. കൊഴിഞ്ഞുവീഴുന്ന ഇലകൾ വളമായി വീണ്ടും മരത്തിലെത്തി ഊർജ്ജമാകുന്നില്ലേ? ആ തളിരിലകളും കമ്പുകളും വലിയ ചില്ലകളുമായി മാറുന്നു. അപ്പോൾ വിപ്ലവത്തിലുമുണ്ടോ പുനർജന്മവിശ്വാസമെന്നു തമ്പിമാഷിനോടു ചോദിച്ചിട്ടുണ്ട്. ആത്മീയതയിൽ വിപ്ലവവും വിപ്ലവത്തിൽ ആത്മീയതയുമുണ്ടെന്നാണ് അതിനുള്ള മറുപടി. ജീവിക്കുന്ന കാലഘട്ടത്തിനും സംസ്കാരത്തിനും സാമൂഹികനീതിക്കും അനുസരിച്ച് ചിന്തകളെ വ്യാഖ്യാനിക്കുമ്പോൾ സ്വയം ബോധ്യമാകും എന്താണു നിയോഗമെന്ന്. ഈ വഴി തെറ്റല്ലെന്ന് എനിക്കു തോന്നുന്നു. വിദ്യാഭ്യാസം ഉള്ളവനല്ലേ,

കുറച്ചെങ്കിലും നിയമം പഠിച്ചവനും. വിദ്യയും ചിന്തകളും സ്വാർത്ഥത യ്ക്കല്ല, സമൂഹത്തിനു വേണ്ടിയാണെന്നു തിരിച്ചറിയൂ.

ചാട്ടുളി പോലെ പോലെ നെഞ്ചിൽ തറയ്ക്കുന്ന ആ ഉത്തരങ്ങളാണ് എന്നും തന്റെ ഊർജ്ജം.

ഒന്നിൽ തുടങ്ങി നാലിൽ അവസാനിപ്പിച്ച് അയാൾ പുറത്തേ ക്കിറങ്ങി. രാവിലെയായതു കൊണ്ടാകാം പറ്റിയ ലോറിക്കാരെയൊന്നും കാണുന്നില്ല. മൈസൂരിനാണെങ്കിൽ കയറിക്കോട്ടെ എന്നുചോദിച്ചാൽ, ഇഷ്ടം പോലെ ബസ്സില്ലേ, പിന്നെന്താ എന്നാകും പലരുടെയും പരുക്കൻ ചോദ്യം. അതുപിന്നെ പൊലീസുകാരുടെ ചോദ്യം ചെയ്യൽ പോലെ യാകും. പ്രശ്നക്കാരല്ലെന്നു ചിലരെ കാണുമ്പോഴേ അറിയാം. അയാൾ കാത്തുനിന്നു. വയറു കത്തുന്നുണ്ടായിരുന്നുവെങ്കിലും ഒന്നും കഴിക്കാൻ തോന്നിയില്ല. നഞ്ചങ്കോട് ചെല്ലുമ്പോൾ എന്തെങ്കിലും കഴിക്കാം.

വളവു തിരിഞ്ഞൊരു ലോറിവരുന്നുണ്ട്. കൈകാണിച്ചുനോക്കാം. തോളത്തേക്കു ബാഗു കയറ്റി അയാൾ റോഡിലേക്ക് ആഞ്ഞു നടന്നു. ലോഡ് ഇല്ലാതെ ആടിയുലഞ്ഞുവന്ന ലൈലാൻഡ് ലോറി ദീർഘ നിശ്വാസത്തോടെ കുലുങ്ങിനിന്നു.

"എന്താ, എവിടേക്കാ?"

ഡ്രൈവിങ് സീറ്റിലിരുന്ന കുറ്റിത്താടിക്കാരന്റെ അത്ര മയമില്ലാത്ത ചോദ്യം.

"മൈസൂരിലേക്കാണ്."

"മൈസൂരിലെവിടെ?"

"സയാജിറാവുറോഡിലോ അറസ്റോഡിലോ മാർക്കറ്റിലോ എവിടെ യായാലും വിരോധമില്ല. എവിടെയെങ്കിലും ഇറങ്ങിക്കോളാം. ബസു കാശ് തികയില്ല. അതുകൊണ്ടാണ്. പിന്നിൽ കൂടിക്കോളാം."

"ഉം ശരി."

മറുപടിയിൽ അല്പം മയം വന്നു.

"എന്താ തന്റെ പേര്?"

"ജയപ്രകാശ്."

പെട്ടെന്ന് അറിയാതെ പറഞ്ഞു പോയി. സാരമില്ല. ശരിയായ പേരു വല്ലപ്പോഴെങ്കിലും പറഞ്ഞില്ലെങ്കിൽ മറന്നുപോയാലോ.

അയാൾ ലോറിയിലേക്ക് ചാടിക്കയറി പ്ലാറ്റ്ഫോമിലേക്ക് ഊർന്നി റങ്ങി. കുറേ കാലിച്ചാക്കുകളുടെ കെട്ടുകൾമാത്രം. ലോഡില്ലാത്ത വണ്ടി യിലെ യാത്ര ദുസ്സഹമാണ്.

ചാക്കുകെട്ടിൽ തല ചായ്ച്ച് കിടന്നു. ഉച്ചയാകാറായിട്ടും നേരിയ തണുപ്പ്. കീശയിൽ നോട്ടുകെട്ട് ഭദ്രം. സത്യത്തിൽ കാശിനു പഞ്ഞമുണ്ടായിട്ടല്ല. ബസിലോ ജീപ്പിലോ ഉള്ള യാത്ര സുരക്ഷിതമല്ലെന്നൊരു തോന്നൽ. പൊലീസുകാരെ പേടിക്കണം. തന്റെ ഫോട്ടോയോ വിശദാംശങ്ങളോ അവർക്കു കിട്ടിയിട്ടുണ്ടാകാം.

കാറ്റിനു തണുപ്പുകൂടി. ഒരു ചാക്കു കെട്ട് വലിച്ചടുപ്പിച്ച് കൊച്ചു കുഞ്ഞിനെപ്പോലെ ചുരുണ്ടു കൂടിക്കിടന്നു. ലോറിയുടെ മൂളൽ താരാട്ടു പോലെ.

വല്ലാത്തൊരു കുലുക്കം തോന്നിയപ്പോൾ ഞെട്ടിയുണർന്നു. പെണ്ണുങ്ങളുടെ കലപില ശബ്ദം ഉയർന്നു. വലിയ വട്ടികളിലും കൂടകളിലും പൂക്കളുമായി പെണ്ണുങ്ങൾ ലോറിയിലേക്കു തിക്കിക്കയറി. ക്ഷീണം കൊണ്ട് എണീക്കാൻ തോന്നിയില്ല. ഡ്രൈവറും ക്ലീനറും ഊണു കഴിക്കാൻ പോയി. ചുറ്റും പെണ്ണുങ്ങൾ നിറഞ്ഞു. മുല്ലയുടെയും ജമന്തിയുടെയും പിച്ചിയുടെയും വാടാമല്ലിയുടെയുമൊക്കെ സമ്മിശ്രഗന്ധം. മെല്ലെ, കണ്ണുതുറന്നു. നാല്പതു പിന്നിടാത്ത, ഇരുണ്ട നിറമുള്ള മെലിഞ്ഞ പെണ്ണുങ്ങൾ. നിഷ്കളങ്കമായി ചിരിച്ചു വീട്ടുവിശേഷങ്ങളും നാട്ടുവിശേഷങ്ങളും പങ്കിടുകയാണവർ.

വീട്ടിൽ ഭക്ഷണം തയ്യാറാക്കിയശേഷം വെളുപ്പിനു തോട്ടങ്ങളിലെത്തി പൂക്കളിറുത്ത് കൂടകളിലാക്കി ഭൂവുടമയുടെ കാര്യസ്ഥനെ കണക്കുകൾ ബോധിപ്പിച്ചിട്ടാണ് മൈസൂരിലേക്കുള്ള യാത്ര. സന്ധ്യയോടെ മാത്രമേ മടങ്ങൂ. ഈ കഷ്ടപ്പാടിലും ഇവരെങ്ങനെ ചിരിക്കുന്നു? അദ്ഭുതം തോന്നി.

മൈസൂരിൽ പതിവുകടക്കാർക്കും സൈക്കിളുകാർക്കും കൊടുത്തശേഷം മിച്ചംവരുന്ന പൂക്കൾകൊണ്ടു മാലയുണ്ടാക്കി റോഡരികിലിരുന്നു വിൽക്കുന്നു. മൈസൂരിലെ പെണ്ണുങ്ങൾക്കു ജീവിതത്തിന്റെ ഭാഗമാണ് പൂക്കൾ. കൊച്ചുപെൺകുട്ടികളും മുതിർന്നവരുമെല്ലാം മുടിനിറയെ പൂ ചൂടുന്നു. വാഹനങ്ങളിൽ ദൈവങ്ങളുടെ ചിത്രങ്ങൾക്കു മുന്നിലും ബഹുവർണപ്പൂക്കളുണ്ടാകും. പൂക്കളുടെ ഈ നഗരമാണ് ഇനി തന്റെ താവളം.

ഉറക്കം വിട്ടകന്നു. അയാൾ മെല്ലെ എഴുന്നേറ്റു പുറത്തേക്കു നോക്കി. ഹോട്ടലിലെ കൗണ്ടറിൽ ഡ്രൈവർ പണം കൊടുക്കുന്നു. ഇനി ഉറങ്ങാൻ സമയമില്ല. റോഡരികിൽ കടലയും ചെറുവടകളും വിൽക്കുന്ന പ്രായമായ ഒരു സ്ത്രീയിരിക്കുന്നു.

"അമ്മാ, വട എസ്റ്റു?"

അറിയാവുന്ന മുറിക്കന്നഡ വച്ചുകാച്ചി. ചെറുചിരിയോടെ തല ഉയർത്തി അവർ എന്തോ പറഞ്ഞു. മനസ്സിലായില്ല. കീശയിൽ നിന്നു മുഷിഞ്ഞ അഞ്ചു രൂപയെടുത്ത് അയാൾ നീട്ടി. വട്ടയില കൊണ്ടുള്ള ചെറു കുമ്പിളിൽ പലതരം ചെറുവടകളും അൽപം കടല ചട്ണിയുമെടുത്ത് അവർ ലോറിക്കരികിലേക്കു വന്നു. പണം കൊടുത്ത് ഇരിക്കുമ്പോഴേക്കും ലോറിക്കുള്ളിലേക്ക് അവരുടെ കൈനീണ്ടുവന്നു. മിച്ചം രണ്ടു രൂപ. ഇത്ര കുറവോ. ഇതു കേരളത്തിലാണെങ്കിലോ? വട തിന്നാൻ തുടങ്ങിയപ്പോ ഴേക്കും ലോറി മുരൾച്ചയോടെ നീങ്ങി.

മൈസൂരിലെത്തിയാൽ ആദ്യം എവിടേക്കാണ് പോകേണ്ടത്? നേരിട്ടു ലോ കോളജിലേക്കു പോകണോ? വേണ്ട. കുളിച്ചു വൃത്തിയാകണം. ഹോസ്റ്റലിൽ കയറാം. ഇന്ന് ഏതാണ് ദിവസം. ക്ലാസുള്ള ദിവസമായിരി ക്കുമോ? അതുപോലും തനിക്കറിയില്ലല്ലോ. എന്തായാലും മൈസൂരിൽ എത്തട്ടെ. ലോറി പാഞ്ഞുകൊണ്ടേയിരുന്നു. പശുക്കൂട്ടങ്ങൾമേയുന്ന പച്ചപ്പുകളും കുന്നുകളും പുഴകളും മദ്യക്കടകളും അമ്പലങ്ങളുമെല്ലാം പിന്നിലേക്കു മറയുന്നു. വഴിയിൽ തിരക്കു കൂടി വന്നു. മൈസൂർ അടു ക്കുകയാണ്.

രണ്ട്

പാഠങ്ങളുടെ പീഠഭൂമിയിൽ

“ഉറങ്ങിയതു മതി, മൈസൂർ എത്താറായി” ലോറിയുടെ പിന്നിലേക്കുള്ള കിളിവാതിൽ തുറന്നു കിളി വിളിച്ചു പറഞ്ഞു. അയാൾ എഴുന്നേറ്റു നിന്നു കമ്പിയിൽ പിടിച്ചു മുന്നിലേക്ക് എത്തി നോക്കി. ദൂരെ പ്രൗഢിയോടെ മൈസൂർകൊട്ടാരം. മിനാരത്തിലെ ദീപശോഭ ദൂരെ നിന്നേ കാണാം. അല്പനേരം കഴിഞ്ഞപ്പോഴേക്കും രാജനഗരിയിലേക്കു ലോറി പ്രവേശിച്ചു. എണ്ണമറ്റ വാഹനങ്ങളുടെ പ്രവാഹത്തിലേക്ക് ലോറിയും. തിയറ്ററുകളും മധുരപലഹാരക്കടകളും ഹോട്ടലുകളും കടന്നു ചെറിയൊരു നാൽക്കവലയ്ക്കടുത്ത് വണ്ടി നിന്നു.

“എല്ലാരും ഇറങ്ങിക്കോ. ബസ്സ്റ്റാൻഡ് ആയി.”

ഡ്രൈവർ ഉറക്കെ വിളിച്ചുപറഞ്ഞു.

കിളി ലോറിയുടെ പ്ലാറ്റ്ഫോമിലേക്കിറങ്ങി എല്ലാവർക്കും നേരെ കൈകൾ നീട്ടി. കിട്ടിയ കാശ് എണ്ണിനോക്കാതെ ചുരുട്ടിക്കൂട്ടി അയാൾ ക്യാബിനിലേക്കു കയറി. പെണ്ണുങ്ങൾക്കൊപ്പം ശ്രദ്ധയോടെ മെല്ലെ ഇറങ്ങുമ്പോൾ മൈസൂർ നഗരം ഇരുകൈകളും നീട്ടി സ്വീകരിക്കുന്നതായി തോന്നി. കുതിരച്ചാണകത്തിന്റെ ചൂരുള്ള തണുത്ത കാറ്റ് അയാളെ വരവേറ്റു.

വലതുഭാഗത്തായി സബർബൻ ബസ്സ്റ്റാൻഡ് കാണാം. നേരെ നടന്ന് ഇടത്തേക്കു തിരിഞ്ഞാൽ മൈസൂർകൊട്ടാരമായി. വലത്തോട്ട് കുറച്ചു നടന്നാൽ സിറ്റിബസ്സ്റ്റാൻഡ് എത്തും. അയാൾ നടന്നു. എവിടേക്കാണ് ആദ്യം പോകേണ്ടത്? അയാൾ ആലോചിച്ചു. സിദ്ദപ്പ ലോഡ്ജ് തന്നെയാകട്ടെ. അവിടെ അന്വേഷിച്ചാൽ കൃത്യമായ വിവരം കിട്ടും.

ലോഡ്ജ് ആണെങ്കിലും ലോകോളജ് വിദ്യാർത്ഥികളുടെ ഹോസ്റ്റൽ കൂടിയാണിതെന്നു പറയാം. മാസവാടകയ്ക്ക് താമസിക്കാം. സ്റ്റൗ ഉണ്ടെങ്കിൽ ഭക്ഷണമുണ്ടാക്കി കഴിക്കുകയുമാകാം. ലോക്കൽദാദ ആയ സിദ്ദപ്പയ്ക്കു വാടക കൃത്യസമയത്തു കിട്ടണമെന്നേയുള്ളൂ. മറ്റു പല

കാര്യങ്ങളിലും കണ്ണടയ്ക്കും. അതാണ് പയ്യന്മാർക്കു വേണ്ടതും. തൊട്ടടുത്ത ലേഡീസ് ഹോസ്റ്റൽ, തിയേറ്ററുകൾ, ചാരായക്കടകൾ, വിദേശമദ്യം വിൽക്കുന്ന പെട്ടിക്കടകൾ, ബസ്സ്റ്റോപ്പ് എന്നിങ്ങനെ സൗകര്യങ്ങൾ ഒരുപാടുള്ളപ്പോൾ സിദ്ദപ്പയിലെ താമസം വൻലാഭംതന്നെ. അത്യാവശ്യത്തിനുവേണമെങ്കിൽ, മുല്ലപ്പൂസുഗന്ധമുള്ള തെരുവു സുന്ദരിമാരെ ഒതുക്കത്തിൽ മുറിയിലെത്തിക്കുകയുമാകാം.

ഹോസ്റ്റലിൽ വിശാലമായ മുറികളാണെങ്കിലും ഭക്ഷണം ഭീകരമാണത്രേ. ദിവസവും നീളൻ സാമ്പാറും പല്ല്യ എന്ന തോരനും അച്ചാറും തന്നെ. സാമ്പാർ ഇലയിൽ നിന്നൊഴുകിയാൽ ചുരമിറങ്ങി കേരളത്തിലെത്തുമെന്നാണ് മലയാളികൾ പറയുക. നന്നായി ഇളക്കി നോക്കിയാൽ സാമ്പാർബക്കറ്റിന്റെ അടിയിൽ കുറേ മുള്ളങ്കിക്കഷണങ്ങളും വെണ്ടയ്ക്കയും ഉരുളനും കണ്ടാലായി.

കോളജ് ഓഫീസിലെ നഞ്ചുണ്ട സ്വാമിക്കാണ് ഹോസ്റ്റലിന്റെ ചുമതല. കക്ഷി സദാ ഉറക്കത്തിലാകും. ഓരോ തവണ ഉറക്കംവിട്ടു കണ്ണു തുറക്കുമ്പോഴും പായ്ക്കറ്റ് ചാരായം വായിലേക്കൊഴിച്ചു കിടത്തുന്നതാണ് സീനിയേഴ്സിന്റെ രീതി. മലയാളികളോട് കക്ഷിക്കു പ്രത്യേക സ്നേഹമാണ്. ഇടുക്കിയിൽനിന്നു വരുന്നവർ നീലച്ചടയൻ എന്ന സൊയമ്പൻ കഞ്ചാവ് കൊണ്ടുവന്നു കൊടുക്കുമത്രേ. ആ സ്നേഹമുള്ളതു കൊണ്ട് ചില കാര്യങ്ങളിൽ സ്വാമി കണ്ണടയ്ക്കും. ഹോസ്റ്റലിൽ രഹസ്യമായി ചിക്കനും മീനുമൊക്കെ പാചകം ചെയ്യാൻ അനുവദിക്കും. കെ.ആർ.എസ്. ഡാമിൽനിന്നുള്ള രുചി കുറഞ്ഞ വലിയ മീനുകൾ വാങ്ങി പൊരിച്ചടിക്കുന്നതാണ് പ്രധാന കലാപരിപാടി.

സിറ്റി സ്റ്റാൻഡിൽനിന്നു സരസ്വതീപുരത്തേക്കുള്ള ബസ്സിൽ നല്ല തിരക്കായിരുന്നു. ദസറ അടുത്താൽ ഇങ്ങനെയാണ്. എല്ലാ ബസുകളിലും തിരക്കോടു തിരക്ക്. എത്രയും വേഗം സരസ്വതീപുരത്ത് എത്തിയാൽ മതിയായിരുന്നു. ബസ് നിരങ്ങി നീങ്ങിക്കൊണ്ടിരുന്നു. സിദ്ദപ്പ ലോഡ്ജിൽ പരിചയക്കാർ ആരെങ്കിലും ഉണ്ടാകും. ഹർഷൻ കോളജിലാണോ ഹോസ്റ്റലിലാണോ എന്നറിയണം.

അരമണിക്കൂറിനകം സരസ്വതീപുരത്ത് എത്തി. സ്റ്റോപ്പിൽ ഇറങ്ങി മുന്നിലേക്കു നടന്നു. വിശപ്പും ക്ഷീണവും ഒരുപോലെയുണ്ട്. ലോഡ്ജിൽ ആളനക്കമുണ്ടായിരുന്നില്ല. എല്ലാവരും കോളജിൽ പോയിക്കാണും. മുകളിലത്തെ നിലയിൽ ഒന്നു കയറിനോക്കാം. ഊഹം തെറ്റിയില്ല. അറ്റത്തെ മുറിയിൽനിന്നു ചിരിയും ബഹളവും കേൾക്കാം. പച്ചമലയാളത്തിൽ പൂരപ്പാട്ടും. ചാരിയിരുന്ന കതക് മെല്ലെ തുറന്നു തല അകത്തേക്കിട്ടതും റമ്മിന്റെ രൂക്ഷഗന്ധം മൂക്കിലേക്ക് അടിച്ചുകയറി.

"ആരാ അത്, കേറിവരാം."

ചുവന്ന കണ്ണുകളുമായി കട്ടിലിൽ കീറിപ്പറിഞ്ഞ തോർത്തുടുത്ത കൊമ്പൻമീശക്കാരൻ. തൊട്ടടുത്ത കട്ടിലിൽ അതേ പരുവത്തിൽ മൂന്നാലു

പേർ വേറെയും. വസ്ത്രം ഒരാർഭാടമാണെന്നാണല്ലോ ലോ കോളേജ് ഹോസ്റ്റലിലെ പാഠം.

"ഫൈനൽ ഇയറിലെ ഹർഷന്റെ ചങ്ങാതിയാണ്. ഓനെയൊന്നു കാണണ്ണോല്ലോ. നാട്ടീന്നു വരികയാ." തളർന്ന ശബ്ദത്തിൽ പറഞ്ഞു.

"ഇരിക്കിഷ്ടാ, ഞാൻ ഹർഷന്റെ ക്ലാസ്സിലാണ്. ഇന്നു പോയില്ല. ദിവസവും ഒരേ ചന്തിതാങ്ങി ക്ലാസിലെ ബെഞ്ച് ബോറടിക്കേണ്ടന്നു കരുതി. അതിനൊരു വിശ്രമം നമ്മൾ കൊടുക്കണ്ടേ. വേണ്ടേ?"

"വേണം."

മദ്യഗന്ധമുള്ള ചോദ്യത്തിന് ഉത്തരം കൊടുത്തു.

"അയ്യോ പേരു പറഞ്ഞില്ലല്ലോ. ഞാൻ മാത്തപ്പൻ. ഇഷ്ടമുള്ളവർ മാത്തൻ എന്നു വിളിക്കും. ഞാനങ്ങു വാഴക്കുളത്തുനിന്നാ കേട്ടോ. നമ്മുടെ മൂവാറ്റുപുഴയ്ക്കടുത്തേ."

അത്രയുംപറഞ്ഞ് മാത്തൻ നല്ല ആതിഥേയനായി. മുൻവശത്തിരുന്ന നെടുവരിയൻ ഗ്ലാസുകളിലൊന്നെടുത്ത് മുക്കാൽ ഭാഗത്തോളം ചുവചുവപ്പൻ റം കമഴ്ത്തി.

"വെള്ളം മതിയോ. സോഡാ വേണമെങ്കിൽ വരുത്താം."

വേണ്ടെന്നോ വേണമെന്നോ പറഞ്ഞില്ല.

"ചങ്ങാതി ഇതങ്ങുപിടി. ആ ക്ഷീണമങ്ങ് കത്തിപ്പോട്ടെ. എന്നിട്ട് നമുക്ക് പുറത്തേക്കൊന്നിറങ്ങി കറങ്ങി വരാം."

മാത്തന്റെ സ്നേഹം നുരഞ്ഞു പൊങ്ങി.

റം തൊണ്ടവഴി കത്തിയിറങ്ങിയപ്പോൾ ക്ഷീണം കുറഞ്ഞെന്നൊരു തോന്നൽ.

"ഹർഷൻ വരാൻ അഞ്ചുമണിയാകും. കോളജ് അക്ഷയ ഭണ്ഡാറിലാണ്. ഇവിടെനിന്നു കുറച്ചു പോകണം. അവൻ ഹോസ്റ്റലിലാണെങ്കിലും മിക്കവാറും ഇവിടെയുണ്ടാകും. അവന്റെ മുറിയിലോ ഇവിടെയോ നമുക്കു കൂടാം. ഇവിടെയാ എല്ലാം കൊണ്ടും സൗകര്യം."

മാത്തൻ കള്ളച്ചിരിയോടെ പറഞ്ഞു.

"നമുക്ക് ഒന്നുകൂടി വീശിയിട്ട് പുറത്തേക്കിറങ്ങാം."

കുപ്പിയിൽ ബാക്കിയുള്ളത് എല്ലാവർക്കുമായി പകർന്നു വെള്ളം തൊടാതെ വിഴുങ്ങി വിയർപ്പുനാറുന്ന ജീൻസും ഷർട്ടും ഇട്ട് മാത്തൻ ഇറങ്ങി.

താഴത്തെ കടക്കാരനിൽനിന്നൊരു ബീഡി വാങ്ങിക്കത്തിച്ച് ആഞ്ഞൊരു പുകയെടുത്ത് മാത്തൻ ഒന്നുകൂടി ഉത്സാഹിയായി.

"ഞാനൊരു പാവം കന്നാരക്കൃഷിക്കാരന്റെ മകനാ. പഠിപ്പിച്ച് മജിസ്ട്രേറ്റ് ആക്കാൻവിട്ടിരിക്കുവാ അപ്പൻ. അങ്ങേരുടെയൊരു പൂതി. ആദ്യം

പാസ്സാകണം. അതിനിത്തിരി സമയമെടുക്കും. പിന്നെയൊരു സീനിയറിനെ തപ്പിപ്പിടിക്കണം. അയാളുടെ തെറികേട്ട് കുറേക്കാലം കഴിയണം. അതുകഴിഞ്ഞ് അയാക്കിട്ടു പാരവച്ച് ഒരു ഓഫീസ് തുടങ്ങണം. അങ്ങനെ എന്തെല്ലാം കാര്യങ്ങൾ. അപ്പന് അതുവല്ലോം അറിയണോ? അപ്പോഴേക്കും പ്രായം കൂടി നമ്മുടെ കക്ഷംവരെ നരച്ചുതുടങ്ങും."

മാത്തൻ ദീർഘനിശ്വാസത്തോടെ പറഞ്ഞു.

"ഓ, തണുത്ത കാറ്റടിച്ചപ്പോഴേക്കും കഴിച്ചതങ്ങു പോയി. വാ, നമുക്കൊന്ന് ഇരുന്നു സംസാരിക്കാം."

മാത്തൻ നടപ്പിനു വേഗം കൂട്ടി. ഇടവഴിക്കൊടുവിൽ നടപ്പവസാനിച്ചത് ചാരായക്കടയിൽ.

"നമുക്കിവിടെ കുറച്ചുനേരം ഇരിക്കാം. സന്ധ്യ കഴിഞ്ഞേ ഇവിടെ തിരക്കാകൂ. അതുവരെ പിള്ളേരു സെറ്റിന്റെ താവളമമാ ഇത്. അയ്യോ പേരു മറന്നു."

മാത്തൻ വാചാലനായി.

"ജയപ്രകാശ്. ജയൻ എന്നോ പ്രകാശനെന്നോ വിളിച്ചോളൂ."

അയാൾ പറഞ്ഞു.

മടുപ്പിക്കുന്ന ഗന്ധമുള്ള കടയിൽ കസേരയോ ബെഞ്ചോ ഉണ്ടായിരുന്നില്ല. ഭിത്തിയിലെ തട്ടിൽ ഗ്ലാസ് വച്ചു സൗകര്യമായി നിന്നു സംസാരിക്കാം. വീര്യം നിറച്ച ഗ്ലാസുകളുമായി മാത്തൻ എത്തി. ഒരു ഗ്ലാസ് കഴിച്ചപ്പോഴേക്കും കടയ്ക്കകത്തു വൃത്തി കൂടുതലാണെന്ന് അയാൾക്കു തോന്നി. മാത്തൻ അടുത്ത കവർ പൊട്ടിച്ച് ഗ്ലാസിലേക്ക് ഒഴിച്ചു. അപ്പോഴേക്കും കടയുടെ സമീപത്തു തട്ടുകട നടത്തുന്ന തള്ളയെത്തി.

"അണ്ണാ, നല്ല കൈപ്പുണ്യമുള്ള തള്ളയാ ഇത്. ഇവരുടെ ചിക്കൻ കാലു കഴിച്ചിട്ടുണ്ടോ. അയ്യോ കഴിക്കണം. കോഴിയുടെ ആത്മാവിന്റെ അനുഗ്രഹം എന്തായാലും ഉണ്ടാകും."

മാത്തന്റെ നാവു കുഴഞ്ഞു തുടങ്ങിയിരുന്നു. അല്പം കഴിഞ്ഞു വട്ടയിലയിൽ അവർ കൊണ്ടുവന്ന കോഴിക്കാലുകൾ കണ്ടപ്പോൾ അയാൾ ഞെട്ടി. ഛർദ്ദിക്കാനുള്ള തോന്നലിനെ ഒരുവിധം നിയന്ത്രിച്ചു. കാൽ എന്നാൽ കോഴിയുടെ നഖം ഉൾപ്പെടെയുള്ള താഴത്തെ ഭാഗം. അതു കടലമാവിൽ മുക്കി ഫ്രൈയാക്കി മല്ലിയില ചട്നിയുമായാണ് തള്ള എത്തിയത്.

അറപ്പോടെ അന്തിച്ചു നിന്നപ്പോൾ മാത്തൻ മനസ്സു വായിച്ചറിഞ്ഞു.

"അണ്ണാ പേടിക്കേണ്ട. സൊയമ്പൻ സാധനമാ. ഒരെണ്ണം എടുക്കുക. നഖം ഒടിച്ചു കളഞ്ഞ് ചട്ണിയിൽ മുക്കി ഒറ്റക്കടി. നല്ല മുരിങ്ങക്കോലു പോലിരിക്കും."

ഇത്രയും പറഞ്ഞ് കോഴിക്കാൽ തിന്നേണ്ടവിധം മാത്തൻ കാണിച്ചു തന്നു.

“കാശുള്ളവർ സ്കോച്ചടിക്കും. നമ്മൾ ദേ, ഈ പട്ടയും. അവർ കോഴിയുടെ തുടയിൽ കടിക്കുമ്പോൾ നമ്മൾ കുറേക്കൂടി താഴോട്ടിറങ്ങി ക്കടിക്കുന്നു. തുടയിൽനിന്നു സാദാ കാലിലേക്കൊരു വായുടെ അകലം മാത്രം. അതുകൊണ്ട് ഈ പാവം കാലുകളെ അധഃകൃതരാക്കണോ. നമ്മളൊക്കെ സോഷ്യലിസ്റ്റുകാരന്മാരല്ലേ അണ്ണാ. ഒരു സോഷ്യലിസ്റ്റിനെ മറ്റൊരു സോഷ്യലിസ്റ്റിനെ തിരിച്ചറിയാനാകും. അതുകൊണ്ട് അണ്ണനി തിലൊരെണ്ണം പിടി, സോറി കടി. ജർമനി വലിയ മുതലാളിത്തരാജ്യ മല്ലേ. എന്നിട്ട് അവന്മാര് പന്നിയുടെ ഇറച്ചി മാറ്റിവച്ച് കുടലു വേവിച്ചു തിന്നുന്നു. പന്നിയുടെ തുട തിന്നാൻ കാശില്ലാഞ്ഞിട്ടാ?”

മാത്തന്റെ തത്ത്വചിന്ത കേട്ടപ്പോൾ രസം തോന്നി.

പിന്നെ വൈകിയില്ല. അയാൾ കോഴിക്കാൽ കയ്യിലെടുത്തു. രുചി യിൽ അതൊട്ടും മോശമല്ലെന്നു മനസ്സിലായി.

കശാപ്പുകടകളിൽ നിന്നു നിസ്സാര വിലയ്ക്കു കിട്ടുന്ന വേസ്റ്റ് കാലു കളാണ് ചാരായക്കടയിലെ താരം എന്നു വൈകാതെ മനസ്സിലായി. കട യിൽ വരുന്ന സകലരും ഇതുവാങ്ങുന്നുമുണ്ട്.

അപ്പോഴേക്കും തള്ള മീൻ വറുത്തതുമായി വന്നു.

“കട്ടി കുറഞ്ഞ മാംസമുള്ള വലിയ മീൻകഷണം. ഡാമിൽനിന്നു പിടി ക്കുന്നതാണ്. കാഴ്ചയിൽ ചെമ്പല്ലിയാണെന്നു തോന്നുമെങ്കിലും രുചി കുറവാ. മസാലയുടെ ബലത്തിൽ ചൂടോടെ കഴിക്കാമെന്നു മാത്രം. കോഴി ക്കാലിനു മുന്നിൽ ഈ മീൻ വെറും ബൂർഷ്വായാ അണ്ണാ.” മാത്തൻ പറഞ്ഞു.

അവിടെ നിന്നിറങ്ങുമ്പോൾ വെയിൽ മാഞ്ഞിരുന്നു. മാത്തന്റെ കാൽ നിലത്തുറയ്ക്കുന്നുണ്ടായിരുന്നില്ല.

മൂന്ന്

സപ്തവർണമുള്ള സ്വപ്നക്കൂടാരങ്ങൾ

"ലോഡ്ജിൽ കോളജിൽ നിന്നുള്ളവർ എത്തിത്തുടങ്ങി. എടാ, നമ്മുടെ ഹർഷനെ കണ്ടായിരുന്നോ." മാത്തൻ ആരോടെന്നില്ലാതെ താഴെനിന്നു വിളിച്ചു ചോദിച്ചു.

"ഇല്ലണ്ണാ. ഇങ്ങോട്ടു വന്നില്ല. മിക്കവാറും ഹോസ്റ്റലിൽകാണും." മുകളിൽ നിന്നാരോ പറഞ്ഞു.

മാത്തൻ ലോഡ്ജിന്റെ താഴെയുള്ള മലയാളിയുടെ കടയിലേക്കു നടന്നു. "ചേട്ടാ ആ കീയിങ്ങ് താ. ഹോസ്റ്റലിൽ പോയിട്ടുവരാം."

കടക്കാരൻ ഒന്നും പറയാതെ കീ കൊടുത്തു. തുരുമ്പിച്ചു തുടങ്ങിയ മോപ്പഡ് ആയിരുന്നു വാഹനം. സിംഗിൾ സീറ്റ് മോപ്പഡിന്റെ പിന്നിൽ ഇരിക്കാനായൊരു ചാക്ക് കെട്ടിവച്ചിരുന്നു.

"വാ നമുക്കിതിലങ്ങുപോകാം. ഇവിടത്തുകാരുടെ പ്രിയപ്പെട്ട വാഹനമാണിത്. വക്കീൽ ഗുമസ്തൻ മുതൽ ജഡ്ജി വരെ ഇതിലാ യാത്ര."

ഇത്രയും പറഞ്ഞ് മാത്തൻ വണ്ടി സ്റ്റാർട്ട് ചെയ്തു. മോപ്പഡിന്റെ പിന്നിലിരുന്നുള്ള യാത്ര ദുസ്സഹമായിരുന്നു. വീഴാതിരിക്കാൻ മാത്തനെ മുറുകെ പിടിച്ചിരുന്നു.

ഹോസ്റ്റലിൽ ചെല്ലുമ്പോൾ കേരളത്തിലെ ഏതോ മാർക്കറ്റിൽ എത്തിയ പ്രതീതിയായിരുന്നു. കൂടുതലും മലയാളികളാണെന്നു തോന്നി. വിസിറ്റേഴ്സ് റൂമിൽ വാർഡൻ നഞ്ചുണ്ട സ്വാമി റജിസ്റ്ററിൽ എന്തോ നോക്കുകയായിരുന്നു. തല ഉയർത്തിയൊന്നു ചിരിച്ചിട്ടു സ്വാമി വീണ്ടും റജിസ്റ്ററിലേക്ക് മുഖം താഴ്ത്തി. മാത്തൻ കൂടെയുള്ളതുകൊണ്ടാണ്. അല്ലെങ്കിൽ കുറേ ചോദ്യങ്ങൾ പ്രതീക്ഷിക്കാമായിരുന്നു. രണ്ടാംനിലയിൽ അങ്ങേയറ്റത്താണ് ഹർഷന്റെ മുറി.

"എടാ ഹർഷാ. കതകു തുറക്കെടാ. നിന്റെ കൂടപ്പിറപ്പു വന്നിട്ടുണ്ടെടാ വയനാട്ടീന്ന്." മാത്തൻ വിളിച്ചുകൂവി.

കതകിൽ മുട്ടും മുൻപേ ഹർഷൻ പുറത്തേക്കുവന്നു. വൃത്തിയായി ഷേവ് ചെയ്യുകയും മുടി വെട്ടിയൊതുക്കുകയും ചെയ്തിരുന്നു. മനസ്സിലുണ്ടായിരുന്ന വിപ്ലവനായകന്റെ രൂപമേ ആയിരുന്നില്ല. കഴിഞ്ഞ തവണ കണ്ടതിലും കുറേക്കൂടി സുമുഖനായിട്ടുണ്ട്.

“എന്താടോ സുഖമല്ലേ.” അയാൾ ചോദിച്ചു.

“അതേ. നാളെയോ മറ്റന്നാളോ വരുമെന്നാണ് കരുതിയത്. ഇന്നു തീരെ പ്രതീക്ഷിച്ചില്ല.” ഹർഷൻ പറഞ്ഞു.

“അധികനാൾ എനിക്കിവിടെ തങ്ങാൻ പറ്റില്ല. കാര്യങ്ങളിൽ വേഗം തീരുമാനമുണ്ടാക്കണം. നാട്ടിൽ കാര്യങ്ങൾ കൈവിട്ടു പോകുകയാണ്.” അയാൾ ശബ്ദം താഴ്ത്തി പറഞ്ഞു. മാത്തൻ അപ്പോഴേക്കും കട്ടിലിലേക്കു മറിഞ്ഞിരുന്നു.

“ഇന്നു വിശ്രമിക്കൂ. നാളെ കാര്യങ്ങളിലേക്കു കടക്കാം. വാ നമുക്ക് ഭക്ഷണം കഴിക്കാം. വൈകും തോറും മെസ്സിലെ സാമ്പാറിന്റെ നീളം കൂടും.”

തുടർന്ന് ഹർഷൻ അയാളെയും കൂട്ടി മൂന്നാം നിലയിലെ മെസ് ഹാളിലേക്ക് നടന്നു. അധികം വേകാത്ത ചോറും മുള്ളങ്കിയും കാബേജുമൊക്കെ വെട്ടിക്കൂട്ടിയിട്ട സാമ്പാറും കാബേജ് തോരനുമായിരുന്നു ഭക്ഷണം.

“കാബേജില്ലാത്ത ഒരു കലാപരിപാടിയും ഇവിടെയില്ല. ഇന്നിങ്ങനെ പോട്ടെ.” ഹർഷൻ പറഞ്ഞു.

വിശപ്പുണ്ടായിരുന്നില്ലെങ്കിലും ഭക്ഷണത്തിനു രുചി തോന്നി. നാട്ടിലെ ഹോട്ടൽ ഭക്ഷണത്തേക്കാൾ ഭേദം തന്നെ. പെട്ടെന്നു കഴിച്ചു തീർത്തു മുറിയിലേക്കു നടന്നു. എത്തിയപാടെ ഹർഷൻ നേരെ ബെഡ്ഷീറ്റ് വിരിച്ചു തറയിൽകിടന്നു. എന്നിട്ടു ലേബർ ലോയുടെ പുസ്തകമെടുത്തു നിവർത്തി. താഴെ കിടക്കേണ്ട എന്നു നിർബന്ധിച്ചിട്ടും കേട്ടില്ല. കട്ടിലിലേക്കു കിടന്നതും കണ്ണുകൾ അടഞ്ഞുപോയി.

രാവിലെ എണീക്കുമ്പോൾ മുറിയിൽ വെയിൽ വീണിരുന്നു. പഴഞ്ചൻ ഫാനിന്റെ മുരൾച്ച കേൾക്കാം. തലയിണ പോലും ഇല്ലാതെ ഹർഷൻ തറയിൽ ചുരുണ്ടുകൂടി കിടക്കുന്നതു കണ്ടപ്പോൾ വിഷമം തോന്നി. ഒരു പത്രം കിട്ടിയിരുന്നെങ്കിൽ എന്നാഗ്രഹിച്ചു. ശബ്ദമുണ്ടാക്കാതെ അയാൾ പുറത്തിറങ്ങി. മരത്തണലിൽ നിർത്തിയിട്ട ബൈക്കിൽ ഇരുന്നും കിടന്നും ലോ കോളജ് പയ്യന്മാർ പെൺകുട്ടികളുമായി സൊറ പറയുന്നു. മറ്റു ചിലർ റോഡരികിലെ പെട്ടിക്കടയിൽനിന്നു ചായ കുടിക്കുന്നു. പൊതുവെ വൃത്തിയുള്ള അന്തരീക്ഷം. നേരിയ തണുപ്പുള്ള കാറ്റുവീശി. നന്നായി ഉറങ്ങിയതിനാൽ നല്ല ഉന്മേഷം. പിന്നിൽ കാൽപ്പെരുമാറ്റം കേട്ടു തിരിഞ്ഞു നോക്കിയപ്പോൾ ഹർഷൻ കണ്ണും തിരുമ്മി വരുന്നതാണു കണ്ടത്. നിൽക്കൂ, ഞാനിപ്പോൾ വരാമെന്നു പറഞ്ഞ് കൈലി മടക്കി

ക്കുത്തി താഴേക്കു പോയി. അയാൾ വീണ്ടും പുറത്തേക്കു നോക്കിനിന്നു. അല്പം കഴിഞ്ഞപ്പോൾ രണ്ടു ഗ്ലാസ് ചായയുമായി ഹർഷൻ വന്നു.

"നമുക്ക് കാണേണ്ടവരെയെല്ലാം പറ്റുമെങ്കിൽ ഇന്നുതന്നെ കാണണം. വേണുവെന്നല്ലേ അയാളുടെ പേര്. കാര്യങ്ങൾ സംസാരിച്ചിട്ടുണ്ടല്ലോ?"

അയാൾ ചോദിച്ചു.

"ഉണ്ട്. വിശദമായി സംസാരിച്ചു. മറ്റു കാര്യങ്ങൾ ജയപ്രകാശുമായി നേരിട്ടു സംസാരിക്കാനാണ് പറഞ്ഞത്. നമുക്ക് എന്തായാലും കോളേജിലേക്കു പോകാം. ഞാൻ ഇന്നു ക്ലാസിൽ കയറുന്നില്ല. ഫസ്റ്റ് അവർ കഴിയുമ്പോൾ വേണുവിനെ വിളിക്കാം. ഇപ്പോൾ വേണുഗോപാൽ സാറിന്റെ ക്ലാസാണ്. മിസ്സാകുന്നതു നഷ്ടമാണ്. സാരമില്ല." ഹർഷൻ ശബ്ദം താഴ്ത്തി പറഞ്ഞു.

കോളേജ് ശാന്തമായിരുന്നു. പുറത്ത് ആരെയും കാണാനുണ്ടായിരുന്നില്ല. അവർ മുകളിലെ നിലയിലേക്കു നടന്നു. ക്ലാസ് തീരാൻ അഞ്ചു മിനിറ്റ് കൂടിയുണ്ടായിരുന്നു. വാതിൽക്കലൂടെ നടക്കുമ്പോൾ, മുൻനിരയിലിരുന്ന ആരെയോ കണ്ണുകൊണ്ട് ഹർഷൻ ആംഗ്യം കാണിക്കുന്നതു കണ്ടു. വീണ്ടും താഴത്തെത്തി ഒന്നുകറങ്ങി വന്നപ്പോഴേക്കും ബെല്ലടിച്ചു. അല്പം കഴിഞ്ഞപ്പോൾ പടികളിലൂടെ ഓടിയിറങ്ങി ഒരു ആറടി ഉയരക്കാരൻ എത്തി. വ്യായാമം ചെയ്യുന്നയാളാണെന്ന് ഒറ്റനോട്ടത്തിൽ അറിയാം. തുളച്ചുകയറുന്ന നോട്ടം. ഇരുനിറം. അല്പം ചെമ്പിച്ച മുടി. ആർക്കും ഇഷ്ടപ്പെടുന്ന രൂപം. ഹർഷൻ കാര്യങ്ങൾ സംസാരിച്ചു.

"ഞാൻ മാത്രം തീരുമാനമെടുക്കേണ്ട വിഷയമല്ല ഇത്. ഇവിടെവച്ചു കൂടുതൽ സംസാരം വേണ്ട. കാന്റീനിലേക്കു പോകാം."

തമിഴ്ചുവയുള്ള മലയാളത്തിൽ വേണുഗോപാൽ പറഞ്ഞു. കാന്റീനിൽ തിരക്കു കുറവായിരുന്നു.

ചായ കുടിച്ചുകൊണ്ട് അവർ വിഷയത്തിലേക്കു കടന്നു. "ദണ്ഡപാണിയണ്ണയും മരുകേശും കൂടിവരട്ടെ. അവർ കൊളംബോയിൽ നിന്ന് ഇന്നലെ വന്നു. ഇപ്പോൾ കോയമ്പത്തൂരുണ്ട്. നല്ല തിരക്കിലാണവർ. എന്തായാലും നമുക്കൊന്ന് ഇരിക്കണമെന്നു ഞാൻ പറഞ്ഞിട്ടുണ്ട്. കോയമ്പത്തൂരിലേക്കു ചെല്ലാമോയെന്നു ചോദിച്ചു. അപ്പോഴാണ് നിങ്ങളുടെ യാത്ര സെയ്ഫ് ആകില്ലെന്നു ഹർഷൻ പറഞ്ഞത്. "എനിവേ. വെയ്റ്റ് ചെയ്യാം അണ്ണാ. ഞാനൊന്ന് വിളിച്ചുനോക്കാം."

അവർ കോളേജിൽ നിന്നിറങ്ങി ബൂത്തിലേക്കു നടന്നു. വേണു ഏതോ നമ്പറിൽ ഡയൽ ചെയ്തു. ശുദ്ധമായ ഇംഗ്ലീഷിൽ അയാൾ സംസാരിക്കുന്നതു കേട്ടപ്പോൾ കൗതുകം തോന്നി. അല്പം കഴിഞ്ഞപ്പോൾ വേണുവിന്റെ ശബ്ദം നേർത്തുവന്നു. മറുപടികൾ മൂളലിൽ ഒതുങ്ങി.

ബൂത്തിൽ നിന്നിറങ്ങിയപ്പോൾ വേണു ആലോചനയിലായിരുന്നു. അല്പം കഴിഞ്ഞ് അയാൾ മുഖമുയർത്തി.

"നാളെ രാവിലെ ജഗ്മോഹൻ പാലസിനടത്തുള്ള ലോഡ്ജിൽ അവരുമായി ഡിസ്കഷൻ. ഇന്നു രാത്രി അവരെത്തും."

"രാവിലെ എപ്പോൾ." ഹർഷൻ ചോദിച്ചു.

"രണ്ടുമണി." വേണു പറഞ്ഞു.

"വെളുപ്പിനോ."

നീട്ടിയൊന്നു മൂളി വേണു മുന്നോട്ടു നടന്നു. കൂടുതൽ സംസാരം വേണ്ടെന്ന സൂചനയായി അവർക്കു തോന്നി.

"ഹർഷൻ നമുക്കിതൊരു അവസരമാണ്. തമിഴ്പുലികളുമായൊരു ബന്ധം എന്തുകൊണ്ടും ഗുണകരമാണ്. വയനാട്ടിൽ ഒതുങ്ങിക്കൂടിയിട്ടും തമ്പിമാഷിനു ലോകം മുഴുവൻ കാണാൻ കഴിയുന്നു. ഭയങ്കരം തന്നെ."

"ആയുധവും പണവും ആശയവും പുതിയ സാങ്കേതിക വിദ്യകളും നമുക്കു പുലികളിൽ നിന്നു കിട്ടിയാൽ കാര്യങ്ങൾ എളുപ്പമായി. തമിഴ്നാട്ടിലും ആന്ധ്രയിലും അവർക്കു ബന്ധങ്ങളുണ്ട്. നേപ്പാൾ കടന്നു ചൈന വരെ നീളുന്ന ശൃംഖലയാണത്രേ ഇത്. ലോകം മുഴുവൻ അതു വ്യാപിച്ചേക്കാം. ഓരോ മേഖലയിലെയും പ്രസ്ഥാനങ്ങളുമായി സഹകരിക്കുന്നു. ആയുധവും സാങ്കേതികവിദ്യകളും കൈമാറുന്നു. ഒരു സംഘടനയുടെയും ആഭ്യന്തരകാര്യങ്ങളിൽ മറ്റൊരു സംഘടന ഇടപെടില്ലെന്ന ആരോഗ്യകരമായ പരസ്പരധാരണയാണുള്ളത്."

"കാലം മാറിയതോടെ പ്രസ്ഥാനങ്ങളുടെ ചിന്താഗതിയും മാറി. എല്ലാവരുടെയും പൊതുശത്രു അതതു മേഖലകളിലെ വ്യവസ്ഥിതിയാണ്. അങ്ങനെ ചിന്തിച്ചാൽ പ്രത്യയശാസ്ത്രത്തിന്റെ പേരിൽ സംഘടനകൾക്കു ഭിന്നിച്ചു നിൽക്കേണ്ടതില്ല. പുലികളും മാവോയിസ്റ്റുകളും അസമിലെയും മിസോറമിലെയും അറേബ്യൻ മേഖലകളിലെയും ഒളിപ്പോരാളികളുമെല്ലാം സഹകരിക്കുന്നതിന്റെ കാര്യവും മറ്റൊന്നല്ല. വിശുദ്ധ യുദ്ധത്തിനു വേണ്ടി ആയുധം വാങ്ങാൻ കറുപ്പ് കൃഷിചെയ്യുകയും ലഹരിമരുന്നുകച്ചവടം നടത്തുകയും ചെയ്യുന്നവരുടെ ലോകമാണിത്. ഗ്ലോബൽ മാർക്കറ്റിനെ ബുദ്ധിപരമായി ഉപയോഗപ്പെടുത്തുക."

അയാൾ പറഞ്ഞവസാനിപ്പിച്ചു. നോക്കിയപ്പോൾ കൊച്ചുകുട്ടിയെപ്പോലെ ഹർഷൻ ശ്രദ്ധയോടെ കേട്ടിരിക്കുകയായിരുന്നു.

"ഇതൊക്കെ എളുപ്പമാണോ?" ഹർഷൻ ചോദിച്ചു.

"എളുപ്പമുള്ള ഒന്നും ഈ ലോകത്തില്ല. അങ്ങനെ നേടുന്നതിനു നിലനില്പുമില്ല. ഹൃദയം കൊണ്ടു ചിന്തിക്കാൻ ലോകത്ത് ഒരുപാട്

സാഹിത്യകാരന്മാരുണ്ട്. നമുക്ക് മനസ്സുകൊണ്ടും ബുദ്ധികൊണ്ടും ചിന്തിക്കാം. ലക്ഷ്യം നിശ്ചയിക്കുക. മനസ്സിനെ അവിടെ പ്രതിഷ്ഠിക്കുക. ശരീരം തനിയെ എത്തിക്കൊള്ളും."അയാൾ മറുപടി പറഞ്ഞു.

"കേരളത്തിലെ തുടക്കം വലിയൊരു മാറ്റമാണ്. ആന്ധ്രയിലെ പീപ്പിൾസ് വാർ ഗ്രൂപ്പ് അടക്കമുള്ള സംഘടനകൾ താത്പര്യപൂർവ മാണ് നമ്മുടെ പ്രവർത്തനങ്ങളെ കാണുന്നത്. പ്രത്യക്ഷത്തിൽ ഇല്ലെങ്കിലും കർണാടകയിലും പ്രസ്ഥാനം ശക്തമാണ്. ജാർഖണ്ഡ്, ഉത്തരാഞ്ചൽ, ബീഹാർ, മധ്യപ്രദേശ്, കിഴക്കൻ സംസ്ഥാനങ്ങൾ എന്നിവിടങ്ങളിലൊക്കെ ശക്തമായ കണ്ണികളുണ്ടാക്കാൻ കഴിഞ്ഞിട്ടുണ്ട്. വയറിങ് കഴിഞ്ഞു. ഇനി കറന്റ് ചാർജ് ചെയ്യണം. മനസ്സിലായോ. കേരളത്തിലേക്കാൾ പ്രശ്നങ്ങൾ ഇവിടെയൊക്കെയാണെടോ." അയാൾ പറഞ്ഞു നിർത്തി.

ഇരുവരും ഹോസ്റ്റലിലേക്കു നടന്നു. "ശരി അപ്പോഴേക്കും നമുക്ക് ബാക്കിയുള്ളവരെ കാണാം. നിങ്ങൾ വന്നത് അറിഞ്ഞുകാണും. മിക്കവാറും ഉച്ചകഴിഞ്ഞ് പലരും വന്നേക്കും."

"അയ്യോ നമ്മൾ ഒന്നു കഴിച്ചില്ലല്ലോ?"

ഹർഷൻ അപ്പോഴാണ് ഓർത്തത്. "രാവിലെ ഒന്നും കഴിക്കുന്ന ശീലമില്ല ഹർഷാ. നീ എന്തെങ്കിലും കഴിക്കൂ."

അയാൾ പറഞ്ഞു.

"ഓ എനിക്കും ഇനിയൊന്നും വേണമെന്നില്ല. നാളെ അവരെ കാണും വരെ സമാധാനമില്ല."

നേരിയ പരിഭ്രമത്തോടെ ഹർഷൻ പറഞ്ഞപ്പോൾ ചെറുചിരിയോടെ ജയപ്രകാശ് പുറത്തുതട്ടി.

പ്രതീക്ഷിച്ചപോലെ, ഉച്ചയായപ്പോഴേക്കും ഓരോരുത്തരായി എത്തിത്തുടങ്ങി. കണ്ണൂരുകാരായ സുധർമൻ, ജയാനന്ദൻ, സുരേഷ്, കാസർകോട്ടുകാരൻ മുജീബ്, വയനാട് നൂൽപ്പുഴയിലെ ജയ്സൻ, ബാലു എന്നിങ്ങനെ ഓരോരുത്തരായി വന്നു മുറി നിറഞ്ഞു. ഹർഷൻ എല്ലാവരെയും പരിചയപ്പെടുത്തി.

"പേരിലല്ല, വിഷയത്തിലാണ് കാര്യം. നമുക്ക് എന്തെങ്കിലുമൊക്കെ സംസാരിച്ചിരിക്കാം."

അയാൾ പറഞ്ഞു.

എല്ലാവരും സംഘടനയുടെ സജീവപ്രവർത്തകർ. ക്ലാസിൽ നിന്നെത്തി രാത്രിയിൽ ഓട്ടോറിക്ഷ ഓടിക്കാനും മാർക്കറ്റിൽ ചുമടെടുക്കാനും പോകുന്നു. ഹോട്ടലുകളിൽ ജോലിക്കു നിൽക്കുന്നവരുമുണ്ട്. രാത്രി വൈകി മടങ്ങിവന്ന് അല്പസമയം ഉറക്കം. വെളുപ്പിന് എല്ലാ

ക്ഷീണവും മാറ്റിവച്ച് പഠനം. കൂട്ടുകാരെ ശല്യപ്പെടുത്താതിരിക്കാൻ പുറത്തെ ലൈറ്റിനു താഴെയിരുന്നാണ് പലരുടെയും പഠിത്തം. പിന്നെ കുളിച്ച് കോളേജിലേക്ക്. ഇതൊരു ദൗത്യമാണ് സംഘടന ഏല്പിച്ച ദൗത്യം.

കല്ലെറിഞ്ഞും ബോംബെറിഞ്ഞും മാത്രം വ്യവസ്ഥിതിയെ മാറ്റിമറിക്കാമെന്നു വ്യാമോഹിച്ച പഴയ തലമുറയെ ഒരിക്കലും മാതൃകയാക്കരുതെന്നു വിശ്വസിക്കുന്ന പുതിയ തലമുറ. കട്ടിലിലും നിലത്തുമായി എല്ലാവരും ഇരുന്നു. ബാക്കിയുള്ളവർ വരാന്തയിൽ നിന്നു ജനാലയിലൂടെ നോക്കി.

"കൂട്ടുകാരെ, കാലംമാറുന്നതിനനുസരിച്ച് പുതിയ സാങ്കേതിക വിദ്യകളും ശത്രുക്കളും ഉണ്ടായിക്കൊണ്ടിരിക്കുന്നു. അതിനനുസരിച്ച് വ്യവസ്ഥിതിയും മാറുന്നു. അതുകൊണ്ട് നമ്മുടെ പ്രവർത്തന ശൈലിയും മാറ്റേണ്ടതുണ്ട്. വിദ്യാഭ്യാസവും ചിന്താശേഷിയുമുള്ള പ്രവർത്തകരെയാണ് ആവശ്യം. അധികാരതലങ്ങളിലും സാമൂഹികസാമ്പത്തിക മണ്ഡലങ്ങളിലുമെല്ലാം നമ്മുടെ ആൾക്കാരുണ്ടാകണം. അതോടൊപ്പം പണവും ആയുധവും വേണം. തൽക്കാലം അത്രയൊന്നും നിങ്ങളാരും ചിന്തിക്കേണ്ടതില്ല. നന്നായി പഠിക്കുക. കോളേജിൽ നിന്നുമാത്രമല്ല, പുറമേ നിന്നും ഒരുപാടു പഠിക്കാനുണ്ട്. ഹോട്ടലിലും ഓട്ടോറിക്ഷയിലും മാർക്കറ്റിലും ലോഡ്ജുകളിലുമെല്ലാം ജോലിചെയ്യുന്ന നിങ്ങൾക്ക് ഒരുപാട് കാര്യങ്ങൾ മനസ്സിലായിട്ടുണ്ടാകാം. പെരുകുന്ന പൊലീസ് സ്റ്റേഷനുകൾ വ്യവസ്ഥിതിയുടെ പരാജയമാണെന്നു തിരിച്ചറിയുക. സാമൂഹികനീതി ഇല്ലാതാകുമ്പോഴാണ് ഈ സാഹചര്യമുണ്ടാകുക. ഭരണകൂടവും ന്യായാധിപന്മാരുമെല്ലാം ഇതിനുത്തരവാദികളാണ്. നീതി നിഷേധിക്കപ്പെടുന്ന സാധാരണക്കാരന്റെ വക്താക്കളാകാൻ നമുക്കു കഴിയണം. മാർഗമല്ല, ലക്ഷ്യം മാത്രമാണ് പ്രധാനം. ആയുധം അവസാനത്തെ അടവു മാത്രമാകണം. രോഗമറിഞ്ഞുള്ള ചികിത്സയാണ് പ്രധാനം. നിസ്സാരരോഗങ്ങൾക്കു ശസ്ത്രക്രിയ ആവശ്യമില്ല. കൂടുതലൊന്നും ഇപ്പോൾ പറയാനില്ല. നമുക്കു പിരിയാം. കുറച്ചുദിവസം ഞാൻ ഇവിടെത്തന്നെയുണ്ടാകും. കഴിയുന്നതും കാണാതിരിക്കാൻ ശ്രമിക്കുക." അയാൾ പറഞ്ഞവസാനിപ്പിച്ചു.

നാല്

പ്രതീക്ഷകളുടെ ഒറ്റയടിപ്പാതകൾ

മുറിയിൽ രണ്ടുപേർ മാത്രമായി. സമയം പന്ത്രണ്ട് കഴിഞ്ഞിരുന്നു. രണ്ടു മണിക്ക് ടൗണിലെത്തണം. ഒരു മണിക്കൂർ മയങ്ങാം. അതുതന്നെ ധാരാളം. കിടന്നപാടെ ഹർഷന്റെ കൂർക്കംവലി ഉയർന്നു. തിരിഞ്ഞും മറിഞ്ഞും കിടന്നിട്ടും എനിക്ക് ഉറക്കം വന്നില്ല. കതകുതുറന്നു പുറത്തിറങ്ങി. തിരക്കൊഴിഞ്ഞ റോഡിൽ പേരിനുമാത്രം ഓട്ടോറിക്ഷകളും കുതിരവണ്ടികളും. ഈ അലച്ചിലും യാത്രയും എന്നാണ് അവസാനിക്കുക. തമ്പിമാഷ് വിളിക്കുമായിരിക്കും.

അയ്യൻകൊല്ലിയിൽ കാര്യങ്ങൾ വഷളാകുകയാണ്. തോട്ടം ഉടമകളും കങ്കാണിമാരും പൊലീസുകാരും ഒരുപോലെ തൊഴിലാളികളെ ചൂഷണം ചെയ്യുന്നു. പതിറ്റാണ്ടുകളായി അടിയാന്മാരായി കഴിഞ്ഞവർ ഇന്നും കൂരകളിൽ തന്നെ അന്തിയുറങ്ങുന്നു. പ്രാഥമിക ചികിത്സയ്ക്കുള്ള സൗകര്യമോ വിദ്യാലയങ്ങളോ ഇല്ല. തൊഴിലാളികളുടെ കുട്ടികൾ വിദ്യാഭ്യാസം നേടിയാൽ നാളത്തെ തലമുറ നിലവിലുള്ള വ്യവസ്ഥിയെ ചോദ്യം ചെയ്യുമെന്ന് ഭൂവുടമകൾക്കറിയാം.

വർഷങ്ങൾ കഴിയുന്തോറും ഉള്ളവനും ഇല്ലാത്തവനും തമ്മിലുള്ള അന്തരം കൂടിവരുന്നു. കേരളത്തിൽ എല്ലായിടത്തും അവകാശങ്ങളെക്കുറിച്ചു തൊഴിലാളികൾ ബോധവാന്മാരാണെങ്കിലും വയനാട്ടിലെ അതിർത്തിഗ്രാമങ്ങളിൽ കാര്യങ്ങൾ മറിച്ചാണ്. പതിറ്റാണ്ടുകൾക്കു മുൻപ് മധ്യതിരുവിതാംകൂറിൽ നിന്നു കുടിയേറി മലമ്പനിയോടും കാട്ടുമൃഗങ്ങളോടും മല്ലടിച്ചു മണ്ണിൽ പൊന്നുവിളയിച്ചവരുടെ പിൻതലമുറക്കാർ ഇപ്പോൾ ഭൂപ്രഭുക്കളായി. പഴയ കഥകളെല്ലാം മറന്ന് തൊഴിലാളികളെ പിഴിയുന്നതിൽ ഇവരും മുന്നിൽത്തന്നെ. തിരുവനന്തപുരത്തു നിന്നു ചെറുപ്പത്തിലേ അയ്യൻകൊല്ലിയിൽ കുടിയേറിയ തമ്പിമാഷാണ് ഭാവം കൊണ്ടെങ്കിലും അമർഷം പ്രകടിപ്പിക്കാൻ തൊഴിലാളികളെ പഠിപ്പിച്ചത്. പള്ളിക്കൂടവും ആശുപത്രിയും തുടങ്ങാൻ മാഷുതന്നെ മുൻകൈയെടുത്തു. രോഗത്തിനു മന്ത്രവാദമല്ല, മരുന്നാണ് വേണ്ടതെന്നും പഠിപ്പിച്ചു.

മന്ത്രവാദത്തിന്റെ ആത്മവിശ്വാസത്തിൽ മരുന്നു കഴിച്ചുതുടങ്ങിയവർ യഥാർത്ഥ രോഗമെന്താണെന്നു തിരിച്ചറിഞ്ഞു. ആ തിരിച്ചറിവൊരു തീപ്പൊരിയായിരുന്നു. ഇന്നതൊരു തീക്കുണ്ഡമായി മാറിക്കഴിഞ്ഞു. എതിർപ്പിന്റെ ഓരോ സ്വരവും അത് ആളിക്കത്തിക്കുന്നു.

അടുത്ത ഘട്ടത്തിനു സമയമായി. ആടിത്തുടങ്ങിയ പല്ലുകൾ പറിച്ചുകളഞ്ഞെങ്കിലേ പുതിയ പല്ലു വരൂ എന്നാണ് ഇതേക്കുറിച്ചു തമ്പിമാഷ് ലളിതമായി പറയുക. അല്ലെങ്കിൽ മുടമ്പല്ല് ആയി മുഖസൗന്ദര്യത്തെ ഇല്ലാതാക്കും. അതുകൊണ്ട് പറിച്ചുകളയേണ്ടതിനെ കളഞ്ഞേ പറ്റൂ. അല്ലെങ്കിൽ സമൂഹത്തിന്റെയും ചരിത്രത്തിന്റെയും മുഖം വിരൂപമാകും. അയഞ്ഞുതുടങ്ങിയ ഉരുക്കുമുഷ്ടികളിൽ നിന്നു മോചിതരായി ഉയരങ്ങളിലേക്ക് സ്വന്തം കരങ്ങൾ ഉയർത്തി നക്ഷത്രങ്ങളെ പിടിച്ചെടുക്കാനുള്ള ആത്മവിശ്വാസം ഉണ്ടാകണം. അടിത്തറപോലെ മണ്ണിലുറച്ച ദൃഢമായ കാലുകളിൽ നിന്നു ഗോപുരംപോലെ മനസ്സ് ഉയരങ്ങളിലെത്തണം. അപ്പോൾ മാത്രമേ ലോകം മുഴുവൻ കാണാനാകൂ. കാണുന്നതിനെയെല്ലാം ചിന്തകൾ കൊണ്ട് കീഴടക്കി പുതിയ ആശയങ്ങൾ സൃഷ്ടിക്കാനും വ്യാഖ്യാനിക്കാനും കഴിയുന്നവനാണ് യഥാർത്ഥ വിപ്ലവകാരി. വൃക്ഷത്തിനു വേരും ഇലകളും ശിഖരങ്ങളും പോലെ വിപ്ലവകാരിക്ക് വിദ്യാഭ്യാസവും പണവും ആയുധവുമെല്ലാം ആവശ്യമാണ്. സമൂഹത്തിനു തണലേകുക എന്ന ദൗത്യം വിസ്മരിച്ച് ഇതിൽ ഏതിലെങ്കിലും ഭ്രമിച്ചുപോയാൽ വിപ്ലവകാരിയുടെ മരണം സംഭവിക്കുകയും ചെയ്യാം.

കാൽപ്പെരുമാറ്റം കേട്ട് തിരിഞ്ഞുനോക്കിയപ്പോൾ ഹർഷൻ കണ്ണും തിരുമ്മി എഴുന്നേറ്റുവരുന്നു.

"എന്താ കിടക്കാതിരുന്നത്. കൊതുകുശല്യമുണ്ടോ? എനിക്കിതൊക്കെ ശീലമായി."

ഹർഷൻ പറഞ്ഞു.

"യേയ് ഒന്നുമില്ല. ഓരോന്ന് ആലോചിച്ചു പോയെടോ. സത്യത്തിൽ ഇവിടെവന്നപ്പോഴാണു അല്പം സ്വസ്ഥത തോന്നുന്നത്. വൈകേണ്ട. നമുക്കു പുറപ്പെടാം." അയാൾ ശബ്ദം താഴ്ത്തിപ്പറഞ്ഞു.

തലവഴി തണുത്തവെള്ളം ഒഴിച്ചപ്പോൾ ആശ്വാസം തോന്നി. കുളിച്ചെന്നു വരുത്തി വേഗം പുറത്തിറങ്ങി ജീൻസും ഷർട്ടുമിട്ടു. വിയർപ്പു മണമുണ്ട്. സാരമില്ല, ഇന്നുകൂടി ഓടും. ഓടിയേ പറ്റൂ. ആത്മഗതം കേട്ടു ഹർഷൻ ചിരിച്ചു. വൈകാതെ ഇരുവരും പുറത്തിറങ്ങി.

ഹോസ്റ്റലിന്റെ പാർക്കിങ്ങിലിരുന്ന മോപ്പഡ് ഹർഷൻ സ്റ്റാർട്ട് ചെയ്തു.

"ഹർഷനു വണ്ടിയുണ്ടോ? അപ്പോൾ ബൂർഷ്വായാണല്ലേ?" അയാൾ ചിരിയോടെ ചോദിച്ചു.

“അയ്യോ എന്റെയല്ല, സുഹൃത്തിന്റെയാണ്. ഇവിടെ അങ്ങനെയൊന്നുമില്ല. വണ്ടിയുടെ കീ ഇന്നലെത്തന്നെ വാങ്ങിവച്ചിരുന്നു” ഹർഷൻ പൊട്ടിച്ചിരിയോടെ മറുപടി പറഞ്ഞു.

റോഡിൽ തിരക്കൊഴിവായതിനാൽ ജഗ്മോഹൻ പാലസിനടുത്ത് വേഗമെത്തി. ഹോട്ടലിനോടു ചേർന്ന നന്ദിനി മിൽക്ക് ബൂത്തിനു പിന്നിലായി വണ്ടി പാർക്ക് ചെയ്ത് ഇരുവരും മുകൾനിലയിലെ മുറിയിലേക്കു നടന്നു.

“മുറിയുടെ നമ്പർ അറിയാമോ?” ചോദ്യത്തിനു മറുപടിയായി ഹർഷൻ മൂളി. ഒരു തവണ മുട്ടിയപ്പോഴേ കാത്തിരുന്ന പോലെ കതകുതുറന്നു. വേണുവായിരുന്നു അത്. കട്ടിലിലും കസേരയിലുമായി ജീൻസും ടീഷർട്ടും ധരിച്ച മൂന്നു ചെറുപ്പക്കാർ വേറെയുമുണ്ടായിരുന്നു. മുറിയിൽ വിലകൂടിയ പെർഫ്യൂമിന്റെ ഗന്ധം.

“ഇരിക്കൂ” ചെറുപ്പക്കാരിലൊരാൾ കസേരയിലേക്കു വിരൽചൂണ്ടി ഗാംഭീര്യത്തോടെ പറഞ്ഞു. അവരുടെ നോട്ടത്തിനു വല്ലാത്തൊരു മൂർച്ചയുള്ളതുപോലെ തോന്നി.

കസേര വലിച്ച് ഇരിക്കുന്നതിനിടെ അയാൾ ചുറ്റുമൊന്നു കണ്ണോടിച്ചു. മേശപ്പുറത്തും കട്ടിലിലുമായി വിലപിടിച്ച ഒരുപാടു സാധനങ്ങൾ ചിതറിക്കിടക്കുന്നു. ചെറുപ്പക്കാരുടെ കഴുത്തിലും കയ്യിലുമായി സ്വർണ്ണച്ചെയിനുകൾ, വിരലുകളിൽ വലിയ മോതിരങ്ങൾ. വേഷവും ഷൂസുമെല്ലാം വിലകൂടിയതെന്നു വ്യക്തം. ഇവരാണോ വിപ്ലവകാരികൾ. അയാൾ ശങ്കിച്ചു.

“എന്താ സംസാരിക്കാനുള്ളത്.”

കൂട്ടത്തിലെ കുറ്റിമുടിക്കാരൻ തുടക്കമിട്ടു.

ഹിന്ദിസിനിമയിലെ സുമുഖനായ വില്ലനെപ്പോലെ തോന്നി. ഇവർക്കു മലയാളവും അറിയാമോ. അയാൾ സംശയിച്ചു.

“ആഹാ, മലയാളം അറിയാമോ. കേരളത്തിൽ വന്നിട്ടുണ്ടോ? അവിടെ ബന്ധുക്കളാരെങ്കിലുമുണ്ടോ?”

അയാൾ ഒരുനിമിഷം തനി മലയാളിയായി.

“അയാം മുത്തുവേൽ. യൂ നീഡ് എനി ഹെൽപ്. ഓർ എനി മിഷൻ?” ആ ചോദ്യങ്ങളിൽ തീരെ താത്പര്യമില്ലാത്ത മട്ടിൽ കുറ്റമുടിക്കാരൻ തലയിൽ വിരലോടിച്ചു പറഞ്ഞു.

“യേസ്, കുറച്ചു പ്രധാന കാര്യങ്ങൾ സംസാരിക്കാനുണ്ട്.”

അല്പം പരിഭ്രമം തോന്നിയെങ്കിലും അയാൾ തുടർന്നു.

“കേരളത്തിൽ ചിതറിക്കിടക്കുന്ന ഒരു പ്രസ്ഥാനമാണ് ഞങ്ങളുടേത്. വയനാട്ടിൽ മാത്രമാണ് അല്പമെങ്കിലും ശക്തം. എന്നാൽ അവിടെ

സ്ഥിതിഗതികൾ സങ്കീർണമാണ്. ഒരേ സമയം പല ശത്രുക്കളുമായി പൊരുതേണ്ടിവരുന്നു. മസിൽ പവറിലും മണിപവറിലും അവർ ശക്തരായതിനാൽ പലപ്പോഴും പരാജയപ്പെടുന്നു. പ്രവർത്തകരുടെ എണ്ണത്തിലും ഞങ്ങൾക്കു കുറവുണ്ട്. പഴയ നക്സലൈറ്റുകൾ എന്ന മട്ടിൽ സാധാരണക്കാരിലൊരു വിഭാഗവും ഞങ്ങളെ അകറ്റിനിർത്തുന്നു." തുടർന്നു വയനാട്ടിലെയും പരിസരങ്ങളിലെയും പ്രശ്നങ്ങൾ ഉദാഹരണസഹിതം അയാൾ വിവരിച്ചു.

മുത്തുവേലിന്റെ മുഖത്തൊരു പുഞ്ചിരി വിടർന്നു.

"എന്താ കുടിക്കാനെടുക്കേണ്ടത്."

അയാൾ ചോദിച്ചു. അതു കേട്ടയുടൻ വേണു മേശപ്പുറത്തിരുന്ന ഫ്ളാസ്ക് തുറക്കാനൊരുങ്ങി. വരട്ടെയെന്ന് മുത്തുവേൽ വേണുവിനെ കൈകാട്ടി. എന്നിട്ട് കട്ടിലിനു താഴത്തു നിന്ന് സ്കോച്ച് വിസ്കിയുടെ കുപ്പിയെടുത്തു. വേണു ഗ്ലാസുകളുമായി ഓടിവന്നു. കട്ടിലിൽ ഗ്ലാസുകൾ നിരത്തിവച്ചശേഷം ഫ്രിഡ്ജിൽ നിന്ന് ഐസ്ട്രേ എടുത്തു. "മദ്യമോ, ഇപ്പോഴോ?" അറിയാതെ ചോദിച്ചുപോയി.

"ഇതിനൊക്കെ സമയവും മുഹൂർത്തവുമുണ്ടോ? മാമൂലുകളോടു സന്ധി ചെയ്യാത്തവരല്ലേ നിങ്ങൾ?" മുത്തുവേൽ ചോദിച്ചു. അതു തന്നെയൊന്ന് അളന്നതല്ലേയെന്ന് അയാൾ ശങ്കിച്ചു. ശരി ആകട്ടെ എന്ന് മറുപടി പറഞ്ഞു. ഗ്ലാസിൽ വിസ്കി പകർന്ന് ഐസ് ക്യൂബുകളിട്ട് മുത്തുവേൽ നീട്ടി. അയാൾ മടികൂടാതെ വാങ്ങി ഒരു കവിളിറക്കി ഗ്ലാസ് മേശപ്പുറത്തുവച്ചു.

"നോക്കൂ സാർ. ശക്തരായ ശത്രുക്കൾ, പ്രവർത്തകരുടെ കുറവ്, പണവും ആയുധവുമില്ല എന്നിവയാണ് നിങ്ങളുടെ പ്രധാന പ്രശ്നങ്ങൾ, അല്ലേ. ആം ഐ റൈറ്റ്. യാ, ഐ തിങ്ക് ലൈക് സോ. അക്ചലി വാട്ട് ഡു യു വാൺട് ഫ്രം അവർ സൈഡ്?"

"ബാക്കിയെല്ലാം മാനേജ് ചെയ്യാം സാർ. പക്ഷേ, പണം. അതൊരു വലിയ പ്രശ്നം തന്നെ. അത്യാവശ്യത്തിന് യാത്ര ചെയ്യാൻ ഒരു ബൈക്ക് പോലുമില്ല. കിലോമീറ്ററുകളോളം നടന്നാണ് ഓരോ സ്ഥലത്തും എത്തുന്നത്. തൊഴിലാളികളെ സംഘടിപ്പിക്കാനും ക്ലാസ്സെടുക്കാനുമൊക്കെ വൊളന്റിയർമാരുടെ കുറവുമുണ്ട്. എല്ലാറ്റിനോടും പൊരുതിനിൽക്കണ്ടേ? പുതിയ ബാച്ച് പ്രവർത്തകർ അടുത്തകൊല്ലത്തോടെ മൈസൂരിൽ നിന്നെത്തും. അതോടെ കുറച്ച് ആശ്വാസമാകുമെന്നു കരുതാം. രോഗം വന്നാൽ ചികിത്സിക്കാൻ നഴ്സുമാർ പോലുമില്ല. അവിടേക്ക് ട്രാൻസ്ഫർ കിട്ടിയാൽ ഡോക്ടർമാർ സ്വാധീനം ചെലുത്തി അവധിയെടുത്ത് വീട്ടിലിരിക്കുന്നു. രോഗവും പട്ടിണിയും ഇല്ലാത്ത അവസ്ഥയിലല്ലേ ആദർശത്തിനും വിപ്ലവത്തിനുമൊക്കെ പ്രസക്തിയുള്ളൂ. പക്ഷേ എന്തിനും പോന്ന കുറേ ചെറുപ്പക്കാർ ഞങ്ങളുടെ കൂടെയുണ്ട്." അയാൾ പറഞ്ഞു നിർത്തി.

"ഉം...." മുത്തുവേൽ നീട്ടിയൊന്നു മൂളി. "പുതിയ ബാച്ച് വൊളന്റിയർമാർ മൈസൂരിലെ കോളേജുകളിൽ നിന്നു പഠിച്ചിറങ്ങണം അല്ലേ? വക്കീലന്മാരും എൻജിനീയർമാരും ഡോക്ടർമാരുമായ വൊളന്റിയർമാർ. സോറി, വോളന്റിയർമാർ എന്നല്ലല്ലോ നിങ്ങൾ പറയുക. സഖാക്കൾ എന്നല്ലേ?"

മുത്തുവേൽ ചെറുചിരിയോടെ ചോദിച്ചു. തന്റെ ഓരോ വാചകവും മനസ്സിരുത്തി പറഞ്ഞത് അവർ കേട്ടുവെന്ന് അയാൾക്കു മനസ്സിലായി.

"സീ മിസ്റ്റർ ജയപ്രകാശ്," മുത്തുവേൽ അങ്ങനെ വിളിച്ചപ്പോൾ അയാൾ വീണ്ടും ഞെട്ടി. പേരു താൻ ഇതുവരെ പറഞ്ഞില്ലല്ലോ. വേണുവിനോടും പറഞ്ഞിട്ടില്ല. വല്ലാതെ ചെറുതാകുന്നതുപോലെ തോന്നി. ഒപ്പം അവരോടു ബഹുമാനവും.

"അപ്പോൾ പണമാണ് നിങ്ങളുടെ പ്രശ്നം. ബാക്കിയെല്ലാം അതുകൊണ്ടു നേടാമെന്നു നിങ്ങൾ കരുതുന്നു. പട്ടിണിയും വിശപ്പുമെല്ലാം മാറി സ്വസ്ഥമായി വിപ്ലവം നടപ്പാക്കാമെന്നു കണക്കുകൂട്ടുന്നു. അതിനൊരു രാഷ്ട്രീയപാർട്ടി രൂപീകരിച്ചാൽ പോരെ. വോട്ട്ബാങ്ക് ആയി മാറാൻ കുറേ അനുഭാവികൾ ഉണ്ടല്ലോ. ആക്ടീവ് മെംബേഴ്സ് അല്ലേ ഇല്ലാതുള്ളൂ. അല്ലെങ്കിലൊരു ഭക്തിപ്രസ്ഥാനം തുടങ്ങൂ. മതങ്ങളുടെ പേരിലുള്ള ധ്യാനകേന്ദ്രങ്ങൾ. അനാഥാലയവും ആകാം. ഇപ്പോൾ അതിനൊക്കെയല്ലേ മാർക്കറ്റ്. പണം ഒഴുകിയെത്തും. സ്വദേശത്തുനിന്നു മാത്രമല്ല, വിദേശത്തുനിന്നും. മനസ്സുവച്ചാൽ വച്ചാൽ മറ്റു പലതും. നോക്കൂ. എന്തിനുംപോന്ന ചെറുപ്പക്കാർ കൂടെയുണ്ടെന്നല്ലേ പറഞ്ഞത്. അല്ല, അവർ ഒന്നിനും പോന്നവരല്ല. അതാണു സത്യം. ആയിരുന്നെങ്കിൽ സഹായം തേടി നിങ്ങൾ ഇവിടെ വരില്ലായിരുന്നു. വിലകൊടുത്തു നേടാവുന്നതല്ല ലക്ഷ്യം. അതു ജീവിതം കൊടുത്തുനേടണം. അതായിരിക്കണം പോരാളിയുടെ വിശ്വാസം. ആ വിശ്വാസം പോലുമില്ലാത്തവരാണോ വരുംതലമുറയുടെ മാറ്റത്തിനായി പൊരുതാനൊരുങ്ങുന്നത്. ബാങ്കുകൾ ആക്രമിച്ചോ പണക്കാരെ കൊള്ളയടിച്ചോ കള്ളനോട്ടടിച്ചോ പിരിവുനടത്തിയോ ഭിക്ഷയാചിച്ചോ നിങ്ങൾക്കു പണമുണ്ടാക്കാം. അതൊരു വിഷയമല്ല. മറിച്ച്, നിങ്ങൾക്ക് ആയുധമാണ് വേണ്ടതെന്നു പറഞ്ഞിരുന്നെങ്കിൽ ഞങ്ങൾ സഹായിക്കുമായിരുന്നു, അഭിമാനം തോന്നുമായിരുന്നു. ഇഫ് യൂ നീഡ് മോഡേൺ വെപ്പൺസ്, ഡെഫിനിറ്റ്ലി വീ വിൽ പ്രൊവൈഡ് ഇറ്റ്. അതിനു പണം തരികയും വേണ്ട. അല്ലാതെ, മസിലും വിദ്യാഭ്യാസവുമുള്ള ചെറുപ്പക്കാർ, അല്ല സഖാക്കൾ വിപ്ലവത്തിനായി പണം ചോദിച്ചു നടക്കുന്നത് മോശമാണ്."

ചിരിച്ചുകൊണ്ടാണ് പറഞ്ഞതെങ്കിലും മുത്തുവേലിന്റെ ശബ്ദത്തിനു മൂർച്ച കൂടുതലായിരുന്നു.

"സാർ, ശ്രീലങ്കയിലെയോ ആന്ധ്രയിലെയോ ഉത്തരേന്ത്യയിലെയോ സാഹചര്യമല്ല കേരളത്തിലുള്ളത്. എന്തിനെയും സംശയത്തോടെ

കാണുന്നവരും ആളുകൾ കൂടുതലായി താമസിക്കുന്ന സ്ഥലങ്ങളുമാണുള്ളത്. അഴിമതിയുണ്ടെങ്കിലും പൊലീസിനെ ഏതെങ്കിലും വിധത്തിൽ സ്വാധീനിക്കുക എളുപ്പമല്ല." അയാൾ വാദങ്ങൾ നിരത്തി പിടിച്ചു നിൽക്കാൻ തോന്നി.

"ജയപ്രകാശ്, നിങ്ങൾ വ്യവസ്ഥിതിയെ ഭയക്കുന്നു. അതുതന്നെ പരാജയമാണ്. ആദ്യം മനസ്സു പാകപ്പെടുത്തൂ. എന്നിട്ടു മാറ്റങ്ങളെക്കുറിച്ച് ആലോചിക്കാം. എന്നിട്ടു വീണ്ടും ഞങ്ങളെ കാണാൻ വരൂ. ചിലപ്പോൾ ഞങ്ങളാരും നാളെ ജീവിച്ചിരിക്കണമെന്നില്ല. ഞങ്ങൾ എന്നുദ്ദേശിച്ചത് പ്രസ്ഥാനത്തിലുള്ളവരെയാണ്." മുത്തുവേൽ എഴുന്നേറ്റു. വിസ്കി ഗ്ലാസ് കയ്യിലെടുത്ത് അയാൾ വേണുവിനെയും ഹർഷനെയും മാറിമാറി നോക്കി. അവർ തലതാഴ്ത്തി.

"നിങ്ങൾ എന്നാണു മടങ്ങുക, കുറച്ചുദിവസം ഇവിടെയുണ്ടാകുമോ? തമ്പിമാഷുമായി ഞാനൊന്നു സംസാരിക്കട്ടെ." അയാൾ ചോദിച്ചു.

"എന്തായാലും ഉടൻ ഒരു കാഴ്ചയ്ക്കു സമയമായിട്ടില്ല. പിന്നെ, ഞങ്ങൾ പോകുന്നതും വരുന്നതുമെല്ലാം തീരുമാനിക്കുന്നത് ഞങ്ങളല്ല. സോ, ഹാവ് എ നൈസ് ഡേ. കാണാം." മുത്തുവേൽ പറഞ്ഞവസാനിപ്പിച്ചപ്പോൾ കൂടുതൽ സമയം ഇരുന്നിട്ടു കാര്യമില്ലെന്നു തോന്നി.

പോകാനായി എഴുന്നേറ്റപ്പോൾ മുത്തുവേൽ തോളിൽ പിടിച്ചു. "ജയപ്രകാശ്, തന്നിലൊരു തീപ്പൊരിയുണ്ട്. അതുകൊണ്ടു കാര്യമില്ല. അതെത്രമാത്രം ആളിപ്പടരുമെന്നു നോക്കാം. ഐ വോണ്ട് ഇറ്റ് ടു ബി എ ബിഗ് ഫയർ, എ സ്മൌൾഡറിങ് ഫയർ ആസ് വെൽ. മുന്നോട്ടു മാത്രം നോക്കി കുതിക്കുക. തോൽക്കുമെന്നോ തളരുമെന്നോ തോന്നുമ്പോൾ മാത്രം തിരിഞ്ഞുനോക്കുക. ആരെങ്കിലും ഉണ്ടാകും. നിങ്ങൾ പോലും പ്രതീക്ഷിക്കാത്ത ചിലർ. ഫ്രം ദിസ് ടൈം, യു ആർ നോട് എലോൺ. ഗോ എ ഹെഡ് മൈഡിയർ."

അയാൾ ചെറുചിരിയോടെ പറഞ്ഞു നിർത്തി.

അഞ്ച്

തണലില്ലാതെ തീവഴികൾ

പുറത്തേക്കിറങ്ങിയപ്പോൾ നേരം വെളുത്തുതുടങ്ങിയിരുന്നു. ഹോട്ടലിനു സമീപത്തെ നന്ദിനി പാൽബൂത്ത് തുറന്നിരുന്നു. "എരടു സ്ട്രോങ് കോഫി"യെന്നു പറഞ്ഞ് ഹർഷൻ ബൂത്തിൽ ചാരിനിന്നു. കാപ്പി കുടിച്ചുതീരുവോളം ഇരുവരും മിണ്ടിയില്ല. ഹർഷൻ മോപ്പഡ് സ്റ്റാർട്ട് ആക്കി.

"നമുക്ക് മുറിയിലേക്കു പോകാം. മറ്റു കാര്യങ്ങൾ സാവകാശം ആലോചിക്കാം."

ഹർഷൻ പറഞ്ഞു.

"വെറുതെ അവന്മാരുടെ ചപ്പടാച്ചി കേൾക്കാൻ ഇരുന്നു കൊടുക്കേണ്ടി വന്നു. ഇന്ത്യയിൽ പിരിവിനെത്തിയതാണ്. എന്നിട്ട് ആദർശം പ്രസംഗിക്കുന്നു." ഹർഷൻ മുറുമുറുത്തു.

"അങ്ങനെയല്ല ഹർഷാ. അവർ പറഞ്ഞതിലും കാര്യമുണ്ട്. നമ്മളെ കളിയാക്കിയതാണെന്ന് എനിക്കു തോന്നിയില്ല. അപ്രിയസത്യം വളച്ചുകെട്ടാതെ പറഞ്ഞുവെന്നുമാത്രം. ഗ്രൗണ്ട് വർക്ക് കുറേക്കൂടി ഉഷാറാക്കണം. എല്ലാം ശരിയാകും. എനിക്കുറപ്പുണ്ട്." അയാൾ ഹർഷനു പ്രതീക്ഷ കൊടുത്തു.

ഹോസ്റ്റൽ മുറിയിലെത്തിയതും വേഷംപോലും മാറാതെ അയാൾ കട്ടിലിലേക്കു മറിഞ്ഞു. നല്ല ക്ഷീണം തോന്നി. ശബ്ദമുണ്ടാക്കാതെ കതക് അടച്ച് ഹർഷൻ ചങ്ങാതിമാരുടെ അടുക്കലേക്കു പോയി.

ഹർഷൻ ചെല്ലുമ്പോൾ മെസ്ഹാളിൽ മാത്തന്റെ നേതൃത്വത്തിൽ ചർച്ച പൊടിപൊടിക്കുകയായിരുന്നു.

"നാല്പതും അമ്പതും ഒക്കെ കൊടുത്തു കയറിയിട്ട് അവളുമാർക്ക് നമ്മളെ കാണുമ്പോൾ ഒരു പുച്ഛം. ഇവളുടെയൊക്കെ തന്തമാർക്ക് ഇടുക്കിയിൽ കൃഷിയെന്നാന്നൊക്കെ നമുക്കറിയാടാവ്വേ... ഇവളൊക്കെ ഡോക്ടറായി ആളുകളെ കൊന്നിട്ടുവരുമ്പോൾ കോടതിമുറിയിലിട്ടു പൊരിക്കണം."

മാത്തൻ കത്തിക്കയറുകയായിരുന്നു.

"എന്താ പ്രശ്നം. രാവിലെ തുടങ്ങിയല്ലോ."

ഹർഷൻ ചോദിച്ചു.

"അല്ലളിയാ? അവളുമാരുടെയൊരു ജാടയേ!"

മാത്തൻ ഹർഷന്റെ നേരെ തിരിഞ്ഞു.

"കെട്ടുകണക്കിനു കാശും കൊടുത്തു മെഡിക്കൽ കോളേജിൽ കയറിയിട്ട് മനുഷ്യരെ കാണാത്തപോലെ. ഒരുത്തൻ വായിനോക്കിയാൽ ചിരിച്ചില്ലേലും വേണ്ടില്ല. ഒന്നു നോക്കിക്കൂടെ."

"നോക്കാൻ പറ്റിയ മുതലുതന്നെ. എടാ, നിന്നെ അബദ്ധത്തിലെങ്ങാനും നോക്കിപ്പോയാൽ ആ ദ്രവിച്ച മോപ്പഡുമായി നീ ലേഡീസ് ഹോസ്റ്റലിൽ പ്രദക്ഷിണം വയ്ക്കില്ലേ."

കൂടെയിരുന്നവർ പറഞ്ഞു.

"എടാ ഈ ലോകോളേജിൽ ഇഷ്ടം പോലെ പെമ്പിള്ളേരുള്ളപ്പോൾ മെഡിക്കൽ കോളജിലോട്ടു മണത്തുചെല്ലേണ്ട വല്ല കാര്യമുണ്ടോ?"

"ചെല്ലുമെടാ ചെല്ലും. ഓൾ ആർ ഈക്വൽ ബിഫോർ ദ് ലോ എന്നല്ലേ ഡൈസിയുടെ പ്രമാണം."

മാത്തപ്പൻ ആവേശത്തോടെ പറഞ്ഞപ്പോൾ, "ഡെയ്സിയോ അതാരാപ്പാ" എന്നായി വർഷങ്ങളായി തോറ്റുതളർന്ന ഇരിട്ടിക്കാരൻ ജോസ്.

"നിന്റെ അമ്മൂമ്മ. കൃത്യമായി അറിയണമെങ്കിൽ പോയി നിന്റെ അപ്പനോടു ചോദിക്കടാ. നീ ദ തിയറി റൂൾ ഓഫ് ലോ എന്നു കേട്ടിട്ടുണ്ടോ?" മാത്തപ്പൻ വീണ്ടും ചോദിച്ചു.

"ഞാൻ ആ ടൈപ്പ് അല്ല. ലോ ആയിട്ടുള്ള റൂൾസൊന്നും ഞാൻ വായിക്കാറില്ല."

ജോസ് വീണ്ടും തിരിച്ചടിച്ചു.

"മാത്തപ്പാ, ഇനി നിങ്ങളുതമ്മിൽ തർക്കംവേണ്ട."

ജൂനിയർ ബാച്ചിലെ തോമാച്ചൻ മധ്യസ്ഥനായി.

"എടാ ഇടുക്കിയിൽ കിടന്ന മലഞ്ചരക്കുകൾ മലയിറങ്ങിവന്ന് ഇവിടെ ഡോക്ടർമാരാകുമ്പോൾ നമ്മൾ കറുത്തകോട്ടുകാർക്ക് വിലയില്ലേ എന്നാണ് എന്റെ ചോദ്യം."

ഇത്രയും പറഞ്ഞ് മാത്തൻ കീശയിൽ നിന്നു ചെറിയൊരു കുപ്പിയെടുത്ത് മിക്സ് ചെയ്ത വീര്യം വായിലേക്ക് അല്പമൊഴിച്ചു.

"അളിയാ നീ പായ്ക്കറ്റ് വിട്ടോ. അതോ സ്റ്റാൻഡേർഡ് കൂടിയോ."

"യേയ്. ഏതോ ജൂനിയേഴ്സിന്റെ കറയടിക്കുകയാ."

പിന്നിൽ നിന്നാരോ പറഞ്ഞപ്പോൾ മാത്തൻ കേൾക്കാത്ത മട്ടിൽ നിന്നു.

"മാത്തൻ എന്തും ക്ഷമിക്കും. ജാട, അതാരു കാണിച്ചാലും പൊറുക്കില്ലേടാ. കാശുംകൊടുത്ത് അഡ്മിഷനും വാങ്ങി പാവപ്പെട്ട രോഗികളുടെ വേണ്ടാത്തിടത്തൊക്കെ കയ്യിടുന്നതല്ലേ ഇവളുമാരുടെ ജോലി. പാവങ്ങൾ. നമുക്കങ്ങു ക്ഷമിക്കാം."

മാത്തൻ സ്വയമൊരു കോംപ്രമൈസിനു തയ്യാറായി. കൂടുതൽ സംസാരിച്ചാൽ കഴിച്ചതിന്റെ കെട്ട് പെട്ടെന്നിറങ്ങുമെന്നു ബുദ്ധിമാനായ മാത്തൻ മനസ്സിലാക്കി.

"ഊട്ടാ റെഡി."

അടുക്കളയിൽ നിന്നൊരു പയ്യൻ പുറത്തിറങ്ങി വിളിച്ചുപറഞ്ഞു.

"ഓ. ചോറും സാമ്പാറുവെള്ളവും റെഡിയായി." തോമാച്ചൻ പറഞ്ഞു.

"ഇന്നത്തെ സാമ്പാറിന് ഉപ്പുകൂടുതലായിരിക്കും." അനുബന്ധമായി മാത്തൻ ജ്ഞാനിയെപ്പോലെ പറഞ്ഞു.

"അതെങ്ങനെ നിനക്കു മനസ്സിലായി."

തോമാച്ചൻ ചോദിച്ചു.

"അവൻ വിയർത്തുകുളിച്ചുനിൽക്കുന്നതു കണ്ടില്ലേ. സാമ്പാറിനു മാത്രമല്ല, തോരനും ഉപ്പുകൂടുതലാകാനാ വഴി. കക്ഷത്തിന്റെ ഗന്ധമുള്ള വിഭവങ്ങളല്ലേ അധഃകൃതരായ വക്കീലുപിള്ളേർക്ക്. ഹോ. അവിടെ അവളുമാരു വെട്ടിവിഴുങ്ങുകയാകും."

മാത്തൻ തെറിയുടെ അകമ്പടിയോടെ പറഞ്ഞു.

"ങാ, കഴിച്ചേക്കാം. വൈകുന്തോറും സാമ്പാറിന്റെ നീളം കൂടിക്കോണ്ടിരിക്കും."

അങ്ങനെ ഒരു അവധി ദിവസത്തിന്റെ പകുതി ഇടിവെട്ടിപ്പോയി. എല്ലാവരും ചോറുണ്ണാൻ തയ്യാറായപ്പോഴേക്കും ജയപ്രകാശിനെ വിളിക്കാൻ ഹർഷൻ മുറിയിലേക്കു മടങ്ങി.

ജയപ്രകാശ് അപ്പോഴേക്കും ഉണർന്നിരുന്നു. എന്താ കാര്യമായ ആലോചനയെന്നു ചോദിച്ചു ഹർഷൻ കട്ടിലിൽ അയാളോടു ചേർന്നിരുന്നു. അയ്യൻകൊല്ലിയിലെ കാര്യം ഓർക്കുകയായിരുന്നു.

"നമ്മൾ ഉദ്ദേശിക്കുന്നതിലും അപ്പുറമാണ് അവിടത്തെ കാര്യം. പ്രസ്ഥാനം ശക്തമാകുന്നതിനനുസരിച്ച് എതിരാളികളും കരുത്തരാകുകയാണ്. നമ്മുടെ ആളുകൾ ചുറ്റുമുണ്ടെങ്കിലും എനിക്കെന്തോ ഒരു ആശങ്ക. കൂട്ടത്തിൽ തന്നെ ഒറ്റുകാർ കണ്ടേക്കാം. അങ്ങനെയൊക്കെ ചിന്തിച്ചിട്ടു കാര്യമല്ല. ഇത്തരം പ്രശ്നങ്ങൾ എല്ലാ പ്രസ്ഥാനത്തിലുമുള്ളതല്ലേ."

ഹർഷൻ സമാധാനിപ്പിച്ചു.

"പുൽപ്പള്ളിയിലും ബത്തേരിയിലുമായി അനുഭാവികളായ കുറേ വക്കീലന്മാർ ഉള്ളതാണ് സമാധാനം. പൊലീസിന്റെ നീക്കങ്ങൾ കുറേയൊക്കെ ചോർത്തിയെടുക്കാൻ കഴിയുന്നതങ്ങനെയാണ്. രാഷ്ട്രീയക്കാരിൽ നിന്നും കുറച്ചുവിവരങ്ങൾ കിട്ടും. എന്തായാലും നമുക്കു കുറച്ചു കൂടി കാത്തിരിക്കാം. വരൂ ഭക്ഷണം കഴിക്കാം."

അയാൾ എഴുന്നേറ്റു. നമുക്ക് മെസിൽ നിന്നു കഴിക്കാം. എന്തെങ്കിലും കഴിക്കണമെന്നേയുള്ളൂ. കാര്യമായ വിശപ്പില്ല. അയാൾ പറഞ്ഞപ്പോൾ ഹർഷൻ തലയാട്ടി.

ഊണുകഴിച്ചെന്നു വരുത്തി അയാൾ മുറിയിൽ മടങ്ങിയെത്തി കട്ടിലിൽ കിടന്നു. ഹർഷൻ ഒരു തടിച്ച പുസ്തകവുമെടുത്ത് കൂട്ടുകാരുടെ മുറിയിലേക്കു പോയി. കണ്ണടച്ചപ്പോഴേക്കും മനസ്സ് വീണ്ടും അയ്യൻകൊല്ലിയിലേക്കു പറന്നു.

അയ്യൻകൊല്ലിയിൽ പ്രവർത്തകർ ഒരുപാടുണ്ടെങ്കിലും തമ്പിമാഷിനു നേരിട്ടു കാര്യങ്ങൾ പറയാനും ചെയ്യിക്കാനും പറ്റിയ ആരുമില്ല. കൊളുന്തു നുള്ളുന്ന പെണ്ണുങ്ങളാണ് പ്രവർത്തകരിലേറെയും. രാവിലെ മുതൽ ചാരായം കുടിച്ചുതുടങ്ങുന്ന ആണുങ്ങൾ വൈകിട്ടാകുമ്പോഴേക്കും എവിടെയെങ്കിലും ചുരുണ്ടുകൂടുന്നു. ഒരു ഭാഗത്ത് കാര്യങ്ങൾ മുറുകി വരുമ്പോൾ മറുഭാഗത്ത് അയയുന്നു.

കാളുച്ചെട്ടിയും ഷൺമുഖൻ ചെട്ടിയുമാണ് മേഖലയിലെ പ്രമുഖർ. ഇരുവരും ബന്ധുക്കളുമാണ്. ഏക്കറുകണക്കിനു തേയിലത്തോട്ടമുണ്ട്. ഏലം, കുരുമുളക്, കാപ്പി, ഇഞ്ചിക്കൃഷിയും അത്രത്തോളം തന്നെ വരും. പട്ടയം ഉള്ളതും ഇല്ലാത്തതുമായി വൻഭൂസ്വത്ത്. ഏക്കറിലല്ല, തേയിലത്തോട്ടം എത്ര മലകളിലായി വ്യാപിച്ചു കിടക്കുന്നു എന്നതാണ് പ്രതാപത്തിന്റെ മാനദണ്ഡം. നാടൻ തോക്കുകളും എന്തിനും പോന്ന വിശ്വസ്തരായ പണിക്കാരും ധാരാളം.

ഇതിനെല്ലാം പുറമേ, ബത്തേരിയിലും കൽപറ്റയിലും കോഴിക്കോട്ടുമൊക്കെ സ്വർണക്കടയും വലിയ വസ്ത്രശാലകളുമുണ്ട്. ബസ് സർവീസുകൾ വേറെയും. സമൂഹത്തിൽ പേരുകിട്ടാനാണ് ബിസിനസ്. ലാഭമോ നഷ്ടമോ പ്രശ്നമല്ല. എത്ര നശിപ്പിച്ചാലും തലമുറകളായുണ്ടാക്കിയ സമ്പത്ത് സ്വർണ്ണനാണയങ്ങളാക്കി സുരക്ഷിതകേന്ദ്രങ്ങളിൽ കുഴിച്ചിട്ടിരിക്കുകയാണെന്നാണ് പൊതുവെയുള്ള സംസാരം. നീളൻ ട്രൗസറും കയ്യുള്ള ബനിയനുമിട്ട്, മഞ്ഞുകൊള്ളാതിരിക്കാൻ തലയിൽ നീളൻ പ്ലാസ്റ്റിക് ചാക്കുമിട്ടു തോട്ടങ്ങളിൽ തൊഴിലാളികളെ ഭരിച്ചും വിറപ്പിച്ചും നടക്കുന്നവർക്ക് നല്ല വേഷത്തിൽ ടൗണിൽ പോകാനും ബാറിൽ കയറി ബഹളമുണ്ടാക്കാനുമൊക്കെയാണ് ബിസിനസ് സാമ്രാജ്യം. കണ്ണിൽ

പെടുന്ന കൊള്ളാവുന്ന പെണ്ണുങ്ങൾക്കു വിലപറയാനും പറ്റിയാൽ തൂക്കിക്കൊണ്ടുപോകാനും മടിയില്ല. തോട്ടങ്ങളിലെ തേർവാഴ്ചയ്ക്കു പുറമേ നഗരത്തിലും പിടിമുറുക്കാൻ പൊലീസുകാരെയും രാഷ്ട്രീയക്കാരെയും ഇവർ വരുതിയിലാക്കുന്നു. വയനാട്ടിലെ നമ്പ്യാർകുന്ന് കഴിഞ്ഞാൽ ഇവരുടെ സാമ്രാജ്യമായി.

ഭൈരവൻ മൂപ്പൻ, മുത്തുലിംഗം തേവർ, ഇളങ്കോവൻ ചെട്ടി തുടങ്ങിയവരാണ് മറ്റു പ്രമുഖർ. കാളുചെട്ടിയുടെയും ഷൺമുഖൻ ചെട്ടിയുടെയും അത്ര ഭൂസ്വത്ത് ഇല്ലെങ്കിലും ഒട്ടും മോശക്കാരല്ല. പരസ്പരം അത്ര സുഖത്തിലല്ലെങ്കിലും തൊഴിലാളികളെ ചൂഷണം ചെയ്യുന്നതിൽ ഇവർ ഒറ്റക്കെട്ടാണ്. ആരുടെയെങ്കിലും തോട്ടത്തിൽ എന്തെങ്കിലും പ്രശ്നമുണ്ടായാൽ സഹായിക്കാൻ പാഞ്ഞെത്തും. മധ്യകേരളത്തിൽ നിന്നു വർഷങ്ങൾക്കു മുൻപ് കുടിയേറിയവരാണ് മറ്റൊരു വിഭാഗം. കാട്ടുമൃഗങ്ങളോടും വസൂരിയോടും മല്ലിട്ട് മലയിൽ കൃഷിയിറക്കിയവരുടെ പിൻതലമുറക്കാർ പൊന്നുവിളയുന്ന മണ്ണിൽ ആർഭാടജീവിതം നയിക്കുന്നു. ഇതിനിടയിൽ പുഴുക്കളെപ്പോലെ പണിക്കാരായ വലിയൊരു വിഭാഗവും. വിദ്യാഭ്യാസത്തിനോ ചികിത്സയ്ക്കോ പോലും ഇവർക്കു സൗകര്യമില്ല.

പൊട്ടിപ്പൊളിഞ്ഞ ഹെൽത്ത് സെന്ററിലെ കമ്പോണ്ടർ ഗോപാലനാണ് ഇവരുടെ ഡോക്ടർ. അയാൾ കൊടുക്കുന്ന റോസ് നിറമുള്ള വെള്ളവും ഗുളികയും കഴിച്ചാൽ ഭാഗ്യമുണ്ടെങ്കിൽ അസുഖം മാറും. അല്ലാത്തവർ രോഗം മാറാൻ മന്ത്രവാദം നടത്തുന്നു. തൊഴിലാളികൾക്കിടയിലെ ജനനവും മരണവുമൊന്നും ആരും അറിയുന്നില്ല. തെറ്റുകൾ നിശ്ചയിക്കുന്നതും ശിക്ഷവിധിക്കുന്നതുമെല്ലാം തോട്ടമുടമകൾ. കാലം മാറിയെന്ന് അറിയാത്ത ഇവർക്കിടയിലേക്കു ഒരു നിയോഗം പോലെയാണ് തമ്പിമാഷും ഭാര്യയും കടന്നുവന്നത്. തിരുവനന്തപുരത്തു നിന്നു ചെറുപ്പത്തിലേ കുടിയേറിയതാണു മാഷ്. ഒരേക്കർ സ്ഥലംവാങ്ങി അല്പം കൃഷിയുമായി കൂടുന്നതിനിടയിൽ തൊഴിലാളികളുടെ കുട്ടികൾക്ക് എന്തെങ്കിലുമൊക്കെ പറഞ്ഞുകൊടുക്കാൻ തുടങ്ങി. കഥകളും കടങ്കഥകളുമായി ക്ലാസ് എടുക്കുന്ന മാഷിനെ കുട്ടികൾക്ക് വളരെ ഇഷ്ടമായി. കുട്ടികളുടെ എണ്ണം കൂടിയതോടെ വീടിനോടു ചേർന്നു പനമ്പുകൊണ്ട് മറച്ചുകെട്ടിയ ക്ലാസ്മുറിയുണ്ടാക്കി. എല്ലാ വിഷയങ്ങളിലും മാഷിന് നല്ല അറിവുണ്ടായിരുന്നു. അങ്ങനെ ഏവർക്കും മാഷ് പ്രിയപ്പെട്ടവനായി. മക്കളില്ലാത്ത മാഷിന് മക്കളുടെ സ്നേഹം നൽകിയ ഒരുപാടു കുട്ടികളെ ലഭിച്ചു. മാഷ് മുൻകൈയെടുത്താണ് അയ്യൻകൊല്ലിയിൽ വായനശാല തുടങ്ങിയത്.

വായനശാല എന്നു പറഞ്ഞാൽ അത്യാവശ്യം മലയാളം, തമിഴ് പത്രങ്ങൾ. പിന്നെ കുറച്ചു പുസ്തകങ്ങളും. വൈകുന്നേരങ്ങളിൽ ആ പുസ്തകങ്ങളിലെ അറിവുകൾ തൊഴിലാളികൾക്ക് മാഷ് പറഞ്ഞു

കൊടുത്തു. തൊഴിലാളിയും മുതലാളിയുമായി ആരും ജനിക്കുന്നില്ല. വ്യവസ്ഥിതിയാണ് അങ്ങനെയാക്കുന്നത്. അയ്യൻകൊല്ലിക്ക് അപ്പുറവും ലോകമുണ്ടെന്നും അവർ മാഷിലൂടെ അറിഞ്ഞു. കടൽകടന്നുപോയാൽ ഒരുപാട് ദേശങ്ങൾ കാണാമെന്നും പഠിപ്പിച്ചു. ആരോടും വിനയമാകാമെന്നും അതൊരിക്കലും വിധേയത്വമാകരുതെന്നും കുട്ടികളെ മനസ്സിലാക്കി. ശരിയെന്നു തോന്നുന്നതു ചെയ്യുക. അതിനുവേണ്ടി ശബ്ദിക്കുക. എതിർക്കുന്നവരെ ചെറുത്തുതോൽപ്പിക്കുക. വിത്തുവിതച്ച് നനച്ചു വളർത്തി കൊയ്തു വിളവെടുക്കുന്നതു പോലെ വലിയൊരു ലക്ഷ്യം നേടാൻ ഒരുപാട് കാര്യങ്ങൾ ചെയ്യാനുണ്ട്. കൃഷിനശിപ്പിക്കാനെത്തുന്ന കീടങ്ങളെയും വന്യജീവികളെയും തുരത്തുംപോലെ ശത്രുക്കളെ ഉന്മൂലനം ചെയ്യണമെന്നും പഠിപ്പിച്ചു. ക്രമേണ തോട്ടങ്ങളിൽ മുതലാളിമാർക്കെതിരെ മുറുമുറുപ്പുകൾ ഉയർന്നു. അധികജോലിക്ക് കൂടുതൽ കൂലി, ആഴ്ചയിൽ ഒരു അവധി, നല്ല ഭക്ഷണം തുടങ്ങിയ ആവശ്യങ്ങൾ ചിലരെങ്കിലും ഉന്നയിച്ചു.

പാർട്ടിയേല്പിച്ച ദൗത്യവുമായി ജയപ്രകാശ് അയ്യൻകൊല്ലിയിൽ എത്തുമ്പോൾ തമ്പിമാഷ് വലിയൊരു പ്രസ്ഥാനമായിമാറിക്കഴിഞ്ഞിരുന്നു. വളരെ നേരത്തെ ഈ മനുഷ്യനെ പരിചയപ്പെടേണ്ടതായിരുന്നു എന്നു തോന്നി. മാഷിന്റെ കാര്യത്തിൽ പ്രത്യേക ശ്രദ്ധ വേണമെന്നും അസമയത്ത് ഒറ്റയ്ക്കു പുറത്തേക്കു വിടരുതെന്നും പ്രസ്ഥാനം പ്രത്യേകം നിർദ്ദേശിച്ചിരുന്നു. അതൊക്കെ അക്ഷരംപ്രതി പാലിച്ചു നിഴൽപോലെ കൂടെ നിന്നു.

മാഷിനെതിരെ ഭീഷണികൾ ഉയർന്നെങ്കിലും വാദിച്ചു ജയിക്കാൻ കഴിയുമായിരുന്നില്ല. ശാരീരികമായി ഉപദ്രവിക്കാൻ അവർ മടിച്ചു. മാഷിനു പിന്നിൽ ആരൊക്കെയോ ഉണ്ടെന്ന് അവർക്കു തോന്നി. അതു ശരിയായിരുന്നു. തൊഴിലാളികൾപോലും അറിയാത്ത വലിയൊരു കാര്യം.

അയ്യൻകൊല്ലി പോസ്റ്റ് ഓഫീസിൽ പതിവായി രാവിലെ പോയി കത്തുകൾ പോസ്റ്റ് ചെയ്യുന്ന മാഷ് ഒരുകെട്ട് കവറുകളുമായാണ് മടങ്ങുക. മാഷെന്താ പോസ്റ്റ്മാൻ ആണോയെന്നു പലരും കളിയാക്കി ചോദിക്കാറുമുണ്ട്. അക്ഷരം മറന്നു പോകാതിരിക്കാൻ ചങ്ങാതിമാർക്കു പതിവായി കത്തെഴുതുകയാണെന്നാകും മറുപടി. മടക്കത്തെപാലിൽ കൂടുതലും പുസ്തകങ്ങളായിരുന്നു. കൂടുതലും ഇംഗ്ലീഷ് പുസ്തകങ്ങൾ. നിയമത്തെക്കുറിച്ചും അവകാശത്തെക്കുറിച്ചും പോരാട്ടത്തെക്കുറിച്ചുമെല്ലാമുള്ള പുതിയ വിവരങ്ങൾ തൊഴിലാളികളെ മാഷ് പഠിപ്പിച്ചുകൊണ്ടേയിരുന്നു.

വായിക്കാനും സംശയങ്ങൾ ചോദിക്കാനും കഴിയുന്ന ഒരു തലമുറ തൊഴിലാളികൾക്കിടയിൽ വളർന്നു വരികയാണ്. ഒറ്റയ്ക്ക് ഒരു ജീവിതം മുഴുവൻ കൊടുത്ത് മാഷ് കൈവരിച്ച നേട്ടം.

ഇടയ്ക്കിടെ പലരും മാഷിനെ തേടി വരാൻ തുടങ്ങി. എല്ലാം മറു നാട്ടുകാർ. അവരോടൊക്കെ ഇംഗ്ലീഷിലും ഹിന്ദിയിലും മറ്റേതൊക്കെയോ ഭാഷകളിലും അനായാസം മാഷ് സംസാരിക്കുന്നത് തോട്ടമുടമകളുടെ പരിഷ്കാരികളായ മക്കൾ പോലും അസൂയയോടെ കണ്ടു.

തമിഴ്നാട്ടിലെ ചിലരുമായുള്ള ബന്ധമാണ് പുലികളുമായി അടുപ്പ മുണ്ടാക്കിയതെന്നു മാഷ് പറഞ്ഞത് ജയപ്രകാശ് ഓർത്തു. പക്ഷേ ഒരി ക്കൽപോലും ശ്രീലങ്കയിലേക്ക് കത്തയച്ചു കണ്ടിട്ടില്ല. അതേക്കുറിച്ചു ചോദിച്ചപ്പോൾ മാഷ് തന്നെ സഹതാപത്തോടെ നോക്കി. ചോദ്യത്തിലെ മണ്ടത്തരം അപ്പോഴാണ് തിരിച്ചറിഞ്ഞത്. തോട്ടങ്ങളിൽ വന്നുപോയിരുന്ന ലോറികളിലെ വിശ്വസ്തരായ ഡ്രൈവർമാരാണ് മാഷിന് കത്തുകൾ കൈമാറിയിരുന്നത്. ഇതൊക്കെ എങ്ങനെ സാധിക്കുന്നു എന്നു ചോദിച്ച പ്പോൾ, ഒരിടത്തു നിലയുറപ്പിച്ച് ലോകം മുഴുവൻ വല നെയ്യാൻ കഴി യുന്ന ചിലന്തിയാകണം വിപ്ലവകാരി എന്നായിരുന്നു മറുപടി. തേടി വരുന്ന ശത്രുക്കൾക്കു ശിക്ഷ വിധിക്കാൻ കഴിയും. പടയോട്ടം പിന്നീട് മതി.

മൈസൂരിലെ ദൗത്യം ഏല്പിക്കുമ്പോൾ മാഷ് പറഞ്ഞത് ഇത്രമാത്രം. “വഴികാണിച്ചു തരാനേ എനിക്കു കഴിയൂ. കാര്യങ്ങൾ അവരെ പറഞ്ഞു മനസ്സിലാക്കി നമ്മുടെ വഴിക്കു കൊണ്ടുവരണം. ആന്ധ്രയും കർണാട കവും തമിഴ്നാടും ഉൾപ്പെടുന്ന ദക്ഷിണേന്ത്യൻ കൂട്ടായ്മയാണ് നമ്മുടെ ലക്ഷ്യം. അതിനപ്പുറം തൽക്കാലം ചിന്തിക്കേണ്ട.”

അതിനുള്ള സമയമെങ്കിലും കിട്ടിയാൽ മതിയായിരുന്നു.

ആറ്

ഓർക്കാപ്പുറത്തൊരു കലാലയകാലം

മൈസൂരിൽ ലോകോളജ് വിദ്യാർത്ഥികൾക്കൊപ്പമുള്ള ജീവിതം രസകരമായിരുന്നുവെങ്കിലും ജയപ്രകാശിന്റെ മനസ്സ് അസ്വസ്ഥമായിരുന്നു. ഇടയ്ക്കിടെ പ്രവർത്തകരുമായി കാണുന്നുണ്ടെങ്കിലും കാര്യങ്ങൾ എങ്ങും എത്തുന്നില്ല. മൂന്നാലുതവണ വേണുഗോപാലിനെയും കൂട്ടുകാരെയും കണ്ടെങ്കിലും ഇക്കാര്യങ്ങൾ സംസാരിച്ചില്ല. മറ്റുള്ളവർക്കൊപ്പം ബഹളമുണ്ടാക്കി നടക്കുന്ന ഇവർക്ക് ഇങ്ങനെയുമൊരു ദൗത്യമുണ്ടെന്നത് അയാളെ അമ്പരപ്പിച്ചു. അവരോടു ബഹുമാനം തോന്നുകയും ചെയ്തു.

നഞ്ചുണ്ട സ്വാമിയെ മണിയടിച്ച് മുറിക്കുള്ളിൽ മീനും പോത്തിറച്ചിയുമൊക്കെ ഫ്രൈയാക്കി മാത്തൻ അയാളെ വിളിച്ചു. താനും അവരിലൊരാളാണെന്ന് അയാൾക്കു തോന്നി. രാവിലെ ഒൻപതിനു ക്ലാസ് തുടങ്ങുമെങ്കിലും പലരും ഫസ്റ്റ് അവറിൽ കയറാറില്ല. പ്രിൻസിപ്പലിന്റെയും വൈസ് പ്രിൻസിപ്പലിന്റെയും ക്ലാസ് ആണെങ്കിൽ മാത്രം എല്ലാവരും രാവിലെ എഴുന്നേറ്റു സ്ഥലംവിടും. അതോടെ ഹോസ്റ്റൽ വിജനമാകും.

കോളജ് ഡേ അടുത്തുവരുന്നതിന്റെ ഹരത്തിലാണ് എല്ലാവരും. എല്ലാ നാട്ടുകാരും അവരവരുടെ നാടിന്റെ തനിമയുള്ള കലാരൂപങ്ങൾ അവതരിപ്പിക്കണമെന്നാണ് അലിഖിത നിയമം. ഏറ്റവും മോശം പരിപാടി അവതരിപ്പിച്ച് ശ്രദ്ധേയരാകുന്നതാണ് മലയാളികളുടെ പൊതുരീതി. കൂറ്റൻ ചെണ്ട, ഗിറ്റാർ തുടങ്ങിയവയുമായി അരങ്ങിലെത്തി ചാടിമറിയുന്ന ആഫ്രിക്കക്കാർക്കു മുന്നിൽ പിടിച്ചുനിൽക്കാൻ സാധാരണ കലാപരിപാടിയൊന്നും പോരെന്ന് എല്ലാവർക്കും അറിയാം.

അപ്രാവശ്യത്തെ കലാപരിപാടികളെക്കുറിച്ചുള്ള ചർച്ചകൾക്കായി മാത്തനും സംഘവും അയാളെയും വിളിച്ചു. കാശുമുടക്കില്ലാതെ ഏറ്റവും ഭംഗിയായി ചെയ്യാൻ കഴിയുന്നത് നിർദ്ദേശിക്കാൻ മാത്തൻ പറഞ്ഞു. നാടൻപാട്ടും കൈകൊട്ടിക്കളിയുമാണ് മാത്തന്റെ മാസ്റ്റർപീസ്. പക്ഷേ

മേലാൽ ആ പരിപാടികളുമായി സ്റ്റേജിൽ കണ്ടുപോകരുതെന്നാണ് പ്രിൻസിപ്പലിന്റെ കല്പന. നാടൻപാട്ടുകൾക്കിടെ മാത്തൻ കലാപരമായി തെറിവിളിക്കുന്നുണ്ടെന്ന് കൂട്ടത്തിൽ നിന്നാരോ പ്രിൻസിപ്പലിനു ചോർത്തിക്കൊടുത്തതാണ് പ്രശ്നമായത്. കന്നഡക്കാരും ഹിന്ദിക്കാരും പാട്ടുകേട്ടു താളംപിടിക്കുമ്പോൾ മലയാളികൾ ആർത്തുചിരിക്കുന്നതു കണ്ടപ്പോഴേ പ്രിൻസിപ്പൽ എന്ന പ്രിൻസിക്കു സംശയംതോന്നിയിരുന്നു. വിലക്ക് ഏർപ്പെടുത്തിയതോടെ മാത്തൻ കലാപരിപാടി പിൻനിരയിലേക്കു മാറ്റി. തിരുവാതിരകളി, നൃത്തം, മിമിക്രി എന്നിവയൊക്കെയായി മലയാളികൾ കോളേജ്ഡേ കൊഴുപ്പിക്കുന്നു.

ഹാളിൽ പരിപാടി നടക്കുമ്പോൾ കാന്റീനിൽ മാത്തന്റെയും കൂട്ടുകാരുടെയും നേതൃത്വത്തിൽ അതിവിശാലമായ മറ്റൊരു പരിപാടി അരങ്ങേറാറുണ്ട്. ലിറ്ററുകണക്കിനു ചാരായം വലിയ ബക്കറ്റിൽ കലക്കി ഒരു പ്ലാസ്റ്റിക് കപ്പ് അതിലിട്ട് വയ്ക്കുന്നു. വരുന്നവർക്ക് മുക്കിയടിക്കാം. ഫസ്റ്റ് ഇയേഴ്സിനും ഫൈവ് ഇയറുകാർക്കും ഇവിടെ വിലക്കുകളില്ല. പിള്ളേരു ലേണേഴ്സ് എടുക്കട്ടെയെന്നാണ് വിശാലഹൃദയനായ മാത്തന്റെ നിലപാട്. കോളേജ് ഡേയോടു കൂടി റാഗിങ് തീരുന്നു എന്ന പ്രത്യേകതയുമുണ്ട്. പിന്നെ എല്ലാവരും ചങ്ങാതിമാരായി അടുത്തവർഷത്തെ നവാഗതർക്കായി കാത്തിരിക്കുന്നു.

കോളജ് ഡേയുടെ തലേന്നുരാത്രിയാണ് പ്രസിദ്ധമായ ദക്ഷിണവയ്പ്പ്. ദക്ഷിണവച്ച് സീനിയേഴ്സിന്റെ അനുഗ്രഹം വാങ്ങുന്നതോടെ വക്കീൽ കുപ്പായം ഇടാനുള്ള മിനിമം യോഗ്യത നേടുന്നു. മാത്തൻ, തോമാച്ചൻ, സുലോചനൻ, നാരായണൻ, കോയമ്പത്തൂരുകാരൻ കലീൽ തുടങ്ങിയവരാണ് ഗുരുക്കന്മാർ.

ജൂനിയേഴ്സ് വരിവരിയായി വാതിൽക്കൽ നിൽക്കുന്നു. ബഹളം അധികം പുറത്തേക്ക് എത്താത്ത ഒതുങ്ങിയ മുറിയാണിത്. ലാബ് എന്നാണിത് അറിയപ്പെടുക. വാതിൽക്കൽ ധ്യാനത്തിലിരിക്കുന്ന സ്വാമിജിക്കാണ് ആദ്യദക്ഷിണ. മുടിനീട്ടിവളർത്തി ശരീരമാസകലം ഭസ്മം തേച്ചു നീളൻ സിന്ദൂരക്കുറിയിട്ട് കമ്മലണിഞ്ഞ സീനിയറായ ഗുരുജി വളരെ എളിമയുള്ള ആളായതിനാൽ വസ്ത്രം തീരെയുണ്ടാകില്ല. ഗുരുവിനെ സാഷ്ടാംഗം നമിച്ച് ലിംഗനമസ്കാരം നടത്തി വെറ്റിലയും പാക്കും സഹിതം ദക്ഷിണ വയ്ക്കുന്നു. മിനിമം നൂറുരൂപയുണ്ടാകണം. ദക്ഷിണ കൃത്യമല്ലേയെന്ന് അനുഗ്രഹിക്കുന്നതിനിടെ ഗുരുജി ഇടംകണ്ണിട്ടു നോക്കും.

ദക്ഷിണ കൃത്യമാണെങ്കിൽ ശിഷ്യന്മാർക്ക് അകത്തേക്കു പ്രവേശിക്കാം. നീലച്ചടയന്റെയും ചന്ദനത്തിരിയുടെയും പുകയും റമ്മിന്റെ രൂക്ഷഗന്ധവും കോക്ടൈൽ ആയി തങ്ങിനിൽക്കുന്ന മുറിയിൽ വട്ടത്തിൽ ഇരിക്കുന്ന കുറേ ഗുരുക്കന്മാരെ കാണാം. വാതിൽക്കൽ ഇരുന്ന ഗുരുജിയുടെ അതേപകർപ്പ്. ഇവരെ ഓരോരുത്തരെയായി സാഷ്ടാംഗം നമിച്ച് അനുഗ്രഹം വാങ്ങണം. ദക്ഷിണ വേണമെന്നില്ല. തുടർന്ന് എല്ലാ

ശിഷ്യന്മാരെയും ഒരുമിച്ച് 'സ്വതന്ത്ര'രാക്കുന്നു. അതിനുശേഷം ചില ചോദ്യങ്ങൾ, എഴുത്തുപരീക്ഷ എന്നിവയുണ്ടാകും. എന്തുകൊണ്ടു വക്കീലാകുന്നു, കുടുംബപശ്ചാത്തലം, വരുമാനം, ബന്ധുക്കളായി പൊലീസുകാർ ഉണ്ടോ എന്നിങ്ങനെ ലളിതമായ ചോദ്യങ്ങൾ. പൊലീസുകാർ ബന്ധുക്കളായി ഉണ്ടെങ്കിൽ അവരെ ശത്രുവായി പ്രഖ്യാപിക്കുന്നതായി പ്രതിജ്ഞ ചെയ്യണം. ഉത്തരം തർക്കുത്തരമായായും തൃപ്തികരമല്ലെങ്കിലും ശിക്ഷ കടുത്തതാണ്. നഗ്നനായി ഹോസ്റ്റലിനു ചുറ്റും ഓടണം. കുറ്റത്തിന്റെ കാഠിന്യമനുസരിച്ച് പന്ത്രണ്ടു റൗണ്ടുവരെ ഓടേണ്ടി വന്നേക്കാം.

അങ്ങനെ കാത്തിരുന്ന ആ ദിവസമെത്തി. ജൂനിയേഴ്സ് പല ബാച്ചുകളായി മുറിയുടെ വാതിൽക്കൽ അണിനിരന്നു. പ്രധാന ഗുരുജിയായി മാത്തൻ തന്നെ വാതിൽക്കൽ ഇരുന്നു. ദക്ഷിണ കുമിഞ്ഞു കൂടി. ഗുരുജിയുടെ മനം നിറഞ്ഞു. ശിഷ്യന്മാർ ഓരോരുത്തരായി മുറിയിലെത്തി. ചോദ്യോത്തര റൗണ്ടിൽ എല്ലാവരും തൃപ്തികരമായി മറുപടി പറഞ്ഞു. അടുത്തതു എഴുത്തുപരീക്ഷയാണ്.

അപ്പോഴാണ് കൂട്ടത്തിലൊരുത്തൻ തന്നെ നോക്കി പരുങ്ങുന്നതായി മാത്തനു തോന്നിയത്.

"ഇങ്ങോട്ടു മാറിനിൽക്കടാ."

മാത്തൻ ആജ്ഞാപിച്ചു. പയ്യൻ പേടിച്ചുവിറച്ചു മാറിനിന്നു.

"നിനക്കിട്ടു ഞാൻ വച്ചിട്ടുണ്ട്. കേട്ടോടാ."

മാത്തന്റെ ചോദ്യം കേട്ട് എന്താണു പ്രശ്നമെന്നു കൂട്ടുകാർ ചോദിച്ചപ്പോൾ ചുമ്മാതൊരു നമ്പരല്ലേയളിയാ എന്നു പറഞ്ഞ് മാത്തൻ ഉരുണ്ടു.

പുറത്തിറങ്ങാനാവത്തവിധം രണ്ടുദിവസം തന്നെ കിടത്തിക്കളഞ്ഞ അതിവിരുതനാണ് പയ്യൻ എന്ന രഹസ്യം മാത്തൻ ആരോടും പറഞ്ഞില്ല. പറഞ്ഞാൽ സീനിയേഴ്സിന്റെ മുന്നിൽ തന്റെ സകല ഇമേജും പോകും.

നാടുവിട്ട് ഹോസ്റ്റലിൽ താമസിക്കുന്ന പയ്യൻ ക്ഷീണിക്കാതിരിക്കാൻ വീട്ടുകാർ സ്പെഷൽ ച്യവനപ്രാശം കൊടുത്തുവിട്ടിരുന്നു. ജൂനിയേഴ്സിന്റെ മുറിയിൽ ഇൻസ്പെക്ഷൻ നടത്തുന്നതിന്റെ ഭാഗമായി പയ്യൻസിന്റെ മുറിയിൽ എത്തിയപ്പോഴേ മാത്തൻ ഇതിൽ നോട്ടമിട്ടിരുന്നു. ലേഹ്യവും അരിഷ്ടവും മാത്തന് എന്നും വീക്ക്നെസ് ആയിരുന്നു. ഒരു സ്പൂൺ സേവിച്ചപ്പോഴേക്കും മാത്തൻ അതിന്റെ ആരാധകനായി. പിന്നെ ദിവസവും കൃത്യമായി അവിടെയെത്തി മാത്തൻ ഔഷധസേവ തുടങ്ങി. റമ്മിന്റെ കൂടെ ടച്ചിങ്സായും ലേഹ്യം പരീക്ഷിച്ചു. ലേഹ്യം കൊണ്ടുവന്ന വലിയ ഭരണി പെട്ടെന്നു തീർന്നു. മാത്തൻ ഒരോ തവണയും ലേഹ്യം കഴിക്കുമ്പോൾ പയ്യൻ ദേഷ്യവും സങ്കടവും സഹിക്കാനാവാതെ കണ്ടുനിന്നു. "എടാ നാറീ, നീയെന്നെ പ്ഠാകുവാണോടായെന്നു" അപ്പോഴൊക്കെ മാത്തൻ ചോദിക്കുകയും ചെയ്തു.

ഭരണിയിൽ നിന്ന് അവസാനത്തെ സ്പൂൺ ലേഹ്യം സേവിച്ച അന്ന് എന്തോ രുചിവ്യത്യാസം തോന്നി. ചേരുവകൾ അടിയിൽ അടിഞ്ഞു കൂടിയതാകാമെന്നു സമാധാനിച്ചു മുഴുവൻ വടിച്ചുനക്കി. ഉച്ചയൂണും കഴിഞ്ഞ് മുറിയിൽ പോയി കിടന്ന മാത്തൻ അല്പം കഴിഞ്ഞ് ഒരു നിലവിളിയോടെ ഞെട്ടിയുണർന്നു. പിന്നെ കക്കൂസിലേക്കു പാഞ്ഞു. കാര്യം സാധിച്ചു മുറിയിലെത്തുമ്പോഴേക്കും വീണ്ടും ഓടേണ്ട സ്ഥിതിയായപ്പോൾ കക്കൂസിന്റെ വാതിൽക്കൽ കസേരയിട്ടിരുന്നു. സന്ധ്യയായപ്പോഴേക്കും അവശനായി. ഒരുവിധം താഴെയുള്ള മെഡിക്കൽ സ്റ്റോറിൽ എത്തി കാര്യം പറഞ്ഞ് ഗുളിക വാങ്ങി കയ്യോടെ വിഴുങ്ങി. വയറിളക്കം മാറിയെങ്കിലും പിറ്റേന്നു കോളജിൽ പോയില്ല. പലരും രോഗമന്വേഷിച്ചു വന്നെങ്കിലും എല്ലാവരെയും മാത്തൻ തെറി പറഞ്ഞോടിച്ചു. താൻ കിടന്നുപോയ വിവരം ഒരു കാരണവശാലും ആ പയ്യൻ അറിയരുതെന്നു നിർബന്ധമുണ്ടായിരുന്നു. പിന്നീട് കണ്ടപ്പോഴൊക്കെ പയ്യൻ തന്നെയൊന്ന് ആക്കി ചിരിക്കുന്നില്ലേയെന്നു മാത്തനു സംശയം തോന്നി. അതോടെ കഴിയുന്നതും അവനു മുഖം കൊടുക്കാതായി. ഒരു സീനിയറിനും ഈ അവസ്ഥയുണ്ടാകരുതെന്നും മനസ്സിൽ പറഞ്ഞു.

ആ കക്ഷിയെയാണ് നല്ല പരുവത്തിൽ കയ്യിൽ കിട്ടിയിരിക്കുന്നത്. മാത്തന്റെ മനസ്സിൽ ഐഡിയകൾ മിന്നി. പയ്യന്മാരെക്കൊണ്ടു പ്രേമലേഖനമെഴുതിക്കുന്ന റൗണ്ട് ആയി. പയ്യനോടു മാത്തൻ പറഞ്ഞു,

"എടാ നിന്നിലൊരു നീളമുള്ള ഭാവി ഞാൻ കാണുന്നു. അതുകൊണ്ട് ഈ കോളേജിലെ ഫൈനൽ ഇയറിലെ ഏതെങ്കിലും പെണ്ണിനു പ്രേമലേഖനം എഴുതുന്നതായി സങ്കല്പിക്കുക. നിന്റെ ഭാവന എത്രത്തോളമുണ്ടെന്ന് അറിയട്ടെ. ഭാവനയുള്ളവർക്കേ നല്ല വക്കീലാകാൻ കഴിയൂ. മൂന്നുകൊല്ലം കൊണ്ട് ഒരുപാട് നിയമോം വകുപ്പുമൊക്കെ പഠിക്കണ്ടായോ. സമയം കളയേണ്ട തുടങ്ങിക്കോ. ഒരു കാര്യം കൂടി. സീനിയേഴ്സായ ചേച്ചിമാരിൽ ആരെയാണു നിനക്കിഷ്ടം. അവരെ കാമുകിയായി സങ്കല്പിക്കുക. എന്നിട്ടൊരു കിടിലൻ കത്ത്."

അതുകൊള്ളാമല്ലോയെന്ന് എല്ലാവർക്കും തോന്നി. പയ്യനെ എല്ലാവരും പ്രോത്സാഹിപ്പിച്ചു. പയ്യന്റെ ശങ്ക മാറി.

"ആട്ടെ നീ ആർക്കാണ് എഴുതുന്നത്."

"ജയശ്രീ ചേച്ചിക്കായാലോ?"

പയ്യൻ നിഷ്കളങ്കതയോടെ ചോദിച്ചു. കോളേജ് ബ്യൂട്ടിയും ലേഡീസ് ഹോസ്റ്റലിൽ ജൂനിയേഴ്സിന്റെ പേടിസ്വപ്നവുമാണ് ജയശ്രീ.

"മിടുക്കൻ, മതിയെടാ മോനേ, നീയെനിക്ക് ഉണ്ണിയായി പിറക്കേണ്ടതായിരുന്നു."

മാത്തൻ ത്രില്ലടിച്ചു പറഞ്ഞു.

പയ്യൻ സുദീർഘമായ പ്രേമലേഖനം തന്നെയെഴുതി. മാത്തൻ ക്രൂരമായൊരു ചിരിയോടെ അതു വായിച്ചുനോക്കി പോക്കറ്റിലിട്ടു.

പിറ്റേന്നു കോളജിലെത്തിയ പയ്യന് അടിയന്തര നോട്ടീസ് എത്തി. ഉടൻ കാന്റീനിൽ എത്തുക. കാര്യമറിയാതെ അവിടെയെത്തിയ പയ്യൻസ് ഞെട്ടി. റാഗിങ് റാണിമാരുടെ 'ഫുൾ ബെഞ്ച്' ആയിരുന്നു അവിടെ. വലിയ തിരക്കും. സകലരും വന്യഭാവത്തോടെ തന്നെ നോക്കുന്നതായി പയ്യനു തോന്നി.

പ്രോസിക്യൂട്ടറുടെ ഭാവത്തോടെ മാത്തൻ രംഗപ്രവേശം ചെയ്തു. കയ്യിൽ പയ്യനെഴുതിയ കത്തുണ്ടായിരുന്നു. കാര്യങ്ങളുടെ കിടപ്പ് പയ്യനു മനസ്സിലായി. മാത്തൻ തനിക്കിട്ട് ആഞ്ഞൊരു പണി തന്നിരിക്കുന്നു.

"സുഹൃത്തുക്കളേ, ഈ കോളജിന്റെ ചരിത്രത്തിലില്ലാത്ത വലിയൊരു സംഭവമുണ്ടായി. ആദരവോടെ കാണേണ്ട സൂപ്പർസീനിയറിന് ഇന്നലെ വന്ന നരുന്തുപയ്യൻ പ്രേമലേഖനം എഴുതിയിരിക്കുന്നു." തുടർന്നു മാത്തൻ ഓരോ വരിയും വായിച്ചു. എല്ലാവരും കൂവി ബഹളമുണ്ടാക്കി. അപ്പോഴേക്കും കഥാനായിക ജയശ്രീ എത്തി. പയ്യന്റെ താടി പിടിച്ചുയർത്തിയശേഷം ജയശ്രീ തൊഴുതു.

"ഒരു ആരാധകനെ കണ്ടതിൽ സന്തോഷം. ഈ കൊച്ചുശരീരത്തിൽ ഇത്രയും വലിയ മോഹവും തൂക്കിയിട്ടാണ് നീ നടക്കുന്നതെന്നു കണ്ടാൽ തോന്നില്ല. എടാ, ശരീരത്തിനു താങ്ങാൻ പറ്റുന്നതേ ആഗ്രഹിക്കാവൂ. അല്ലെങ്കിൽ വളർച്ച മുരടിച്ചുപോകും. കിടുങ്ങാമണി പരസ്യമായി വേരോടെ പിഴുതുകളയുകയാണ് ലോ കോളജ് കോൺസ്റ്റിറ്റ്യൂഷൻ അനുസരിച്ച് ഇതിനുള്ള ശിക്ഷ" ജയശ്രീ പറഞ്ഞു.

കണ്ണുനിറഞ്ഞ പയ്യൻ മുഖംതാഴ്ത്തി നിന്നു.

"എടാ, കൂടുതൽ ടെൻഷനടിപ്പിച്ചാൽ ഈ കോടാലി കയറിൽ തൂങ്ങുകയോ ഹോസ്റ്റലിന്റെ മുകളീന്നു ചാടുകയോ ചെയ്താൽ നീ ആപ്പിലാകും." തോമാച്ചൻ മാത്തന്റെ ചെവിയിൽ പറഞ്ഞു. കേട്ടപ്പോൾ മാത്തനൊന്നു ഞെട്ടി. അതോടെ രക്ഷകന്റെ റോളിൽ അവതരിച്ചു.

"ജയശ്രീ, പോട്ടെ ഒരബദ്ധം ആർക്കും പറ്റും. ഇത്രയും ഭാവനാസമ്പന്നനായ ഇവനിൽ ഈ കോളേജിന്റെ ഭാവിയിലെ മാഗസിൻ എഡിറ്ററെ ഞാൻ കാണുന്നു. അതുകൊണ്ട് സ്നേഹനിധിയായ ജയശ്രീ ക്ഷമിച്ചിരിക്കുന്നു."

മാത്തൻ വിധി പ്രഖ്യാപിച്ചു. ജയശ്രീക്ക് അതത്ര പെട്ടെന്ന് അവസാനിപ്പിച്ചത് ഇഷ്ടപ്പെട്ടില്ലെങ്കിലും ഒന്നും കാണാതെ മാത്തൻ അങ്ങനെ ചെയ്യില്ലെന്നു മനസ്സിലായി.

പെൺപിള്ളേർ പിരിഞ്ഞുകഴിഞ്ഞപ്പോൾ മാത്തൻ ബക്കറ്റിൽ കലക്കിവച്ച ചാരായം നീക്കിവച്ചു. ആദ്യത്തെ ഗ്ലാസ് പയ്യനു നീട്ടി. പയ്യൻ ആവേശപൂർവം കൈനീട്ടി. അതോടെ അവർക്കിടയിലെ എല്ലാ പിണക്കവും പറപറന്നു.

ഏഴ്

ഇഴഞ്ഞുനീങ്ങുന്ന ചുവടുകൾ

ദിവസങ്ങൾ പെട്ടെന്നാണ് നീങ്ങുന്നതെന്ന് അയാൾക്കു തോന്നി. പക്ഷേ കാര്യങ്ങൾ നീങ്ങുന്നുമില്ല. തമ്പിമാഷിനെ കാണണമെന്നൊരു തോന്നൽ. ബാറ്ററി റീച്ചാർജ് ചെയ്യുംപോലെയാണത്. മാഷുമായി സംസാരിച്ചാൽ വല്ലാത്തൊരു ധൈര്യം കിട്ടും. അറിയിപ്പു കിട്ടും വരെ ഇവിടെ തുടരാനാണല്ലോ നിർദ്ദേശം. പറ്റിയൊരു ദിവസം വേണുഗോപാലുമായി ഒന്നു കൂടി സംസാരിക്കണം. മുത്തുവേലിനെ ഒന്നുകൂടി കാണാൻ പറ്റുമോയെന്നും ചോദിക്കണം. ഇങ്ങോട്ടുവരണമെന്നില്ല. രാമേശ്വരത്തോ പഴനിയിലോ പോയി കാണാം. ക്ഷേത്രനഗരങ്ങളിൽ ഭക്തരെ പോലെ കഴിയുന്നതാണ് ഇവരുടെ രീതിയെന്നു കേട്ടിട്ടുണ്ട്.

എന്തായാലും ഹോസ്റ്റൽ മുറിയിൽനിന്നു പുറത്തിറങ്ങാതെ ജീവിച്ചിട്ടു കാര്യമില്ല. ടൗൺവരെയൊന്നു പോകാം. വൈകുന്നേരമാകട്ടെ. സഖാക്കളെ പലരെയും കാണുകയും ചെയ്യാമല്ലോ. പറ്റിയാൽ ലോറിക്കാരുടെ ആരുടെയെങ്കിലും കയ്യിൽ തമ്പിമാഷിനൊരു കത്തു കൊടുത്തയയ്ക്കണം. ഒരിഞ്ചുമുന്നോട്ടു വയ്ക്കുമ്പോൾ രണ്ടിഞ്ചു പിന്നോട്ടു പോകും പോലെ.

നാലുമണിയായപ്പോൾ അയാൾ പുറത്തേക്കിറങ്ങി. ഹർഷൻ കോളേജിൽ നിന്നെത്തിയിരുന്നില്ല. ഒരു കുറിപ്പെഴുതി മേശപ്പുറത്തുവച്ചിട്ടുണ്ട്. എട്ടുമണിയോടെ മടങ്ങിയെത്താം. ടൗണിൽ ബസ്സിറങ്ങി അയാൾ തലശ്ശേരിക്കാരൻ മൊയ്തൂക്കയുടെ ഹോട്ടലിലേക്കു നടന്നു. രതീഷ് മിക്കവാറും അവിടെ കൗണ്ടറിലുണ്ടാകും. ഓട്ടോറിക്ഷക്കാർ വന്നുപോകുന്ന സ്ഥലമാണ്. ആരെയെങ്കിലുമൊക്കെ കാണാൻ പറ്റിയേക്കാം. ഹോട്ടലിൽ നല്ല തിരക്കായിരുന്നു. കോളേജിൽ നിന്നെത്തിയാൽ രതീഷിന് സപ്ലെയറുടെ റോളായിരുന്നു. കൗണ്ടറിൽ മൊയ്തൂക്ക കണക്കുകൂട്ടിയും നോട്ടുകൾ എണ്ണിയും വിഷമിക്കുന്നപോലെ തോന്നി. ലക്ഷങ്ങളുടെ വരുമാനമുണ്ടാകണം.

അയാൾ രതീഷിനെ വിളിച്ചു. രണ്ടുപേരും തിരക്കിൽ നിന്നു മാറി നിന്നു സംസാരിച്ചു. സംസാരം നീണ്ടപ്പോൾ മൊയ്തൂക്ക ഇടയ്ക്കിടെ നോക്കി. എന്താ കഴിയാറായില്ലേ എന്നാണതിന്റെ സൂചനയെന്നു മനസ്സിലായി. "മൊയ്തൂക്കാ, ഇതെന്റെ ചങ്ങാതി. വയനാട്ടീന്നാണ്. എന്റെ വളരെ സീനിയറാണ്. ഒന്നു രണ്ടുപേപ്പർ കൂടി കിട്ടാനുണ്ട്. ഫീസടയ്ക്കാൻ വന്നതാണ്." രതീഷ് പറഞ്ഞു.

"ഓ ആട്ടെ. വേഗം പാസ്സാക് പുള്ളേ. നമുക്കു വയനാട്ടിലൊരാളായല്ലോ. രതീഷേ, ചങ്ങാതിക്കു ചായ കൊടീ." മൊയ്തൂക്കാ പെട്ടെന്ന് സ്നേഹമുള്ള ആതിഥേയനായി.

ചായ വേണ്ടെന്നു പറഞ്ഞെങ്കിലും മൊയ്തൂക്കാ നിർബന്ധിച്ചു കുടിപ്പിച്ചു. പിന്നെ അധികം ഇരുന്നില്ല. പെട്ടെന്നു യാത്ര പറഞ്ഞിറങ്ങി. നടക്കാൻ നല്ല സുഖംതോന്നി. ദിവസവും പുറത്തേക്കിറങ്ങിയാൽ ഇതുപോലെ ആരെയെങ്കിലുമൊക്കെ കാണാം. പക്ഷേ, ആളുകൾ ശ്രദ്ധിക്കുന്ന രീതിയിൽ ഒരിടത്തു സ്ഥിരമായി തമ്പടിക്കരുതെന്നാണ് തമ്പിമാഷിന്റെ നിർദ്ദേശം. ഈ നാട്ടിൽ തന്നെ ആരറിയാനാണ്? ഇതുവരെ ഒരു പരിചയക്കാരനെയും കണ്ടില്ല.

തലങ്ങും വിലങ്ങും ഓട്ടോറിക്ഷകൾ പായുകയാണ്. അതിനിടയ്ക്കു സൈക്കിളുകാരും കുതിരവണ്ടിക്കാരും. അല്പം വീര്യം ആയാലോ. പെട്ടെന്നയാൾക്കു തോന്നി. ഹോസ്റ്റലിൽ ഇന്നുണ്ടാവണമെന്നില്ല. മാത്രമല്ല, പിള്ളേരുടെകൂടെ അതു പതിവാക്കുന്നതു ശരിയുമല്ല. റോഡിനു കുറുകെ കടക്കാൻ അയാൾ വേഗം കൂട്ടി നടന്നു. പെട്ടെന്നു കാതടപ്പിക്കുന്ന ഹോൺ മുഴങ്ങി. പിന്നിൽ നിന്നു ശക്തമായൊരു അടിയും ഒപ്പം ആരോ എടുത്തെറിയുന്നതായും തോന്നി. ചുറ്റും ആളുകളുടെ ബഹളം. തലയ്ക്കാകെ മരവിപ്പ്. പിന്നെയതു തണുപ്പായി മാറി. ഓർമ മറയുന്നതിനൊപ്പം രൂക്ഷമായ ദുർഗന്ധം മൂക്കിലേക്ക് അടിച്ചുകയറി. എങ്ങും ഇരുട്ട്. ഇരുട്ടിന്റെ വൻകടലിലേക്ക് മുങ്ങിത്താഴുന്നു.

അത്താഴത്തിന്റെ സമയമായിട്ടും ജയപ്രകാശിനെ കാണാതായപ്പോൾ ഹർഷൻ അസ്വസ്ഥനായി. ഇയാൾ എവിടെ പോയി? വല്ല സിനിമയ്ക്കും പോയിക്കാണുമോ? അങ്ങനെയെങ്കിൽ ഒന്നു പറഞ്ഞുകൂടെ. അപ്പോഴേക്കും തൊട്ടടുത്ത മുറിയിലെ ജോസും മാത്തനും എത്തി.

"എവിടെ നമ്മുടെ കക്ഷി. ഇന്നു വൈകിട്ടു കണ്ടതേയില്ലല്ലോ."

മാത്തൻ ചോദിച്ചു.

"അറിയില്ല. പുറത്തേക്കിറങ്ങിയതാകും. ഇത്രയും വൈകുന്ന പതിവില്ല. പോകുകയാണെങ്കിൽ കുറിപ്പ് എഴുതിവയ്ക്കാറുണ്ട്. അതുമുണ്ടായില്ല."

പരിഭ്രാന്തനായി ഹർഷൻ പറഞ്ഞു.

"അത്രേയുള്ളോ. അണ്ണനൊന്നു ജാളിയാക്കാൻ പോയതായിരിക്കുമെടാ. ഇവിടെ ചടഞ്ഞുകൂടി നിന്റെ മരമോന്തയും കണ്ടുകൊണ്ടിരിക്കാൻ തുടങ്ങിയിട്ട് കുറച്ചുദിവസമായില്ലേ. ടൗണിലെ ഏതെങ്കിലും ലോഡ്ജിൽ അണ്ണൻ ടെൻഷൻ ഇറക്കിവയ്ക്കുകയാകും."

മാത്തൻ ചിരിയോടെ പറഞ്ഞു.

"അങ്ങേർക്കുമില്ലേടാ മോഹം. എങ്കിലും പോകാൻനേരത്ത് എന്നോടൊരു വാക്കു പറഞ്ഞില്ലല്ലോ. ലോ കോളജുകാർക്ക് റിഡക്ഷൻ ഉള്ള സ്ഥലമുണ്ടെടേ? ഹോ, നല്ല അസൽ ആന്റിമാർ. ഒന്നു കാണുകയെങ്കിലും ചെയ്യാമായിരുന്നു. പഹയൻ വിളിച്ചില്ല. സാരമില്ല. അടുത്ത തവണയാട്ടെ" മാത്തൻ വിഷമത്തോടെ പറഞ്ഞു.

"യേയ്, കക്ഷി അത്തരക്കാരനല്ല. എന്തോ എനിക്കൊരു വല്ലാത്ത പേടി. ഒന്നു കറങ്ങിവരാം"

അഴയിൽ നിന്നു ടീഷർട്ട് എടുത്തിട്ട് ഹർഷൻ പോകാനൊരുങ്ങിയപ്പോൾ മാത്തൻ തടഞ്ഞു.

"രാത്രിയായില്ലേ. എവിടെപ്പോയി തിരക്കാൻ? കൊച്ചുകുഞ്ഞൊന്നുമല്ലല്ലോ. അണ്ണൻ രാത്രിയിൽ തന്നെ വരുമെടാ. കണ്ടില്ലെങ്കിൽ നമുക്കു രാവിലെ അന്വേഷിക്കാം"

മാത്തൻ സമാധാനിപ്പിച്ചു. മനസ്സില്ലാമനസ്സോടെ ഹർഷൻ തലയാട്ടി.

എട്ട്

വിലങ്ങുതടികൾ വഴിത്തിരിവുകൾ

ഇരുട്ടിൽ മുങ്ങിത്താഴുമ്പോൾ കണ്ണഞ്ചിപ്പിക്കുന്ന പ്രകാശം മുഖത്തേക്ക് അടിച്ചപോലെ ജയപ്രകാശിനു തോന്നി. ഒപ്പം ആരോ കോരിയെടുക്കുന്നു. അവ്യക്തമായ ശബ്ദങ്ങൾ. മെല്ലെ കണ്ണുതുറന്നു. തല വെട്ടിപ്പിളരും പോലെ. തൊണ്ട കത്തുന്നു. ശരീരമാകെ ഒടിഞ്ഞുനുറുങ്ങുന്ന പ്രതീതി.

അമ്മേയെന്ന നിലവിളിയോടെ അയാൾ വീണ്ടും അബോധതലങ്ങളി ലേക്കു കൂപ്പുകുത്തി.

സൈക്കിളുകളുടെ മണിയടിയും ഓട്ടോകളുടെ ഹോണും നിർ ത്താതെ മുഴങ്ങതുകേട്ട് വീണ്ടും അയാൾ കണ്ണുകൾ തുറക്കാൻ നോക്കി. കൺപീലികൾ അനങ്ങുമ്പോൾ പോലും അസഹ്യമായ വേദന. നാളുക ളായി വേറെ ഏതോ ലോകത്ത് കഴിയുന്നതായി അയാൾക്കു തോന്നി. ഓരോന്നായി ഓർത്തെടുക്കാൻ നോക്കി. തമ്പിമാഷ്, ഹർഷൻ, ഭൈരവൻ, മുത്തുലിംഗം... പല മുഖങ്ങളും മനസ്സിൽ മിന്നിമറഞ്ഞു. എവിടെയാണെന്നു മാത്രം പിടികിട്ടുന്നില്ല.

"ആഹാ, എഴുന്നേറ്റോ?"

ഒരു സ്ത്രീശബ്ദം കേട്ട് അയാൾ കണ്ണുകൾ തുറക്കാൻ നോക്കി. മുപ്പത്തഞ്ചിനോടടുത്തു പ്രായമുള്ള, തരക്കേടില്ലാത്ത സൗന്ദര്യമുള്ള ഒരു ഇരുനിറക്കാരി അയാൾക്കരികിലായി ഇരുന്നു.

"നിങ്ങളാരാ, ഞാനെങ്ങനെ ഇവിടെ?"

അയാൾ ചോദിച്ചു.

"തൽക്കാലം അതൊന്നും ആലോചിക്കേണ്ട. ഭാഗ്യംകൊണ്ടാണ് രക്ഷ പ്പെട്ടത്. വണ്ടിയിടിച്ചതാണ്. അവർ നിർത്താതെ പൊയ്ക്കളഞ്ഞു."

കന്നഡ ചുവയുള്ള മലയാളത്തിൽ അവർ പറഞ്ഞു.

"ചീഞ്ഞവെള്ളം കിടക്കുന്ന ഓടയിലേക്കു തെറിച്ചുവീണതുകൊണ്ടാണ്

രക്ഷപ്പെട്ടത്. മൂന്നാലു സ്റ്റിച്ചുണ്ട്, തലയിൽ. കണ്ണുതുറക്കുമ്പോൾ രണ്ടു ഗുളിക തരാൻ ഡോക്ടർ പറഞ്ഞിട്ടുണ്ട്." അവർ തുടർന്നു.

മുറുക്കിച്ചുവപ്പിച്ച ചുണ്ടുകളും വലിയമൂക്കുത്തിയും ചുവന്ന പൊട്ടുമുള്ള അവർക്കു വല്ലാത്തൊരു ഭാവമായിരുന്നു.

ഗുളിക കഴിച്ച് അയാൾ ചെരിഞ്ഞു കിടന്നു. ഹോ. ഓടയിലെ വെള്ളത്തിന്റെ നാറ്റമാകണം മൂക്കിലേക്ക് അടിച്ചുകയറിയത്. ഛർദിക്കാൻ വരുന്നു. അയാൾ ചുറ്റും ഓടിച്ചുനോക്കി. പനമ്പുകൊണ്ടു മറച്ച ചെറിയൊരു വീടായിരുന്നു അത്. മുകളിൽ പ്രത്യേകതരം ഓടുകൾ മേഞ്ഞിരിക്കുന്നു. പൊതുവെ വൃത്തിയില്ലാത്ത അന്തരീക്ഷം. പുറത്തെ തെരുവിൽ നിന്നു ഉച്ചത്തിൽ ആരൊക്കെയോ സംസാരിക്കുന്നു. ആരെയോ ചീത്ത വിളിക്കുകയാണ്. ഭാഷ ഏതായാലും അസഭ്യം കേൾക്കുമ്പോഴേ മനസ്സിലാകുമല്ലോ. എന്തായാലും ഇവിടെ നിന്നൊന്നു രക്ഷപ്പെടണം.

ആ സ്ത്രീയെ കാണുന്നില്ലല്ലോ. അയാൾ നോക്കി. ഓ, വാതിൽക്കലിരുന്നു അരിയിലെ കല്ലുപെറുക്കുകയാണ്. ഇവരെന്തിനു തന്നെ രക്ഷപ്പെടുത്തി. കാശ് ആയിരിക്കും ഉദ്ദേശ്യം. എങ്ങനെയെങ്കിലും ഇവിടെനിന്ന് ഊരിപ്പോകണം. ആ വണ്ടി എങ്ങനെ ഇടിച്ചുവെന്നു ഒരു പിടിയും കിട്ടുന്നില്ല. ആരെങ്കിലും മനപ്പൂർവം ഇടിപ്പിച്ചതാകുമോ? ആരെങ്കിലും തനിക്കു പിന്നിലുണ്ടോ? അങ്ങനെയെങ്കിൽ മൈസൂർ നഗരം സുരക്ഷിതമല്ല. വയ്യ. തലയ്ക്കുള്ളിൽ ആരോ കയറിയിരിക്കുംപോലെ വല്ലാത്ത ഭാരം. അയാൾ കണ്ണുകൾ അടച്ചു. മയങ്ങിവരുമ്പോഴേക്കും ആരോ അടക്കിപ്പിടിച്ചു സംസാരിക്കുംപോലെ തോന്നി. അറുപതു പിന്നിട്ട ഒരു തടിമാടൻ മീശക്കാരൻ ആ സ്ത്രീയുമായി സംസാരിക്കുന്നു.

"കാശില്ലെങ്കിൽ വേറെ വല്ല പണിയും ചെയ്യടോ?"

അവൾ ഒച്ചവച്ചു.

"കൂടുതൽ കണക്കു പറയാതെടീ. ഞാൻ പുതിയ ആളൊന്നുമല്ലല്ലോ. അധികം സമയമെടുക്കില്ല. പെട്ടെന്നു തീർത്തേക്കാം."

അയാൾ കെഞ്ചി. അവൾ നീട്ടിയൊന്ന് ആട്ടി.

"എന്നോടുള്ള സ്നേഹം കൊണ്ടൊന്നുമല്ലല്ലോ താനിവിടെ വന്നത്. കാര്യം സാധിക്കാനല്ലേ. വീട്ടിലേക്കു റേഷൻ വാങ്ങാനുമല്ല. കാശെട്. അല്ലെങ്കിൽ സ്ഥലം വിട്." അവൾ പറഞ്ഞു.

പിറുപിറുത്തുകൊണ്ട് അയാൾ പേഴ്സിൽ നിന്നു ഏതാനും നോട്ടുകളെടുത്ത് അവളുടെ ബ്ലൗസിനുള്ളിൽ തിരുകിവച്ചു. തുടർന്ന് അവകാശഭാവത്തോടെ അവളെ ചേർത്തുപിടിച്ച് അകത്തേക്കു നടന്നു.

അപ്പോഴാണ് അയാൾ കട്ടിലിൽ കിടന്ന ജയപ്രകാശിനെ കണ്ടത്.

"ഓഹോ. ഞാൻ വെയ്റ്റിങ് ലിസ്റ്റിൽ ആയിരുന്നു അല്ലേടീ."

അയാൾ അറപ്പോടെ അവളുടെ ദേഹത്തു നിന്നു കയ്യെടുത്തു.

"ക്ഷീണിച്ചു കിടക്കുവാണല്ലേ പാവം." അയാൾ പുച്ഛത്തോടെ പുലമ്പി.

"നിങ്ങൾ ഭാരിച്ച കാര്യങ്ങളൊന്നും തിരക്കേണ്ട. കാശുതന്നെങ്കിൽ പണിയെടുക്കുക, പോകുക. അത്രതന്നെ. പിച്ചക്കാശു തന്നതിന്റെ അവകാശം."

അവൾ തിരിച്ചടിച്ചു. അവൾ അകത്തെ മുറിക്കകത്തു കയറി പായെടുത്തു വിരിച്ചു. ചാരായക്കുപ്പിയും വെള്ളവുമെടുത്തു.

മീശക്കാരൻ കട്ടിലിനടുത്തെത്തി ജയപ്രകാശിനെ സൂക്ഷിച്ചുനോക്കി. മദ്യത്തിന്റെ രൂക്ഷഗന്ധം അനുഭവപ്പെട്ടിട്ടും അയാൾ കണ്ണുതുറന്നില്ല.

"ഓ, സുഖമില്ലാതെ കിടക്കുവാണോ? ആരാടീ ഇയാൾ. കെട്ടിയവനോ, അതോ സംബന്ധക്കാരനോ."

ഉച്ചത്തിൽ ചോദിച്ചുകൊണ്ട് അയാൾ അകത്തേക്കു നടന്നു. വാതിൽ അടഞ്ഞു. മൈസൂറിൽ ഓട്ടം വന്ന ഏതോ മലയാളി ലോറിക്കാരനാണെന്നു ജയപ്രകാശിനു തോന്നി.

അല്പം കഴിഞ്ഞ് അകത്തുനിന്നു ഞരക്കവും മുരൾച്ചയുമെല്ലാം ഉയർന്നു. ഇടയ്ക്കിടെ അവൾ ചീത്ത വിളിക്കുന്നതും കേൾക്കാമായിരുന്നു.

ജയപ്രകാശിന് അറപ്പുതോന്നി. ശവം. ഇതായിരുന്നു ഇവളുടെ ബിസിനസ്. തെരുവുവേശ്യ. സ്നേഹം കൊണ്ടൊന്നും ആയിരിക്കില്ല രക്ഷപ്പെടുത്തിയത്. പൊലീസിന്റെ ഒറ്റുകാരിയായിരിക്കുമോ? രക്ഷപ്പെടാൻ പറ്റിയ സമയമാണ്. അരമണിക്കൂർ നേരത്തേക്കു പേടിക്കേണ്ട. അവർ പുറത്തിറങ്ങുമ്പോഴേക്കും രക്ഷപ്പെടാം. ഒരു ഓട്ടോ കിട്ടിയാൽ അക്ഷയഭണ്ഡാറിലേക്കു വിടാം.

അയാൾ ചാടിയെഴുന്നേൽക്കാൻ നോക്കി. കഴിയുന്നില്ല. ഒടിഞ്ഞുനുറുങ്ങുന്ന വേദന. വീണ്ടും ശ്രമിച്ചു. കട്ടിലിലേക്കു മറിഞ്ഞുവീണു. ഒടുവിൽ സകല ശക്തിയുമെടുത്ത് അയാൾ എഴുന്നേറ്റിരുന്നു. മെല്ലെ എഴുന്നേറ്റു. നടക്കാൻ നോക്കി. വലതുകാൽ അനങ്ങുന്നില്ല. വലിയ കല്ലുകെട്ടിവച്ചപോലെ. ഒരുവിധത്തിൽ ആ കാൽ ഇഴച്ച് അയാൾ പുറത്തേക്കു നീങ്ങി. തലയിലെ മുറിവിൽ അസഹ്യമായ വേദന അനുഭവപ്പെട്ടു. വാശിയായിരുന്നു അയാൾക്ക്. എങ്ങനെയും രക്ഷപ്പെടണം.

വാതിൽ തുറന്നപ്പോഴാണ് ചെറിയൊരു പടി കണ്ടത്. കാൽ മടക്കാതെ ഇറങ്ങാനാവില്ല. അയാൾ ഇടതുകാൽ താഴേക്കുവച്ച് വേഗം ഇറങ്ങാൻ നോക്കി. വലതുകാൽ വലിച്ചതും ഇടതുവശം ചെരിഞ്ഞ് താഴേക്കുവീണു. പടിക്കുതാഴെയിരുന്ന മൺകുടം പൊട്ടിച്ചിതറി. ചുണ്ടിൽ ചോരയുടെ ഉപ്പുരസം. അയാൾ അലറിക്കരഞ്ഞുപോയി.

പെട്ടെന്ന് വാതിൽ തള്ളിത്തുറന്ന് ആ സ്ത്രീയും മീശക്കാരനും പുറത്തിറങ്ങി.

"നാശം. തന്നോടാരാ എണീക്കാൻ പറഞ്ഞത്. രക്ഷപ്പെടാൻ നോക്കുവായിരുന്നോ? മലയാളിയല്ലേ. തനിസ്വഭാവം കാണിക്കുമല്ലോ?" അവൾ ചീത്ത വിളിച്ചു.

"എടീ, നാടകമൊന്നും വേണ്ട. എന്റെ കാശുമുതലായില്ല."

മീശക്കാരനും ഒച്ചവച്ചു.

"വേലയെടുത്തുണ്ടാക്കിയ കാശാ. ഉം. ഇനി ഏതായാലും വേണ്ട. നാളെ വരാം. കാശ് അഡ്ജസ്റ്റ് ചെയ്താൽ മതി."

ഷർട്ടുമിട്ട് മീശക്കാരൻ വേഗം ഇറങ്ങിനടന്നു.

വാരിച്ചുറ്റിയ വസ്ത്രവും അഴിഞ്ഞുലഞ്ഞ മുടിയുമായി അവൾ ക്രുദ്ധയായി അയാളെ നോക്കി. പിന്നെ താങ്ങിയെടുത്തു പതിയെ അകത്തേക്കു കൊണ്ടുപോയി. പാന്റ്സ് തെറുത്തുവച്ച് മുറിവുകളിൽ എന്തോ പച്ച മരുന്നു പുരട്ടി. പാവാടത്തുമ്പ് കൊണ്ടു അയാളുടെ ചുണ്ടത്തെ ചോരയും നെറ്റിയിലെ വിയർപ്പും തുടച്ചു.

അയാൾക്കു ഛർദ്ദിക്കാൻ വന്നു. പകൽമാന്യന്മാരുടെ പൗരുഷം ഉണങ്ങിപ്പിടിച്ച അടിപ്പാവാടകൊണ്ടല്ലേ അവൾ മുഖം തുടച്ചത്. എത്ര പേരുടെ വിയർപ്പ് അവളുടെ ദേഹത്തു പുരണ്ടിട്ടുണ്ടാകും. ഒരുപാടു പേരുടെ കിതപ്പുകൾ അവിടെ മുഴങ്ങുന്നതായും തോന്നി.

അവജ്ഞയോടെ അയാൾ പറഞ്ഞു. "ആരാണ് നീ. എന്റെ കയ്യിൽ ഒന്നുമില്ല. എന്നെ വെറുതെ വിടൂ. ഞാൻ പൊയ്ക്കോളാം. കൂട്ടുകാരുടെ കയ്യിൽ നിന്നു കാശുവാങ്ങി ഈ കടം ഞാൻ വീട്ടിക്കോളാം. പൊലീസ് കേസ് ആക്കല്ലേ. അത്രയും ദയ കാട്ടിയാൽ മതി." അപ്പോഴേക്കും അവൾ തേങ്ങിപ്പോയി.

"എനിക്കു നിങ്ങളുടെ കാശൊന്നും വേണ്ട. ഇപ്പോൾ വേറൊന്നിനും നിങ്ങളെ കൊള്ളില്ലെന്നും അറിയാം. നിങ്ങൾ ആ ഓടയിൽ കിടന്നു ചാകുമായിരുന്നു. ആരും തിരിഞ്ഞുനോക്കില്ല. എത്രയോ ഗുണ്ടകളും അപരിചിതരും ഈ നഗരത്തിൽ മരിക്കുന്നു. അത്രതന്നെ. പക്ഷേ, എന്തോ, എനിക്കു നിങ്ങളെ രക്ഷിക്കാൻ തോന്നി. അതു വെറുതെയായില്ല. ദൈവം തോന്നിച്ചതാകണം" അവൾ പറഞ്ഞു.

"ദൈവമോ. അതാരാ. എങ്കിൽ അങ്ങേരോട് എന്നെയൊന്ന് കൂട്ടുകാരുടെ അടുക്കലെത്തിക്കാൻ പറയൂ. വണ്ടിക്കൂലി ലാഭമാകുമല്ലോ." അയാൾ മുറുമുറുത്തു. അവൾ പുച്ഛത്തോടെ ചിരിച്ചതല്ലാതെ മറുപടി പറഞ്ഞില്ല.

"നീയാരാണ്. ബന്ധുക്കളാരും ഇല്ലേ."

അയാൾ വീണ്ടും ചോദിച്ചു.

"പിന്നേ, എനിക്കൊരുപാട് ബന്ധുക്കളുണ്ട്. ദാ ഇപ്പോൾ ഒരാൾ വന്നു പോയില്ലേ. ഇങ്ങനെ വന്നും പോയുമിരിക്കും." അവൾ ദീർഘനിശ്വാസത്തോടെ പറഞ്ഞു.

"നിങ്ങൾക്കെന്നെ എന്തുവേണമെങ്കിലും വിളിക്കാം. വരുന്നവർ ഓരോ പേരിലാണ് വിളിക്കുക. പക്ഷേ, കമല എന്നാണ് ഈ നാട്ടിൽ ഞാൻ എനിക്കിട്ട പേര്."

"അപ്പോൾ നീ ഈ നാട്ടുകാരിയല്ലേ?"

അയാൾ ചോദിച്ചു.

"ആണെങ്കിൽ മലയാളത്തിൽ ഇങ്ങനെ സംസാരിക്കുമായിരുന്നോ."

അവളുടെ മറുപടിയിൽ അയാൾ ചമ്മി.

"പെരിന്തൽമണ്ണക്കാരിയാണ് ഞാൻ. ഇവിടെ എത്തിപ്പെട്ടു. ദാ ഇപ്പോൾ വന്നപോലെയൊരു ബന്ധുവിനെ വിശ്വസിച്ചു വീടുവിട്ടതാണ്. പ്രാരബ്ധങ്ങളുടെ ഭാരം വീട്ടുകാർക്ക് ഒഴിവാക്കിക്കൊടുക്കാനും വിശ്വാസം തോന്നിയ ആൾക്കൊപ്പം ജീവിക്കാനും ഇറങ്ങിപ്പോന്നു. ഇവിടെ വന്നപ്പോൾ മനസ്സിലായി, അയാൾക്ക് ഒരുപാട് ഭാര്യമാരുണ്ടെന്ന്. പകരം അയാൾ എനിക്കൊരുപാട് ഭർത്താക്കന്മാരെ തന്നു. പല രാത്രികളിലും പലർ. ഭൂമി ഉരുണ്ടതല്ലേ സാറേ. കറങ്ങിക്കറങ്ങി ഒരുനാൾ എന്റെ ആദ്യ ഭർത്താവ് ഇവിടെ വരുമായിരിക്കും. അന്നു ഞാൻ അയാളുടെ മുഖമടച്ചൊന്നു കൊടുക്കും. വിത്തുഗുണമുള്ള മക്കളെ കിട്ടില്ലെന്ന് ഉറപ്പുള്ളതുകൊണ്ടും എനിക്കു പിന്തുടർച്ചക്കാർ വേണ്ടെന്ന ചിന്തകൊണ്ടും ഒരുപാട് ജീവനുകളെ ഞാൻ ഇല്ലാതാക്കി."

അവൾ തേങ്ങിക്കരഞ്ഞു.

"നിങ്ങളുടെ ഷർട്ടിന്റെ പോക്കറ്റിൽ നിന്നൊരു കത്തുകിട്ടി. ഏതോ ഒരു മാഷിന്റെ. ബാഗിലെ ചില പുസ്തകങ്ങളും കണ്ടു. അതിനുള്ളിലും ചില കത്തുകൾ ഉണ്ടായിരുന്നു. ങ്ങള് മാഷാണോ."

"ലോ കോളജിലെ പല പിള്ളേരും ഇവിടെ വന്നിട്ടുണ്ട്. നിങ്ങൾ വഴിയിൽ കിടന്നു ചാകേണ്ടയാളല്ലെന്നു തോന്നി. എന്തെങ്കിലുമൊക്കെ ചെയ്യാൻ ഏൽപിച്ചിട്ടാകും ദൈവം ഇങ്ങോട്ടയച്ചത്. വെറുതെയല്ല രക്ഷിക്കാൻ തോന്നിയത്. ഞാൻ ജീവിതത്തിൽ ചെയ്ത ഏക നല്ല കാര്യം." നിറകണ്ണുകളോടെ അവൾ പറഞ്ഞു.

"പിന്നൊരു കാര്യം കൂടി. വല്ലാത്തൊരു സ്പീഡിലാണ് ആ ഓട്ടോ വന്നത്. ഇടിച്ചിട്ട് നിർത്താതെ പൊയ്ക്കളഞ്ഞു. പിന്നാലെ വന്ന കാറിൽ വന്നവർ വണ്ടിനിർത്തി ഓടയ്ക്കരികിലേക്കു വരാൻ നോക്കിയെങ്കിലും ആളുകൾ ഓടിക്കൂടുന്നതുകണ്ട് സ്ഥലംവിട്ടു. ആരോ മനപ്പൂർവം ചെയ്തപോലെ. എന്റെ പഴമ്പുദ്ധിയിൽ തോന്നിയതാ കേട്ടോ. ഞാൻ ഇവിടെ പിടിച്ചുനിർത്തില്ല. കഴിയുന്നതും വേഗം ഇവിടെനിന്നു മാറണം."

അയാൾ വല്ലാതായി. വളരെ ചെറുതായതുപോലെ തോന്നി. ഇവളല്ലേ യഥാർഥ വിപ്ലവകാരി. ഇവൾക്കു മുന്നിൽ തമ്പിമാഷ് പോലും ഒന്നുമല്ല. ഒരു തെരുവുവേശ്യയുടെ ചിന്തയും വർത്തമാനവുമല്ല കേട്ടത്. ആരാണിവൾ. അവളുടെ നിശ്വാസത്തിനു സ്നേഹത്തിന്റെ ചൂടും സാന്ത്വനത്തിന്റെ കുളിർമയുമുണ്ടായിരുന്നു. കാലങ്ങളായി അടുത്തറിയുന്നപോലുള്ള സ്നേഹം. എവിടെയോ കണ്ടുമറന്ന മുഖം പോലെയല്ലേ. അയാളുടെ കണ്ണുകൾ നിറഞ്ഞൊഴുകി.

അവൾ അകത്തേക്കു നടന്നു. അൽപംകഴിഞ്ഞ് മൺകോപ്പയിൽ ചൂടുകഞ്ഞിയും പപ്പടം ചുട്ടതും അച്ചാറുമായി വന്നു. വറ്റുകൾ കൈകൊണ്ടു കോരി അയാളുടെ വായിൽ വച്ചുകൊടുത്തു. ഇടയ്ക്കിടെ പാത്രം ചുണ്ടോടടുപ്പിച്ച് വെള്ളം കുടിപ്പിച്ചു. അയാൾക്ക് അറപ്പ് തോന്നിയതേയില്ല.

രണ്ടുദിവസം കഴിഞ്ഞപ്പോൾ അയാൾക്കു വലിയ ആശ്വാസം തോന്നി. പിടിക്കാതെ നടക്കാമെന്നായി. തലയിലെ മുറിവ് ഉണങ്ങാൻ സമയമെടുക്കും. പോകണമെന്നു പറഞ്ഞപ്പോൾ കമല എതിർപ്പൊന്നു പറഞ്ഞില്ല. ഇനിയും അവിടെ തങ്ങുന്നത് സുരക്ഷിതമല്ലെന്ന് അവൾക്കു തോന്നിയിരിക്കാം.

അലക്കിത്തേച്ച ജീൻസും ഷർട്ടും അവൾ കൊണ്ടുവന്നു. താടി വളർന്നിരിക്കുന്നു. ഷേവ് ചെയ്യാനൊന്നും സമയമില്ല. ദേഹത്തുമാത്രം വെള്ളമൊഴിച്ചു കുളിച്ചെന്നു വരുത്തി അയാൾ പോകാനൊരുങ്ങി.

“ഇന്ന് ഏതാ ദിവസം.”

“ഇന്നു ചൊവ്വ.” അയാളുടെ ചോദ്യത്തിന് അവൾ മറുപടി പറഞ്ഞു.

“ഇവിടെയെത്തിയിട്ട് രണ്ടാഴ്ചയോളം കഴിഞ്ഞു. ശരി, യാത്രപറയുന്നില്ല. പോകുംമുൻപ് ഞാൻ വരുന്നുണ്ട്.”

അയാളുടെ ശബ്ദം പതറിയിരുന്നു. അയാൾ നടന്നുമറയുവോളം അവൾ നോക്കിനിന്നു.

ഒമ്പത്

അനുഭവങ്ങളേ നന്ദി

അല്പം നടന്നപ്പോഴേക്കും ക്ഷീണം തോന്നി. ബസ്സിൽ യാത്രചെയ്യാൻ വയ്യ. ഓട്ടോയ്ക്കു പോകാം. ഹോസ്റ്റലിൽ ചെന്നിട്ട് ആരോടെങ്കിലും പൈസ വാങ്ങിക്കൊടുക്കാം. പോക്കറ്റ് കാലിയാണല്ലോ. അറിയാതെ പോക്കറ്റിൽ കൈവച്ച ആയാളുടെ കൈ എന്തിലോ തടഞ്ഞു. ഇരുപതിന്റെയും പത്തിന്റെയുമൊക്കെയായി കുറച്ചു നോട്ടുകൾ. പോക്കറ്റിൽ കമല വച്ചതുതന്നെ. പണം നേരിട്ടു തന്നാൽ വാങ്ങില്ലെന്നവൾക്കറിയാം. മുഷിഞ്ഞ ആ നോട്ടുകൾ അയാൾ കൈയ്യിലെടുത്തു. മൂന്നൂറിൽ കുറയില്ല. പലരുടെ വിഴുപ്പുകൾ ഏറ്റുവാങ്ങി അവൾ സമ്പാദിച്ച പണം. ഇങ്ങനെയും നന്മയുള്ളവരുണ്ടോ. വേഷവും ജോലിയുമൊന്നും നോക്കി മനുഷ്യരെ വിലയിരുത്തരുത്. അയാളുടെ കണ്ണുകൾ ഈറനണിഞ്ഞു.

ഹോസ്റ്റലിൽ എത്തുമ്പോൾ ആളനക്കമില്ലായിരുന്നു. അയാൾ മെല്ലെ പടികൾ കയറി ഹർഷന്റെ മുറിയിലേക്കു നടന്നു. അതു പൂട്ടിയിരിക്കുകയായിരുന്നു. തൊട്ടടുത്ത മുറിയിലെങ്ങും ആരുമില്ല. ഒന്നു കിടക്കണമല്ലോ. അയാൾ വരാന്തയിലൂടെ നടന്നു. ഗോവണിയോടു ചേർന്നുള്ള മുറിയിൽ ആളനക്കമുള്ള പോലെ തോന്നി. കതകിൽ മുട്ടി അല്പം കാത്തിരുന്നു. വാതിൽ അല്പംതുറന്ന് പേടിയോടെ ഒരു പയ്യൻ എത്തിനോക്കി. ഫസ്റ്റ് ഇയറുകാരനാണ്. ഹർഷന്റെ ചങ്ങാതിയാണ്.

“ഒന്നു കിടക്കണല്ലോ മോനേ.” അനുവാദം കിട്ടുംമുൻപേ അയാൾ അകത്തേക്കു കടന്നു.

“അതിനെന്താ ചേട്ടാ. ഇവിടെ കിടന്നോളൂ.” അവൻ തലയിണയെടുത്തു നേരെ വച്ചിട്ട് ഫാനിന്റെ വേഗം കൂട്ടി. കിടന്നതും അയാൾ മയങ്ങിപ്പോയി.

ആരോ നെറ്റിയിൽ തലോടുന്നതായി തോന്നിയപ്പോൾ അയാൾ മെല്ലെ കണ്ണുതുറന്നു. കട്ടിലിൽ ഹർഷനും മാത്തനും ഉൾപ്പെടെ സീനിയേഴ്സിൽ പലരും. നേരെ സന്ധ്യയായിരുന്നു. ഹോ. ബോധംകെട്ടുറങ്ങുകയായിരുന്നോ. അയാൾ എണീക്കാൻ ശ്രമിച്ചപ്പോൾ എല്ലാവരും തടഞ്ഞു. കിടന്നോളൂ. ഒന്നും കഴിച്ചില്ലെന്നു ചെക്കൻ പറഞ്ഞു. അല്പം ജ്യൂസ് കുടിക്കൂ.

അയാൾ മേശപ്പുറത്തുനിന്നു കരിമ്പിൻനീര് എടുത്തു. നാരങ്ങയും ഇഞ്ചിയും ചേർത്ത കരിമ്പിൻനീര് കുടിച്ചപ്പോൾ ക്ഷീണം പമ്പകടന്ന തായി തോന്നി. അയാൾ എഴുന്നേറ്റിരുന്നു. കാൽപ്പാദത്തിൽ നല്ല നീരു ണ്ടെന്ന് അപ്പോഴാണ് മനസ്സിലായത്.

"നമുക്ക് എന്റെ മുറിയിലേക്കു പോകാം."

ഹർഷൻ അയാളെ പിടിച്ചെഴുന്നേൽപ്പിച്ചു.

ഹർഷന്റെ മുറിയിൽ എത്തിയപ്പോഴേക്കും നല്ല ക്ഷീണം തോന്നി. അശുഭചിന്തകൾ മനസ്സിലേക്കു കടന്നുവന്നു. "ആരോ തന്റെ പിന്നാലെ യുണ്ട്. പകൽ എല്ലാവരും കോളേജിൽ പോയാൽ ഇവിടെ ഒറ്റയ്ക്കാണ്. മരണത്തെ പേടിയില്ല. പക്ഷേ, നീക്കങ്ങൾ അറിയുന്നത് കൂടെയുള്ള വർക്കും അപകടകരമാണ്. ചാരന്മാർ തങ്ങളുടെ കൂട്ടത്തിലും ഉണ്ടാ കുമോ?" തമ്പിമാഷിനെ കാണണമെന്നു തോന്നുന്നു. ലോറിക്കാരുടെ കയ്യിൽ കത്തുകൊടുത്തുവിടാം. നാളെത്തന്നെ വേണം. കാര്യങ്ങൾ വിശദമായി ധരിപ്പിക്കണം.

"ഹർഷാ, തമ്പിമാഷിന് അടിയന്തരമായി ഒരു കത്തു കൊടുത്തു വിടണം. പറ്റിയ ലോറിക്കാരെ കണ്ടെത്തണം. നാളെത്തന്നെ വേണം കേട്ടോ." ഹർഷൻ തലകുലുക്കി. കണ്ണടച്ചുകിടന്നിട്ടും അയാൾക്ക് ഉറക്കം വന്നില്ല. എങ്കിൽ തമ്പിമാഷിന് കത്തെഴുതാം. അയാൾ എഴുന്നേറ്റു. ഹർഷൻ നിരുത്സാഹപ്പെടുത്തിയിട്ടും അയാൾ സമ്മതിച്ചില്ല.

ബുക്കിൽ നിന്ന് ഏതാനും താളുകൾ കീറി ഹർഷൻ അയാൾക്കു നൽകി. മൈസൂറിൽ വന്നതിനു ശേഷമുള്ള കാര്യങ്ങൾ ചുരുങ്ങിയ വാക്കു കളിൽ എഴുതി. അപകടവിവരവും സൂചിപ്പിച്ചു. വയനാട്ടിലെ ഭൂപ്രഭു ക്കൾക്ക് കർണാടകയിലും ശക്തമായ ബന്ധങ്ങൾ ഉള്ളതിനാൽ വളരെ ശ്രദ്ധിക്കണമെന്നും അയാൾ സൂചിപ്പിച്ചു. കത്തു നാലായി മടക്കി പഴ യൊരു കവറിലിട്ട് ഒട്ടിച്ചു. വിലാസം എഴുതിയില്ല.

പിറ്റേന്ന് ഉണരാൻ വൈകി. മുറിയിൽ ആരും ഉണ്ടായിരുന്നില്ല. ചായ കുടിക്കാൻ അയാൾ പുറത്തേക്കിറങ്ങി. ദിവസങ്ങൾക്കു ശേഷം നല്ല വിശപ്പുതോന്നി. അടുത്തുള്ള കൊച്ചുകടയിൽ കയറി. വട്ടയിലയിൽ പൂരിയും മസാലക്കറിയുമെത്തി. മല്ലിയിലയുടെ രുചി മുന്നിട്ടുനിന്ന മസാല ക്കറി കൂട്ടി ചൂടു പൂരി കഴിക്കാൻ നല്ല രസം. ഭക്ഷണം ഉറക്കക്ഷീണവും വിശപ്പും മാറിയപ്പോൾ നല്ല ഉന്മേഷം.

കമലയെ ഒന്നു കണ്ടാലോ. എന്തിന്? ആരാണവൾ. ആവശ്യമില്ലാത്ത അടുപ്പം ആരോടും വേണ്ട. പക്ഷേ പോകുംമുൻപ് അവളെ കാണണം. അല്ലെങ്കിൽ നന്ദികേടാകില്ലേ. എത്ര കാര്യമായാണ് തന്നെ നോക്കിയത്. അഴുക്കുചാലിൽ നിന്ന് അവളെ രക്ഷിച്ച് അയ്യൻകൊല്ലിയിലേക്കു കൊണ്ടു പോയാലോ. മാഷിനോടു പറയാം. സാവകാശം മതി.

മുറിയിൽ ഹർഷനുണ്ടായിരുന്നു. "എന്താ ഇന്നു ക്ലാസില്ലേ?" ലാസ്റ്റ് അവർ കയറിയില്ല. അണ്ണനിവിടെ ഒറ്റയ്ക്കല്ലേ. മൂഡ് തോന്നിയില്ല.

ണ്ടാ, മാഷിനുള്ള കത്ത് ഞാൻ കൊടുത്തുവിട്ടിട്ടുണ്ട്. പറ്റിയ ആളെ തന്നെ കിട്ടി. ലോഡ് ഇറക്കി അവിടെ നിന്നു കുരുമുളക് തിരികെ കൊണ്ടു വരണം. മിക്കവാറും നാളെ വൈകിട്ട് അയാൾ എത്തും." ഹർഷൻ പറഞ്ഞ പ്പോൾ സമാധാനമായി. അന്നത്തെ ദിവസം പ്രത്യേക ആഘോഷമൊന്നും ഇല്ലാതെ കടന്നു പോയി. മാത്തനും സംഘവും ടൗണിൽ കറങ്ങാൻ പോയ തിനാൽ ഹോസ്റ്റലിനു ജീവനില്ലായിരുന്നു.

രാവിലെ അയാൾ നേരത്തെ എഴുന്നേറ്റു. എല്ലാവരും കോളേജിൽ പോയിക്കഴിഞ്ഞപ്പോൾ വല്ലാത്ത ഒറ്റപ്പെടൽ. കമലയുടെ ചിന്ത വീണ്ടും മനസ്സിലേക്കു കടന്നുവന്നു. എല്ലാവരും വരാൻ ഉച്ചയാകും. ടൗൺവരെ പോയിവന്നാലോ. കൂടുതൽ ആലോചിക്കാതെ അയാൾ ഷർട്ടും പാന്റ്സും ഇട്ടു. ബസ്സിലാകാം യാത്ര. ഓട്ടോയിൽ കയറാൻ എന്തോ ഒരു മടി.

ടൗണിൽ ഇറങ്ങി കമലയുടെ വീടിന്റെ ഭാഗത്തേക്കുള്ള ഇടുങ്ങിയ റോഡിലൂടെ നടന്നു. വീട് എവിടെയാണെന്നു നല്ല ഓർമ കിട്ടുന്നില്ല. കുറേ കുടിലുകൾ ചേർന്ന കോളനിയാണെന്നു മാത്രമറിയാം. കുറേ നട ന്നിട്ടും അയാൾ അത്തരമൊരു സ്ഥലം കണ്ടെത്തിയില്ല. റോഡ് ഇതു ത ന്നെയല്ലേ. "അതേ, തന്നെ വണ്ടിയിടിച്ചു തെറിപ്പിച്ചത് ഇവിടെത്തന്നെ. അയാൾ നിന്നു. ആരോടെങ്കിലും ചോദിക്കാം."

"സാമി, കമല മനെ എല്ലി."

അതുവഴിവന്ന സൈക്കിളുകാരനോട് ചോദിച്ചപ്പോൾ അയാൾ കൈ മലർത്തി.

"ഗൊത്തില്ല, സാമി, യാരവളു."

മറുപടി പറയാനാവാതെ അയാൾ കുഴഞ്ഞു. സൈക്കിളുകാരൻ അടിമുടി സൂക്ഷിച്ചുനോക്കിയശേഷം പോയി. അയാളുടെ ഭാവ ത്തിലൊരു പുച്ഛം. വീണ്ടും നേരെ നടന്നു. വലിയൊരു വളവുതിരിഞ്ഞ പ്പോൾ ദൂരത്തായി കുറേ കുടിലുകൾ കണ്ടു. അതേ. അതുതന്നെ. പാട്ടയും പ്ലാസ്റ്റിക് ഷീറ്റും ഓടുമെല്ലാം കൊണ്ട് തട്ടിക്കൂട്ടിയ കുടിലുകൾ. ഇതിലൊന്നിലാണ് കമല. എല്ലാം ഒരുപോലെയുണ്ട്. ആരോടു ചോദിക്കും? റോഡിൽ ആരെയും കാണാനില്ല. ഈ മനുഷ്യരൊക്കെ എവിടെപ്പോയി. കുടിലുകൾക്കിടയിലൂടെ അയാൾ നടന്നു. എല്ലാം അടഞ്ഞുകിടക്കുന്നു. എല്ലാവരും എവിടെപ്പോയി. കുറേനേരം കാത്തിരുന്നിട്ടും ആരെയും കണ്ടില്ല. കുറേ മാറിയുള്ള ഇടത്തരം വീട്ടിൽ നിന്നൊരു സ്ത്രീ എത്തി നോക്കുന്നതു കണ്ടു. അയാൾ വേഗം ചെന്നു.

കമലയുടെ വീട് ഇതിലേതാണെന്നു ചോദിച്ചതും ത്ഫൂ എന്നവർ നീട്ടി ആട്ടിത്തുപ്പി. പിന്നെ എന്തോ പിറുപിറുത്ത് അകത്തേക്കു നടന്നു. അകത്തുനിന്നു ഒന്നു രണ്ട് ആണുങ്ങൾ വന്ന് അയാളെ സൂക്ഷിച്ചുനോക്കി. അത്ര പന്തിയല്ലെന്നു കണ്ടപ്പോൾ അയാൾ നടന്നു. ആദ്യം കണ്ട പെട്ടി ക്കടയിലേക്കു ചെന്നപ്പോൾ ഒരു മലയാളം വാരിക തൂക്കിയിട്ടിരിക്കുന്നു. "ചേട്ടാ, മലയാളിയാണോ."

“അതേ, എന്താണാവോ?”

മറുപടി കേട്ടപ്പോൾ ആശ്വാസം തോന്നി.

”അവിടെ താമസിച്ചിരുന്നവരൊക്കെ എവിടെപ്പോയി. ആരെയും കാണുന്നില്ലല്ലോ. വൈകിട്ടേ ഉണ്ടാകൂ എന്നുണ്ടോ?”അയാൾ ചോദിച്ചു. ”വൈകിട്ടും വന്നിട്ടു കാര്യമൊന്നുമില്ല. അവരൊക്കെ പോയി. അല്ല, ഓടിച്ചു വിട്ടു. പുറമ്പോക്കു സ്ഥലമല്ലേ. ഇവിടെ ഷോപ്പിങ് കോംപ്ലക്സ് വരുന്നു. മുട്ടുശാന്തിക്ക് ബസ്സ്റ്റാന്റിനടുത്ത് ചെന്നാൽ മതി. ആരെങ്കിലുമൊക്കെ കാണും. പക്ഷേ, സന്ധ്യയാകണം.” കടക്കാരൻ അവജ്ഞയോടെ പറഞ്ഞു.

“ചേട്ടാ അതിനൊന്നും വന്നതല്ല. എനിക്കു പരിചയമുള്ള സ്ത്രീയാണ്. അവരെക്കൊണ്ട് വേറൊരു ആവശ്യമുണ്ടായിരുന്നു.”

“എന്താവശ്യമാണേലും കാര്യമില്ല. അവരൊക്കെ സ്ഥലംവിട്ടു. അല്ലെങ്കിലും ഇവളുമാർക്ക് സ്ഥിരം സ്ഥലം വല്ലതുമുണ്ടോ. പുതിയ ആൾക്കാരും പുതിയ സ്ഥലങ്ങളുമൊക്കെയല്ലേ അവരുടെയൊക്കെയൊരു രീതി.”

അയാൾ അശ്ലീലഭാവത്തോടെ ചിരിച്ചു. കൂടുതൽ വിശദീകരണം കേൾക്കാൻ നിൽക്കാതെ ഇറങ്ങിനടന്നു.

“അവരെയൊന്നും അന്വേഷിക്കേണ്ട. സ്ഥലം ഒഴുപ്പിക്കാൻ ഗൗഡാജി സകലതിനെയും തട്ടിയോ എന്നും അറിഞ്ഞുകൂടാ. കൂടുതൽ അന്വേഷിക്കാൻ നിൽക്കേണ്ട. വെറുതെ തടികേടാകും.” കടക്കാരൻ വിളിച്ചു പറഞ്ഞു.

അപകടഭീതി അയാളെ വീണ്ടും വലയം ചെയ്തു. അശുഭകരമായത് എന്തോ സംഭവിക്കുന്നു എന്ന തോന്നൽ ബലപ്പെടുന്നു. തങ്ങൾ എല്ലാം ശരിയാക്കി വരുമ്പോഴേക്കും ഈ നാട് ഇതേ രീതിയിൽ ബാക്കിയുണ്ടാകുമോ? ഒന്നിനും കൊള്ളാത്തവനായി ജീവിക്കുന്നതിലും ഭേദം വണ്ടി കയറി ചാകുന്നതാണ്. ഒരു തോക്കുമായി ചെന്നു സകലവന്മാരെയും വെടിവച്ചുകൊല്ലണം. അതാണു വേണ്ടത്. അയാൾക്കു നിരാശയും ദേഷ്യവും വന്നു. സ്റ്റാൻഡിൽ നിന്ന് ഓട്ടോയിൽ കയറി അക്ഷയഭണ്ഡാറിലേക്കു വിട്ടു. ഹോസ്റ്റൽ മുറിയിൽ എല്ലാവരും എത്തിയിരുന്നു.

“അണ്ണാ എവിടെ പോയി.”

എല്ലാവരുടെയും ചോദ്യത്തിന് മറുപടിയായി, വെറുതെ ഒന്ന് മൂളിയ ശേഷം അയാൾ വേഷം മാറി.

“എന്തെങ്കിലും കഴിച്ചോ. ഞങ്ങൾ ഇപ്പോൾ കഴിച്ചതേയുള്ളൂ.”

കഴിച്ചെന്നു കള്ളം പറഞ്ഞ് അയാൾ കിടന്നു. തീരെ വിശപ്പുതോന്നിയില്ല. മനസ്സ് വല്ലാതെ അസ്വസ്ഥമായിരുന്നുവെങ്കിലും ഉറങ്ങിപ്പോയി. സന്ധ്യയോടെ എഴുന്നേറ്റു. അപ്പുറത്തെ മുറിയിൽ എല്ലാവരും ഒത്തുകൂടിയിട്ടുണ്ട്. അയാൾ മിണ്ടാതെ പുറത്തിറങ്ങി.

താഴത്തെ പെട്ടിക്കടയിൽ നിന്നു ചായവാങ്ങി അവിടെക്കിടന്ന കന്നഡപ്പത്രം വെറുതെ മറിച്ചുനോക്കി. എന്തുചെയ്യണമെന്നൊരു രൂപവുമില്ല.

തമ്പിമാഷിനു കൊടുത്തവിട്ട കത്തിന്റെ മറുപടി ഇതുവരെ കിട്ടിയില്ല. എന്നാണാവോ ലോറി മടങ്ങിയെത്തുക. ആ ഡ്രൈവറെ വിശ്വസിക്കാമോ? സ്ഥിരമായി കത്തു കൊടുത്തുവിടാറുണ്ടെന്നാണല്ലോ ഹർഷൻ പറഞ്ഞത്.

തിരികെ മുറിയിലെത്തിയപ്പോൾ ഹർഷനും ചങ്ങാതിമാരും ഉണ്ടായിരുന്നു. എവിടെപ്പോയി, എന്തുപറ്റി, എന്തെങ്കിലും കഴിച്ചോ... ചോദ്യങ്ങൾ ഉയർന്നു. അയാൾ ഒന്നും മിണ്ടിയില്ല. നേരിയ തലവേദന തോന്നി. എല്ലാവരും കാന്റീനിലേക്കു പോകാനുള്ള തയ്യാറെടുപ്പിലായിരുന്നു. ഒഴിഞ്ഞുമാറിയെങ്കിലും പയ്യന്മാർ സമ്മതിച്ചില്ല.

ചപ്പാത്തിയും ഉരുളക്കിഴങ്ങു കറിയുമായിരുന്നു കാന്റീനിലെ ഭക്ഷണം. ചക്രായുധം എന്നു പിള്ളേർ വിളിക്കുന്ന വലിയ ചപ്പാത്തി കല്ലുപോലെ പ്ലേറ്റിൽ വീണു. ചപ്പാത്തി നിറയെ ഉരുളക്കിഴങ്ങുകറി ഒഴിച്ച് കുതിർന്നു കിട്ടാൻ പലരും കാത്തിരുന്നു. വാർഡൻ നഞ്ചുണ്ടസ്വാമിയുടെ അഞ്ചു തലമുറയ്ക്ക് തെറിപറഞ്ഞ് ഓരോരുത്തരും ചപ്പാത്തിയുമായി മല്ലിടുന്നത് അയാൾ കൗതുകപൂർവം നോക്കിയിരുന്നു. പിന്നെ ചപ്പാത്തിയിൽ പിടുത്തമിട്ടു. ചപ്പാത്തി പരുക്കനായിരുന്നെങ്കിലും കറി ആ കുറവകറ്റി.

ചപ്പാത്തി കുതിർന്നുവീർത്ത് വയർ ചാക്കുകെട്ടാകും മുൻപ് എസ്കേപ്പ് ആകാൻ പറഞ്ഞ് ഹർഷനും സെറ്റും എഴുന്നേറ്റു. കൂടെ അയാളും.

"ഹർഷാ, നമ്മുടെ കത്തിനു മറുപടി വന്നില്ലല്ലോ?"

മുറിയിലേക്കു നടക്കുന്നതിനിടെ അയാൾ ചോദിച്ചു.

"രണ്ടു ദിവസംകൂടി നോക്കാം. ബത്തേരിയിലുള്ള പയ്യന്മാരെക്കൊണ്ട് അന്വേഷിപ്പിക്കാം." ഹർഷൻ പറഞ്ഞു.

എല്ലാവരും പഠനത്തിലേക്കു കടന്നു. "ലൈറ്റണച്ചു കിടന്നോളൂ. അപ്പുറത്തേക്കു പൊയ്ക്കോളാമെന്ന് ഹർഷൻ പറഞ്ഞെങ്കിലും സമ്മതിച്ചില്ല. ബാഗ് തുറന്ന് അയാളും പുസ്തകം കയ്യിലെടുത്തു. പ്രിയപ്പെട്ട വിഷയമായ ഇന്റർനാഷണൽ റിലേഷൻസിന്റെ മുഷിഞ്ഞൊരു പുസ്തകം. തുറന്നപ്പോൾ കിട്ടിയത് 'ബാലൻസ് ഓഫ് പവർ' എന്ന അധ്യായം. രാഷ്ട്രീയത്തിലും സാമ്പത്തികരംഗത്തുമെല്ലാം പവർ ആണല്ലോ പ്രധാന ഘടകം. അയാൾ ആലോചിച്ചു. ഒന്നിലെ പവർ മറ്റൊന്നു നേടാൻ ഉപയോഗിക്കുന്നതിലാണ് ബുദ്ധി. വ്യക്തിയായാലും പ്രസ്ഥാനമായാലും രാഷ്ട്രമായാലും ദുർബലന്മാർക്ക് സ്ഥാനമില്ല. വായനയ്ക്കൊപ്പം ചിന്തകൾ കാടുകയറി. എപ്പോഴോ കിടന്നു.

ഉണരാൻ വളരെ വൈകി. ഹർഷൻ ക്ലാസിൽ പോയിരുന്നു. തമ്പിമാഷിന് ഒരു കത്തുകൂടി അയച്ചാലോ? വേറൊരാളുടെ കയ്യിൽ കൊടുത്തുവിടാം. അതിനും മറുപടി കിട്ടിയില്ലെങ്കിൽ അയ്യൻകൊല്ലി വരെ പോകാം. വരുന്നതു വരട്ടെ. മൈസൂറിൽ വന്നതുശേഷമുള്ള കാര്യങ്ങൾ അടുക്കും ചിട്ടയുമോടെ എഴുതിത്തീർത്തു

പത്ത്

വട്ടമിടുന്ന കഴുകന്മാർ

ആരോ നെറ്റിയിൽ തലോടുന്നതായി തോന്നിയപ്പോൾ മെല്ലെ കണ്ണു തുറന്നു. കട്ടിലിൽ സൂക്ഷിച്ചു നോക്കി ഹർഷൻ. അവന്റെ കണ്ണുകളിൽ സങ്കടവും ഭീതിയും നിരാശയുമെല്ലാം ഉണ്ടായിരുന്നു. കണ്ണുകൾ കലങ്ങിയിരുന്നു. എന്താ, എന്തുപറ്റി ഹർഷാ അയാൾ മെല്ലെ എഴുന്നേറ്റു.

അന്നത്തെ പത്രത്തിന്റെ ചരമപേജ് നീട്ടി ഒന്നും മിണ്ടാതെ അയാൾ മാറിയിരുന്നു. അയാൾ തിരക്കിട്ട് പേജിലാകെ കണ്ണോടിച്ചു. താഴെ തമ്പി മാഷിന്റെയും ഭാര്യയുടെയും അവ്യക്തചിത്രങ്ങൾ. അയ്യൻകൊല്ലിയിലെ ആദ്യകാല കുടിയേറ്റ കർഷകനും അധ്യാപകനുമായ മാധവൻ തമ്പിയെയും ഭാര്യ അമ്മാളുവമ്മയെയും തൂങ്ങിമരിച്ച നിലയിൽ കണ്ടെത്തി. വാർത്തയുടെ ആദ്യവാചകം വായിച്ചതും അയാളുടെ കണ്ണിൽ ഇരുട്ടുകയറി. നിലവിളി വായിൽ നിന്നു പുറത്തുവരാതെ ശ്വാസം മുട്ടിച്ചു. കട്ടിലിൽ നിന്നെഴുന്നേറ്റ അയാൾ വേച്ചുപോയി. മുറിക്കു പുറത്തുനിന്നവർ ഓരോരുത്തരായി അകത്തേക്കു കയറി. ആരും ഒന്നും മിണ്ടിയില്ല. അയാൾ തുടർന്നു വായിച്ചു. കുട്ടികൾ ഇല്ലാത്തതുകൊണ്ടുള്ള ദുഃഖമാണ് ജീവിതം അവസാനിപ്പിക്കാൻ കാരണമെന്ന് എഴുതിയ കത്ത് കണ്ടെടുത്തതായി പൊലീസ് അറിയിച്ചു. പത്രം ചുരുട്ടിയെറിഞ്ഞശേഷം അയാൾ ചാടിയെഴുന്നേറ്റു.

“മാഷ് ആത്മഹത്യ ചെയ്യില്ല. എല്ലാ സമസ്യകൾക്കും ഉത്തരമുള്ള മാഷ് ഒരിക്കലും ഒളിച്ചോടില്ല, അതും നമ്മളെ ഒറ്റയ്ക്കാക്കി. എന്താണ് സംഭവിച്ചത്, എന്നാണിത്.” ഭ്രാന്തമായി പുലമ്പി.

“അറിയില്ല അണ്ണാ. ടൗണിൽ നിന്നു നമ്മുടെ രതീഷാണ് പത്രം എത്തിച്ചത്. ഇന്നലെയോ മിനിഞ്ഞാന്നോ ആകാം.”

“മാഷിന്റെ ഭാര്യ? അവരെയെന്തിന്...” അയാളുടെ ചോദ്യത്തിനു മുന്നിൽ എല്ലാവരും നിസ്സഹായരായി നിന്നു.

“ഒരുപാടു പേർക്ക് അമ്മയായിരുന്നല്ലോ അവർ. സത്യവുമായി പൊരുത്തപ്പെടൂ അണ്ണാ. എന്താ വേണ്ടതെന്ന് നമുക്ക് ആലോചിക്കാം.” ഹർഷൻ പറഞ്ഞു.

അയാൾ മനസ്സിനെ പാകപ്പെടുത്തി. വികാരമല്ല, വിവേകമാണല്ലോ ഇവിടെ അഭികാമ്യം. ഈ നഗരത്തിലെ ഈ കൊച്ചുമുറിയിലിരുന്ന് ഒരു നിമിഷം കൊണ്ട് ഉത്തരം കണ്ടെത്താവുന്ന സമസ്യയല്ലല്ലോ ഇത്. എന്തായാലും ഒരു കാര്യം ഉറപ്പാണ്. പിന്നിലാരോ ഉണ്ട്. പ്രസ്ഥാനത്തിന്റെ ജീവനായിരുന്നു മാഷ്. ദുഃഖം സഹിക്കാനാവാതെ അയാൾ അലറിക്കരഞ്ഞു. എല്ലാവരും നിസ്സഹായരായി നോക്കിനിന്നു. മരണവീടുപോലെയായി ഹോസ്റ്റൽ.

എന്താണ് അടുത്ത നീക്കം? ഇനി ആരുടെയും ഉപദേശത്തിനു കാത്തിരിക്കേണ്ടതില്ലല്ലോ. എന്തെങ്കിലും ചെയ്യണം. മരിക്കാൻ കൊതി തോന്നുന്നു. അതിനുമുൻപ് കുറേ കങ്കാണിമാരെയും കൂട്ടിക്കൊടുപ്പുകാരെയും കൊന്നുതള്ളണം. എങ്ങനെ, എവിടെനിന്ന്.... ഉത്തരം കിട്ടാതെ അയാൾ ബുദ്ധിമുട്ടി. എന്തായാലും ഇനിയിവിടെ തങ്ങിയിട്ടു കാര്യമില്ല. അയ്യൻകൊല്ലി വരെ പോയാലോ. അതാണ് നല്ലത്. കാര്യങ്ങൾ വ്യക്തമായി അറിയാനാകും. തനിക്കായി വലവിരിച്ച് അവർ കാത്തിരിക്കുകയാണെങ്കിലോ?

അയാൾ റോഡിലേക്കിറങ്ങി. ചായയ്ക്കു പറഞ്ഞ് പെട്ടിക്കടയിലെ ബെഞ്ചിൽ തളർന്നിരുന്നു. തൊണ്ട വല്ലാതെ വരളുന്നു. ചായ കുടിച്ച് വെറുതെ റോഡിലേക്കു നോക്കിയിരുന്നു. പ്രകൃതിപോലും പരിഹസിക്കും പോലെ. തന്നെക്കൊണ്ട് എന്തു പ്രയോജനമാണ് മാഷിനുണ്ടായത്? ആർക്കെങ്കിലും പ്രയോജനമുണ്ടായിട്ടുണ്ടോ. ഇല്ല. വീട്ടുകാർക്കുപോലും ഉണ്ടായിട്ടില്ല. സത്യത്തിൽ ഈ മൈസൂറിൽ വന്നു സുഖവാസം ആയിരുന്നില്ലേ. ഏല്പിച്ച ദൗത്യമൊന്നും വിജയിച്ചില്ല. അവിടെയുണ്ടായിരുന്നെങ്കിൽ മാഷിന് ഈ അപകടം സംഭവിക്കില്ലായിരുന്നു.

“ഇവിടെയിരിക്കുകയാണോ?” ഹർഷൻ അയാൾക്കരികിലെത്തി. കാണാത്തതുകൊണ്ട് അന്വേഷിച്ചിറങ്ങിയതാണ്.

“നീയിന്നു ക്ലാസിൽ പോയില്ലേ?” അയാൾ ചോദിച്ചു.

“ഇല്ല, ഇന്നിനി വയ്യ. നമുക്കിനി എന്താണു ചെയ്യാനുള്ളത്. എന്താ പരിപാടി?”

ഹർഷന്റെ ശബ്ദത്തിൽ നിരാശയുണ്ടായിരുന്നു.

“എനിക്കും അറിയില്ല ഹർഷാ. മാഷുമായിട്ടായിരുന്നു ബന്ധം. ഓരോ നിർദേശവും മാഷ് വഴിയാണ് കിട്ടിക്കൊണ്ടിരുന്നത്. ആരെങ്കിലും നമ്മളെ ബന്ധപ്പെടുമെന്നു കരുതാം. എന്തായാലും അയ്യൻകൊല്ലിവരെ പോകാൻതന്നെ തീരുമാനിച്ചു.” ഉറച്ചശബ്ദത്തിൽ പറഞ്ഞ് അയാൾ എഴുന്നേറ്റു.

“ഹർഷാ, ഒരു കാര്യം മറന്നു. ഇന്നലെ നമ്മുടെ ലോറിക്കാരൻ കൊണ്ടുവന്നു തന്ന കത്താ. നിങ്ങളെ ഏൽപിക്കാൻ പറഞ്ഞു.” കടക്കാരൻ പെട്ടെന്നു പിന്നിൽ നിന്നു വിളിച്ചു മുഷിഞ്ഞ ഒരു കവർ നീട്ടി.

ഇരുവരും ആവേശത്തോടെ കത്തിനു നേർക്കു കൈനീട്ടി. അതെ, തമ്പി മാഷിന്റെ കത്ത്. ഒരാഴ്ച മുൻപ് എഴുതിയതാകണം. അപ്പോൾ മരണത്തിന് തൊട്ടുമുൻപുള്ള ദിവസമായിരിക്കണം. വിറയ്ക്കുന്ന കൈകളോടെ അവർ കത്തുപൊട്ടിച്ചു.

"എടാ, ഇവിടുത്തെ കാര്യമോർത്തു നീ വല്ലാതെ വേവലാതിപ്പെടുന്നുണ്ട് അല്ലേ. അതു വേണ്ട. അവിടുത്തെ കാര്യം ഭംഗിയായി പൂർത്തിയാക്കുക. തിരിച്ചടികൾ താൽക്കാലികമാണ്. പിടിച്ചുനിൽക്കുക. പിന്നൊരു കാര്യം. ഞാൻ അവിടേക്കു വരുന്നുണ്ട്. എപ്പോഴെന്നു പറയാനാവില്ല. ഒരു ദിവസം പ്രത്യക്ഷപ്പെടും. അത്രതന്നെ. നിന്നെ കണ്ടിട്ട് കുറേയായില്ലേ? ചില പ്രധാന കാര്യങ്ങൾ സംസാരിക്കാനുണ്ട്. നേരിൽ തന്നെ സംസാരിക്കണം. കാണാം. കണ്ണുകൾ കിട്ടിയത് മുന്നിലെയല്ല, പിന്നിലുള്ള കാഴ്ചകൾ കാണാനാണെന്നു തിരിച്ചറിയുക." സ്വന്തം മാഷ്.

ആരു വായിച്ചാലും പിടികിട്ടാത്ത കത്ത്. ആർക്ക് എഴുതിയതെന്നോ ആരാണ് എഴുതിയതെന്നോ ഇല്ല. ഈ കത്തിലൊന്നും നിരാശയുടെ സൂചനപോലും ഇല്ല. ഒന്നുറപ്പിക്കാം. മാഷ് ആത്മഹത്യ ചെയ്തതല്ല. അതൊരു കൊലപാതകം തന്നെ.

ആകെ വിയർത്തുകുളിച്ച് അയാൾ ബഞ്ചിൽ ഇരുന്നു. എന്തുചെയ്യണം. ഒരു രൂപവുമില്ല. കത്തയച്ച ശേഷമുള്ള ദിവസങ്ങളിൽ എന്തോ സംഭവിച്ചിരിക്കണം. ഈ മരണത്തിനു പിന്നിൽ ആരോ ഉണ്ട്. ആലോചിച്ചിരുന്നിട്ട് കാര്യമില്ല. ഈ തടികൊണ്ട് എന്തെങ്കിലും പ്രയോജനം വേണം. അയ്യൻകൊല്ലിക്കു പോകുക തന്നെ. അയാൾ ഉറപ്പിച്ചു.

"ഹർഷാ, ഞാൻ വയനാട്ടിൽ പോകുന്നു. മറുത്തൊന്നും പറയല്ലേ. യോഗമുണ്ടെങ്കിൽ നമുക്കു പിന്നീടൊരിക്കൽ കാണാം. കണ്ടില്ലെന്നും വരാം." അയാളുടെ ശബ്ദം ഇടറിയിരുന്നു. ഹർഷൻ ഒന്നും മിണ്ടിയില്ല. തീരുമാനം ഉറച്ചതാണെന്ന് എല്ലാവർക്കും തോന്നി.

ഉച്ചയോടെ അയാൾ പോകാനൊരുങ്ങി. നീല ജീൻസും കറുത്ത ഷർട്ടും തോളത്തു നീളൻ സഞ്ചിയും. ചെലവിനുള്ള കാശ് കീശയിലിട്ടു. ബാക്കി കടലാസിൽ പൊതിഞ്ഞ് ഷൂസിനുള്ളിൽ വച്ചു. കള്ളന്മാർക്ക് എന്തു വിപ്ലവം. കാശെല്ലാം ഒരുപോലെതന്നെ. ഒടുവിൽ ബാഗിനുള്ളിൽ കടലാസിൽ പൊതിഞ്ഞുവച്ച പ്രിയസുഹൃത്തിനെ പുറത്തെടുത്തു.

തിളക്കമുള്ള കൊച്ചുകഠാര. വണ്ടിയുടെ പ്ലേറ്റ് ഉരുക്കി കുമാരൻ കൊല്ലനെക്കൊണ്ടു തമ്പിമാഷ് ഉണ്ടാക്കിച്ചതാണ്.

"ഇതു നിനക്കിരിക്കട്ടെ. എപ്പോഴെങ്കിലും വേണ്ടിവന്നേക്കാം. അടിയന്തരഘട്ടത്തിൽ മാത്രമേ ഉപയോഗിക്കാവൂ. കാരണം ഒരിക്കൽ ഉപയോഗിച്ചു തുടങ്ങിയാൽ പിന്നീട് ഉറയിൽ ഇടാൻ പറ്റിയെന്നുവരില്ല." മാഷ് പറഞ്ഞതോർക്കുന്നു.

"കത്തിപിടിക്കാൻ പോലും അറിയാത്ത എനിക്ക് ഇതെന്തിനാ മാഷെ" എന്നു ചോദിച്ചപ്പോൾ ആ മുഖത്ത് അർത്ഥഗർഭമായ ചിരി മിന്നിമറഞ്ഞു.

“ചോദ്യങ്ങളുടെ ആകത്തുകയാണ് ജീവിതം. എല്ലാ ഉത്തരങ്ങളും പഠിച്ചു വച്ചിട്ട് മുന്നോട്ടുപോകാനാവില്ല കുട്ടീ.” മാഷിന്റെ മറുപടിക്ക് കത്തിയുടെ മൂർച്ചയുണ്ടായിരുന്നു.

കത്തി ശ്രദ്ധയോടെ സോക്സിനുള്ളിൽ തിരുകി അയാൾ എഴുന്നേറ്റു. എല്ലാവർക്കും നേരെ മുഖമുയർത്തി നിശ്ശബ്ദനായി യാത്രപറഞ്ഞ് വേഗമിറങ്ങി. “ഇനിയെന്നാ കാണുക.” മാത്തൻ ചോദിച്ചു. ചെറുതായി പുഞ്ചിരിച്ച് അയാൾ പടികളിറങ്ങി താഴെയെത്തി. കൊണ്ടുവിടാമെന്നു പറഞ്ഞ് ഹർഷൻ ഓടിയെത്തിയെങ്കിലും സമ്മതിച്ചില്ല.

“ഇനിയുള്ള യാത്രയിൽ ഞാൻ ഒറ്റയ്ക്കാണ് ഹർഷാ. ഇനിയെന്നെങ്കിലും കാണുകയാണെങ്കിൽ നല്ലൊരു കാര്യം പറയാൻ ഇടയാകുമെന്ന പ്രതീക്ഷയാണ് എന്റെ ധൈര്യം.”

ആദ്യം കണ്ട ഓട്ടോയിൽ കയറി അയാൾ യാത്രയായി. ഹർഷന്റെ കണ്ണുകൾ നിറഞ്ഞു.

പതിനൊന്ന്

നിലയ്ക്കാത്ത ചോരച്ചാലുകൾ

സബർബൻ ബസ്സ്സ്റ്റാൻഡിൽ നിന്ന് വയനാട് ഭാഗത്തേക്കുള്ള ബസ്സിൽ കയറി. തുണിക്കെട്ടുകളും വട്ടികളുമായി നിറയെ പെണ്ണുങ്ങൾ. അയാൾ കണ്ടക്ടറോടു ചേർന്നുള്ള സീറ്റിലിരുന്നു. മുന്നിലിരുന്നയാൾ കണ്ടക്ടറോടു പറയുന്നതു കേട്ട് അതേ സ്ഥലത്തേക്ക് അയാളും ടിക്കറ്റെടുത്തു.

ബത്തേരിക്കും കോഴിക്കോടിനുമുള്ള ബസ്സുകൾ മനപ്പൂർവം ഒഴിവാക്കിയതാണ്. എപ്പോഴും പരിശോധനയുണ്ടാകും. അരമണിക്കൂർ യാത്ര ചെയ്തപ്പോഴേക്കും സ്റ്റോപ്പ് ആയി. കുഗ്രാമം. ചാമുണ്ഡി മലനിരകളുടെ വാലുപോലുള്ള ചെറുകുന്നുകളും പാറക്കെട്ടുകളും. വിശാലമായ പച്ചപ്പിൽ മേയുന്ന കാലിക്കൂട്ടങ്ങൾ. റോഡരികിലെ വലിയ കല്ലിൽ അയാളിരുന്നു. നാട്ടിലേക്കുള്ള ലോറികൾ ഇതുവഴിയാണ് പോകുക. ഇനിയുള്ള യാത്ര അതിലാകാം. എന്തായാലും അയ്യൻകൊല്ലിയിൽ എത്തുമ്പോൾ രാത്രിയാകും. അയാൾ കാത്തിരുന്നു. തൊണ്ടവരളുന്നു. അയാൾ മുന്നോട്ടു നടന്നു. ദൂരെ മരത്തണലിൽ ഒരു കരിക്കുകച്ചവടക്കാരൻ. കരിക്കിൻവെള്ളം കുറച്ചു കുടിച്ചപ്പോൾ ആശ്വാസം തോന്നി. ചുറ്റും നോക്കി കച്ചവടക്കാരൻ ചോദിച്ചു, “ഇതുമാത്രം മതിയോ.” വേറെന്താ ഉള്ളതെന്നു ചോദിച്ചപ്പോൾ ഒന്നുമില്ലെന്നായി മറുപടി. ചാരായമാണോയെന്ന് ആംഗ്യം കാണിച്ചപ്പോൾ അയാൾ ചിരിച്ചു. പിന്നെ ഉന്തുവണ്ടിയുടെ താഴത്തെ തുണിക്കെട്ടിൽ നിന്നു രണ്ടു ചാരായക്കവറുകൾ പുറത്തെടുത്തു. കവറുകൾ പൊട്ടിച്ച് കരിക്കിനുള്ളിലൊഴിച്ച് വലിച്ചുകുടിച്ചു. വട്ടയിലയിൽ അല്പം അച്ചാർ കടക്കാരൻ തേച്ചു കൊടുത്തു. ഒരു കരിക്കും മൂന്നു കവറും അയാൾ വാങ്ങി. ഒരു കവർ പൊട്ടിച്ച് നേരെ വായിലേക്കൊഴിച്ചു. നെഞ്ചിനുള്ളിൽ തീ കത്തിയിറങ്ങിയപ്പോൾ കരിക്കുകൊണ്ട് തണുപ്പിച്ചു. പൈസ കൊടുത്ത് ബാക്കികവറുകൾ കീശയിലിട്ട് തിരിഞ്ഞുനടന്ന് പഴയ കല്ലിൽ ഇരുന്നു.

വെയിലും തണുത്തകാറ്റും അടിച്ചപ്പോൾ നല്ല സുഖം തോന്നി. അകലെ നിന്ന് ഇറക്കമിറങ്ങിയൊരു ലോറിവരുന്നതു കണ്ടു. കൈനീട്ടിയെങ്കിലും നിർത്താതെ പോയി. മൂന്നോ നാലോ വണ്ടികൾ കടന്നുപോയി. ഓവർ

ലോഡുമായി വന്ന വണ്ടികൾ നിർത്തില്ല. അതങ്ങനെയാണ്. അയാൾ കാത്തിരുന്നു. കുറച്ചു കഴിഞ്ഞപ്പോൾ കർണാടക റജിസ്ട്രേഷനിലുള്ള ലോറി വരുന്നതു കണ്ടു. കൈനീട്ടി. ലോറി മെല്ലെ വന്ന് അരികിൽ നിന്നു. “സാമി, ബത്തേരി..” എന്നു പറഞ്ഞപ്പോൾ സൂക്ഷിച്ചുനോക്കിയ ക്ലീനർ ഡ്രൈവറോട് എന്തോ ചോദിച്ചശേഷം ഡോർ തുറന്നു. ഡ്രൈവർസീറ്റിനു പിന്നിലെ പലകപ്പുറത്ത് അയാൾ ഇരുന്നു. വണ്ടി കുതിച്ചു. ബത്തേരിയിലെത്തിയപ്പോൾ ഒൻപതുമണി കഴിഞ്ഞു. കടകൾ അടഞ്ഞുതുടങ്ങി. ക്ലീനറുടെ കയ്യിൽ പണം കൊടുത്ത് അയാൾ മെല്ലെയിറങ്ങി. ഇനിയങ്ങോട്ട് വളരെ ശ്രദ്ധിക്കണം. അയ്യൻകൊല്ലി ഭാഗത്തേക്ക് വണ്ടിയുണ്ടാകില്ല. ജീപ്പുകളുണ്ടാകുമെങ്കിലും സുരക്ഷിതമല്ല. തോട്ടങ്ങളിലെ വണ്ടികളാകും. ഒറ്റുകാരാണെവിടെയും. നടക്കുകതന്നെ. അയാൾ കീശയിൽ നിന്നൊരു ചാരായ പായ്ക്കറ്റ് എടുത്ത് പൊട്ടിച്ചെങ്കിലും കഴിക്കാൻ തോന്നിയില്ല. ഒന്നാലോചിച്ചു നിന്നശേഷം കലിയോടെ അതയാൾ വലിച്ചെറിഞ്ഞു വേഗത്തിൽ നടന്നു. ചില ജീപ്പുകൾ കടന്നുപോയി. അയാൾ ഇരുളിലേക്കു മാറി മൂത്രമൊഴിക്കും പോലെ നിന്നു. പൊലീസ് ജീപ്പ് ആണെങ്കിൽ പ്രശ്നമാകും. അവരുടെ ചോദ്യങ്ങൾക്കു മുന്നിൽ ബുദ്ധി മുട്ടും. ഉത്തരങ്ങൾ തേടാനുള്ള മാനസികാവസ്ഥയിലുമല്ല. പകയാണ് എല്ലാറ്റിനോടും.

കുറേ നടന്നപ്പോൾ ഇരിക്കണമെന്നു തോന്നി. തണുപ്പുണ്ടെങ്കിലും നന്നായി വിയർത്തിരിക്കുന്നു. കുറേ സമയം കടന്നുപോയി. ഇരുട്ടായി. ദൂരെ വലിയൊരു ഇരമ്പൽ കേട്ടു. മിന്നാമിനുങ്ങുകളെ പോലെ വെളിച്ചം. ക്രമേണ അതടുത്തുവന്നു. ഏതാനും ബൈക്കുകളാണ്. ജായ്ക്കറ്റും ഹെൽമറ്റുമൊക്കെ വച്ച് കുറേ ചെറുപ്പക്കാർ. അയാൾ കൈകാണിച്ചു. ബൈക്കുകൾ കൂട്ടത്തോടെ നിന്നു.

“എനിക്കു നമ്പ്യാകുളം വരെ പോകണം. വണ്ടിയൊന്നും കിട്ടാനില്ല. സഹായിച്ചാൽ ഉപകാരം.”

“അവിടെയെന്താ പരിപാടി?”

കൂട്ടത്തിലൊരാൾ ചോദിച്ചു.

“തോട്ടത്തിൽ പണിയാണ്. കൽപ്പറ്റയിൽ ഒരാവശ്യത്തിനു പോയതാണ്. വൈകി.” അയാൾ മറുപടി നൽകി.

“ശരി. കയറിക്കോളൂ. പിന്നിലിരുന്നു വേണ്ടാതീനമൊന്നും കാണിക്കരുത്.” അവരിലൊരാൾ പരിഹാസത്തോടെ പറഞ്ഞു. എല്ലാവരും അതു കേട്ടു പൊട്ടിച്ചിരിച്ചു. കൂട്ടച്ചിരിയിൽ മദ്യത്തിന്റെ ഗന്ധം നിറഞ്ഞുനിന്നു. എൻഫീൽഡിന്റെ പിന്നിൽ അയാൾ കയറി. ഗർജനത്തോടെ വാഹനക്കൂട്ടം കുതിച്ചു.

“നിങ്ങൾ എവിടെനിന്നു വരുന്നു.” അല്പം കഴിഞ്ഞപ്പോൾ അയാൾ ചോദിച്ചു.

“ഞങ്ങൾ മൈസൂരിൽ സ്റ്റുഡന്റ്സ്സാ.”

"എന്താ വെക്കേഷനാണോ?"

അയാൾ വീണ്ടും ചോദിച്ചു.

"അല്ല. ദിവസവും ക്ലാസിൽ പോയാൽ ബോറടിക്കില്ലേ ചേട്ടാ. അതു കൊണ്ട് ഇടയ്ക്കിടെ ഇങ്ങനെ കറങ്ങും. കറങ്ങി മടുക്കുമ്പോൾ വീണ്ടും ക്ലാസിലെത്തും." ഇത്രയും പറഞ്ഞ് അയാൾ ബൈക്ക് നിർത്തി. പാന്റ്സിന്റെ പോക്കറ്റിൽ നിന്നൊരു പൊതി തുറന്ന് ചുണ്ടിൽ വച്ചു. കൂടെയുള്ളവരും അതാവർത്തിച്ചു.

"ചേട്ടോ, ഇവൻ സാദാ ബീഡിയല്ല. സൊയമ്പൻ നീലച്ചടയനാ. ഒന്നു വലിച്ചിരുത്തുന്നോ. നേരെ സ്വർഗത്തിൽ പോയി കറങ്ങിവരാം."

അവർ പൊട്ടിച്ചിരിച്ചു. പുകപടലങ്ങൾ വലിയൊരു രൂപമായി മാറി അയാളെ വിഴുങ്ങി. കഞ്ചാവിന്റെ രൂക്ഷഗന്ധം അസ്വസ്ഥനാക്കി.

"വേണ്ടനിയാ, എനിക്കു നരകത്തിൽ പോയാൽ മതി." അയാൾ ശബ്ദം താഴ്ത്തി പറഞ്ഞു.

"ശരി, വേണ്ടെങ്കിൽ വേണ്ട. ചേട്ടൻ ആളു ഡീസന്റ് ആണെന്നു മനസ്സിലായി. സാധാരണ രാത്രി സമയത്ത് ആരെയും കയറ്റാറില്ല. മിക്കവാറും കുണ്ടന്മാരായിരിക്കും. സൂക്ഷിച്ചില്ലേൽ കിടുങ്ങാമണി അടിച്ചോണ്ടു പോകും. അതാ." ഇത്രയും പറഞ്ഞ് പയ്യൻ അവസാനത്തെ പുകയുമെടുത്ത് ബീഡിക്കുറ്റി വലിച്ചെറിഞ്ഞു.

പുൽപ്പടർപ്പുകൾക്കിടയിൽ ചോരക്കണ്ണുകൾ പോലെ എരിയുന്ന ബീഡിക്കുറ്റികൾ അയാളെ തുറിച്ചുനോക്കി.

"ഉറങ്ങി താഴെ വീഴല്ലേ, പിടിച്ചിരുന്നോളണം" എന്നു പറഞ്ഞ് ചെറുപ്പക്കാരൻ വണ്ടി സ്റ്റാർട്ട് ചെയ്തു. നമ്പ്യാകുന്നിൽ വേഗമെത്തി. നന്ദി പറഞ്ഞ് അയാൾ ബൈക്കിൽ നിന്നിറങ്ങി. കൈകൾ വീശി സംഘം യാത്ര പറഞ്ഞു.

നല്ല. പയ്യന്മാർ. അയാൾ പിറുപിറുത്തു. പേരുപോലും ചോദിച്ചില്ല. സാരമില്ല. പോട്ടെ. അയാൾ നടന്നു. എത്രയും പെട്ടെന്ന് അയ്യൻകൊല്ലിയിൽ എത്തണം. ഇനി വളരെ സൂക്ഷിക്കണം. മുതലാളിമാരെയോ സിൽബന്ധികളെയോ പേടിക്കേണ്ട. മൂക്കറ്റം കള്ളുംമോന്തി കിടക്കുകയാകും. പക്ഷേ, കാട്ടുജീവികളെ പേടിക്കണം. ഇരുട്ടായാൽ പുലികൾ ഇറങ്ങുന്ന സ്ഥലമാണ്. ചുറ്റും നോക്കിയശേഷം അയാൾ വേഗത്തിൽ നടന്നു.

എങ്ങോട്ടാണു പോകേണ്ടത്? ആരെയാണ് ആദ്യം കാണേണ്ടത്? ആകെ ആശയക്കുഴപ്പമായി. തൽക്കാലം തമ്പിമാഷിന്റെ വീടിന്റെ പരിസരത്തേക്കു നടക്കാം. ആരെയെങ്കിലും കാണാൻ പറ്റിയെങ്കിലോ. കാടു കയറിയ ചിന്തകളുമായി നേർത്ത നിലാവെളിച്ചത്തിൽ നടന്നപ്പോൾ അയ്യൻകൊല്ലിയിൽ എത്തിയതറിഞ്ഞില്ല. അമ്പലമൂല ഭാഗത്തേക്കു പോകാം. തമ്പിമാഷിന്റെ വിശ്വസ്തരായ പണിക്കാരുടെ ആരുടെയെങ്കിലും വീടുകളിൽകൂടാം. അയാൾ തീരുമാനിച്ചു.

അയാൾ നടന്നു. കുറേയെത്തിയപ്പോൾ എതിരെ ചൂട്ടുകറ്റയുടെ വെളിച്ചം. ആളിയും മങ്ങിയും കത്തി അരികിലെത്തി. ഹോ. ഗോപാലേട്ടനാണ്. ഭാഗ്യമായി. കാര്യങ്ങൾ വിശദമായി അറിയാം. വേണമെങ്കിൽ ഇന്നവിടെ കൂടുകയും ചെയ്യാം. അടുത്തെത്തിയതും ചൂട്ടുകറ്റ ഉയർത്തി ഗോപാലേട്ടൻ നോക്കി.

"ആഹാ, നീയോ പ്രകാശാ. എവിടെയായിരുന്നു?"

"അല്ലാ, ഗോപാലേട്ടാ ഇങ്ങളെന്താ ഈ രാത്രിയിൽ. എവിടെപ്പോയി?" അയാൾ മറുചോദ്യം ചോദിച്ചു.

"മുതലാളിയുടെ പണിപ്പുരയിൽ ചപ്പിന്റെ (കൊളുന്ത്) ലേശം പണീണ്ടാർന്നു. പണി വേഗം തീർത്താലേ ലോഡ് പോകൂ." ഗോപാലേട്ടൻ പറഞ്ഞു.

"അപ്പോ രാത്രിയിലൊക്കെ പണിക്കു പോകാൻ നിങ്ങളത്ര അടുപ്പമായോ?"

വിശ്വസ്തരെയും നല്ലപണിക്കാരെയുമൊക്കെയേ മുതലാളിമാർ പ്രധാനപ്പെട്ട ജോലി ഏൽപിക്കൂ. പണിപ്പുരയിലും പിന്നാമ്പുറങ്ങളിലും കാണാനും കേൾക്കാനുമൊക്കെ പലതുമുണ്ടാകും. അതെല്ലാം അവിടെത്തന്നെ മറന്നേക്കണം. കൈനിറയെ കാശു വാങ്ങുക, വയറുനിറയെ കള്ളു കുടിക്കുക. അതിലപ്പുറമൊന്നുമില്ല. അതാണ് തോട്ടങ്ങളിലെ പാഠം.

"നിങ്ങളും അവരും തമ്മിൽ.....?" അയാളുടെ ചോദ്യം മുഴുമിപ്പിക്കും മുൻപേ ഗോപാലേട്ടന്റെ മറുപടി വന്നു. "നിനക്കതു മനസ്സിലാകൂല്ല പ്രകാശാ. ഒറ്റത്തടിയല്ലേ. വിശന്നാ നമുക്കു മുണ്ടു മുറുക്കിയും കമിഴ്ന്നുമൊക്കെ കിടക്കാം. പക്ഷേ, പിള്ളേരുടെ കരച്ചിൽ കേൾക്കാനൊക്കുമോ? വലിയ സ്വപ്നം കണ്ടിട്ടൊന്നും കാര്യമില്ലെടാ. അതിനൊക്കെ പുണ്യം ചെയ്യണം. എല്ലാവരെയും വെറുപ്പിച്ചു ജീവിച്ചിട്ടു കാര്യമുണ്ടോ. എല്ലാവർക്കും ആദർശം പ്രസംഗിക്കാം. അതുകൊണ്ട് അരിയും കൊള്ളിയും കിട്ടില്ല. അതുവാങ്ങാൻ കാശുതന്നെ കൊടുക്കണം. വലിയ വർത്തമാനം പറഞ്ഞു നടന്ന തമ്പിമാഷിന്റെ കാര്യമെന്തായി? കഥകഴിച്ചില്ലേ? ആരെങ്കിലും ചോദിച്ചോ? അവിടെനിന്നും ഇവിടെനിന്നുമൊക്കെ കുറേ താടിക്കാരുവന്നു വായിൽക്കൊള്ളാത്ത വർത്തമാനം പറഞ്ഞു പോയില്ലേ? ന്തേ, അവരൊക്കെ എവിടെപ്പോയി? നീയെവിടാരുന്നു?"

"ങേ, തമ്പിമാഷിനെ കൊന്നെന്നോ? ഗോപാലേട്ടാ, എനിക്കറിയണം. എല്ലാ. തുറന്നുപറയൂ. ആരാണതു ചെയ്തത്." അയാൾ ഒച്ചവച്ചു.

"പൊന്നു പ്രകാശാ, നീ എന്നെ എടങ്കേടാക്കല്ലേടാ. ജീവിച്ചുപൊക്കോട്ടെ. നീ വേഗം സ്ഥലംവിട്ടോ. നിന്നെയും അവർ അന്വേഷിക്കുന്നുണ്ട്. ഇനി അവർക്കു ധൈര്യമായി. പൊലീസും പട്ടാളവും മന്ത്രിമാരും ഉദ്യോഗസ്ഥരുമെല്ലാം അവരുടെ കൂടെയാടാ. നീ കൂട്ടിയാൽ കൂടൂല്ലമോനേ. തടിയുമായി സ്ഥലം വിട്ടോ. എവിടെയെങ്കിലും പോയി ജോലിയെടുത്തു ജീവിക്കാം."

"നിർത്ത് ഗോപാലേട്ടാ. ഇതു നിങ്ങളു തന്നെയാണോ. മാഷിന്റെ അടുത്തയാളായിരുന്നില്ലേ. ഉണ്ണാനും കറങ്ങാനുമൊക്കെ. പറയ്, എങ്ങനെയാണ് മാഷ് മരിച്ചത്? പറയ് ഗോപാലേട്ടാ. അത്രയെങ്കിലും ദയ കാണിക്ക് എന്നോട്." അയാളുടെ ശബ്ദം ഇടറി.

"ഇനിയതൊക്കെ പറഞ്ഞിട്ടു കാര്യമുണ്ടോടാ. മാഷ് തൂങ്ങിനിൽക്കുന്നതു കണ്ടു. മുറ്റത്തെ മരക്കൊമ്പിൽ. ഭാര്യ വീട്ടിനകത്തും ചത്തുകിടന്നു. വിഷം കഴിച്ചതാ. മുഖത്തും കഴുത്തിലുമൊക്കെ നീലനിറമുണ്ടായിരുന്നെന്നോ, മുറിവുണ്ടായിരുന്നെന്നോ ഒക്കെ പറയണൂ. എനിക്കറിയൂല്ല. ഞാൻ കണ്ടില്ല. മാഷിന്റെ ശവം കണ്ടു. ഓർടെ കണാനുള്ള തന്റേടം എനിക്കുണ്ടായില്ലെടാ. ഒരുപാട് വച്ചുവിളമ്പിത്തന്നതല്ലേ."

"ഗോപാലേട്ടാ, ഞാൻ പൊയ്ക്കോളാം, ഈ രാത്രിയിൽ തന്നെ. പക്ഷേ എനിക്കറിയണം. ആരാണ് മാഷിനെ കൊന്നത്. സത്യം പറയൂ." അയാളുടെ മുഖം വലിഞ്ഞുമുറുകി.

"പണിപ്പുരയിലെ അടക്കം പറച്ചിലുകളിൽ നിന്നു മനസ്സിലായതാണ്. ഷൺമുഖൻ ചെട്ടിയാണത് ചെയ്യിച്ചത്. ഭൈരവൻ മൂപ്പൻ നേരിട്ടാണത്രേ തീർത്തുകളഞ്ഞത്. രാത്രിയിൽ വായനശാലയിൽ നിന്നു മാഷ് വരുന്ന വഴി കലുങ്കിന്റെ ഭാഗത്തുവച്ചാണത്രേ. തോർത്തുകൊണ്ട് കഴുത്തുമുറുക്കി. പുറമെനിന്നുള്ള കൂട്ടാളികൾ പിടിച്ചുകൊടുത്തു. എന്നിട്ടു വീട്ടിൽ കൊണ്ടുവന്നു വാതിൽക്കലെ മരത്തിൽ കെട്ടിത്തൂക്കി. എന്നിട്ടു കതകിൽ മുട്ടി. മാഷാണെന്നു കരുതി കതകുതുറന്ന അവരെ ബലമായി വിഷം കൊടുത്തും കഴുത്തുഞെരിച്ചും കൊന്നുവെന്നും പറയുന്നു. എന്തായാലും ഭൈരവനും ചെട്ടിയാരു മുതലാളിയും തമ്മിൽ ഇപ്പോൾ നല്ല അടുപ്പമാണ്. സ്പിരിറ്റിന്റെയും കഞ്ചാവിന്റെയും ഇടപാടും തുടങ്ങിയിട്ടുണ്ട്. തേയിലയും കാപ്പിയും കൊണ്ട് ഒരുപാടു നാൾ പിടിച്ചുനിൽക്കാനാവില്ലത്രേ. ഒരു കേസും ഇതിന്റെയൊന്നും പേരിൽ ഉണ്ടായില്ല. നീ പറയ്. ഇവരോടൊക്കെ എതിരിടാൻ നമുക്കു പറ്റുമോടാ? നീ പൊയ്ക്കോ, പോയി രക്ഷപ്പെട്ടോ. വിശ്വസിക്കാൻ കൊള്ളാത്ത വർഗ്ഗമാടാ. എനിക്കു വേറെ നിവൃത്തിയില്ല. ശരി പോകട്ടെ. ഞാൻ, നിന്നെ കണ്ടിട്ടുമില്ല, കേട്ടിട്ടുമില്ല."

"ഭൈരവൻ ഇപ്പോൾ എവിടെയുണ്ടാകും?" അയാൾ ചോദിച്ചു. അയാളുടെ കണ്ണുകളിലെ തിളക്കം കണ്ട് ഗോപാലേട്ടനു ഭയമായി. "പ്രകാശാ. അവരോടൊന്നും മത്സരിക്കാൻ നിൽക്കണ്ടാ. കച്ച പുതപ്പിച്ച് കിടത്തും അവർ. താഴത്തെ പണിപ്പുരയിലാണ് ഈയിടെ അവരുടെ സങ്കേതം. ഭൈരവൻ മാത്രമല്ല, എന്തിനും പോന്ന കുറേപ്പേരുമുണ്ട്. അവരെയൊന്നും എനിക്കറിയില്ല. വരത്തന്മാരാ. നിന്നെ വെട്ടിയരിഞ്ഞു വാറ്റി ചാരായമാക്കും അവർ. ഞാൻ പോണൂ."

ഗോപാലേട്ടൻ നിലത്തുനിന്ന് ചൂട്ടുകറ്റയെടുത്ത് ആഞ്ഞുവീശി കത്തിച്ചുകൊണ്ടു നടന്നു.

അയാൾ തലയ്ക്കു കൈകൊടുത്ത് നടുറോഡിൽ ഇരുന്നു. മുകളിൽ നക്ഷത്രങ്ങൾ അയാളെ നോക്കി കളിയാക്കി ചിരിച്ചു. പുൽക്കൊടിയെ

കളിയാക്കുന്ന ലാഘവത്തോടെ ചിരിക്കുന്ന നക്ഷത്രങ്ങൾക്കു ജന്മിത്വത്തിന്റെ മുഖം. കൈകുത്തി എണീക്കാൻ തുടങ്ങിയ അയാളുടെ വിരൽ സോക്സിനുള്ളിലെ കഠാരയിൽ തൊട്ടു. ഉറയിൽ സൂക്ഷിച്ചുവച്ച ആത്മവിശ്വാസം. പിടുത്തം മുറുകി. വന്യതയോടെ സോക്സിൽ നിന്ന് അയാളത് ഊരിയെടുത്തു. ഭ്രാന്തമായ ആവേശം അയാളെ വലിച്ചുമുറുക്കി. ചെട്ടിയാരുടെ പണിപ്പുര ലക്ഷ്യമാക്കി അയാൾ ഓടി. അതുവരെയില്ലാത്ത ധൈര്യവും കരുത്തും അയാൾ തിരിച്ചറിയുകയായിരുന്നു. ദൂരെ, റാന്തൽ വെളിച്ചത്തിൽ പണിപ്പുര കണ്ടു. അയാൾ ചുറ്റുംനോക്കി. പിന്നീട് പുലിയുടെ പതിഞ്ഞ കാൽവയ്പുകളോടെ മുന്നോട്ടുനീങ്ങി. അകത്തുനിന്നു കൂർക്കംവലിയുടെ വൃത്തികെട്ട ശബ്ദം ഉയരുന്നുണ്ടായിരുന്നു. ജനാലയിലൂടെ മെല്ലെ നോക്കി. ഒഴിഞ്ഞ കുപ്പികൾ. ഇലക്കീറുകളിൽ പാതികടിച്ച ഇറച്ചിക്കഷണങ്ങൾ. ചവച്ചുതുപ്പിയ എല്ലുകളിൽ ഈച്ചകളും ഉറുമ്പുകളുമാർക്കുന്നു. അവയ്ക്കു നടുവിൽ വലിയൊരു തടിപ്പെട്ടിയിൽ കാക്കി നിക്കറും ചുവന്ന മുറിക്കയ്യൻ ബനിയനുമിട്ട് ഭൈരവൻ. പാതിതുറന്ന വായും കട്ടിപ്പുരികവും വന്യമായ മുരൾച്ചപോലുള്ള കൂർക്കംവലി. കഷണ്ടിത്തലയും നരവീണ കൊമ്പൻമീശയും കുറ്റിത്താടിയുമുള്ള അയാളുടെ മുഖത്ത് ക്രൂരതയുടെ തിളക്കം.

അയാൾ എത്തിനോക്കി. താഴെ മൂന്നു നാലുപേർ തലങ്ങും വിലങ്ങും കിടക്കുന്നു. വാറ്റുചാരായത്തിന്റെ രൂക്ഷഗന്ധം.

പക ആർത്തിരമ്പിയെത്തിയെത്തിയപ്പോൾ അയാൾ തോലുറയിൽ നിന്നു കഠാര വലിച്ചൂരി. ഉറ വായിൽ കടിച്ചുപിടിച്ച് അഴികളില്ലാത്ത ജനാലയിലൂടെ അകത്തേക്ക് ചാടിയതും താഴത്തിരുന്ന കുപ്പികൾ തട്ടിമറിഞ്ഞു. നടുങ്ങിപ്പോയി. പെട്ടെന്ന്, ഏതു നായിന്റെ മോനാടാ അതെന്ന് ഒച്ചവച്ച് ഭൈരവൻ കണ്ണുതുറന്നു. സഹായിയെ നോക്കി വേലുച്ചാമീ എന്നലറിക്കൊണ്ട് ചാടിയെഴുന്നേറ്റ അയാൾ താഴെ നിന്നൊരു കുപ്പിയെടുത്ത് ആഞ്ഞെറിഞ്ഞു. ഇടതു പുരികത്തിനു മുകളിലായി കൃത്യമായി കുപ്പി കൊണ്ടു. തലയ്ക്കുള്ളിൽ കൊള്ളിയാൻ മിന്നുംപോലെ പ്രകാശനു തോന്നി. വേദനയും ദേഷ്യവും സങ്കടവും കൂടിച്ചേർന്നപ്പോൾ നിലവിളിയോടെ അയാൾ ഭൈരവന്റെ നേർക്കു ചാടിവീണു. മദ്യലഹരിയിൽ തപ്പിത്തടഞ്ഞെഴുന്നേറ്റ ഭൈരവന്റെ കഴുത്തു ലക്ഷ്യമാക്കി കത്തിവീശി. ഞരക്കത്തോടൊപ്പം കണ്ണിലേക്കും ചുണ്ടിലേക്കും എന്തോ തെറിച്ചുവീണു. നാക്കു പുറത്തിട്ട് ചുണ്ടുകളിൽ പരതി. ചുടുചോരയുടെ രുചി. അയാൾ ആഞ്ഞാഞ്ഞു കുത്തി. നെഞ്ചിൽ നിന്നും വയറ്റിൽ നിന്നുമൊക്കെ ചോരച്ചാലുകൾ ഒഴുകി. ഉറയ്ക്കാത്ത കാലുകളുമായി ചാടിയെഴുന്നേറ്റ കൂട്ടാളികളെയും തലങ്ങുംവിലങ്ങും കുത്തി. കുത്തുകൊണ്ട ഒരാൾ പുറത്തേക്കോടാൻ നോക്കിയെങ്കിലും പിന്നാലെയെത്തി കഴുത്തിൽ അയാൾ ആഞ്ഞുവരഞ്ഞു. വാഴത്തണ്ടുപോലെ ആ കറുത്തശരീരം കടപുഴകി വീണു. തടിപ്പെട്ടിയിലും നിലത്തുമൊക്കെ ചോര തളം കെട്ടി. കൈകളിൽ ചോര കുഴമ്പുപോലെ ഒട്ടി. താഴെ പിടയ്ക്കുന്ന കുറേ ശരീരങ്ങൾ.

അടുത്തുകണ്ട വലിയ തടിഭരണികൾ തുറന്നു നോക്കി. കോടയും ചാരായ വും നിറച്ചുവച്ചിരിക്കുന്നു. ചാരായം കൈകൊണ്ടു കോരി മുഖം കഴുകി. നെറ്റിയിൽ വല്ലാത്ത നീറ്റൽ. ഒരു നിമിഷം ആലോചിച്ചശേഷം അയാൾ ചാരായപ്പാത്രങ്ങൾ കമിഴ്ത്തി. ഭിത്തിയിലും കുത്തേറ്റുപിടയുന്നവരുടെയും ദേഹത്ത് കോരിയൊഴിച്ചു. രക്ഷപ്പെടരുത്. ഒറ്റയെണ്ണം. ഇതു തമ്പിമാഷി നുള്ള സല്യൂട്ട് ആണ്. റെഡ് സല്യൂട്ട്. മൂലയ്ക്കിരുന്ന കന്നാസുകളിൽ നിന്ന് മണ്ണെണ്ണയും കമിഴ്ത്തി. പുറത്തിറങ്ങി അയാൾ തീപ്പെട്ടിയുരച്ച് അകത്തേക്കിട്ടു. തീ അതിവേഗം വിറകുകെട്ടുകളിലേക്കു പടർന്നതു നോക്കിക്കൊണ്ട് അയാൾ പിന്തിരിഞ്ഞോടി. പിന്നിൽ ഭീകരമായൊരു തീഗോളം ഉയരുകയായിരുന്നു.

ഭ്രാന്തമായ ആവേശത്തിൽ അയാളോടി. എന്താണെന്നറിഞ്ഞില്ല. അയാൾ പൊട്ടിക്കരഞ്ഞു. എത്രയും വേഗം ദൂരെയെത്താൻ ആവേശ മായി. സമയം എത്രയായെന്നറിയില്ല. ശരീരമാകെ ഒട്ടുന്നു. വിയർപ്പും ചോരയും കൂടിക്കലർന്ന മടുപ്പിക്കുന്ന ഗന്ധം. റോഡിനു താഴെയായുള്ള വെള്ളച്ചാലിൽ ഇറങ്ങി. കുറേ വെള്ളം കോരിയും നക്കിയും കുടിച്ചു. വസ്ത്രങ്ങൾ ഊരി കരയിൽ വച്ചു. ശരീരത്തിലെ അഴുക്ക് ഉരച്ചുകഴുകി. മുങ്ങിക്കയറിയപ്പോൾ നല്ല ആശ്വാസം തോന്നി. ചോരയിൽ മുങ്ങിയ വസ്ത്രങ്ങൾ ഇടാൻ വയ്യ. അതുമിട്ടു പോകുന്നതും സുരക്ഷിതമല്ല. വസ്ത്ര ങ്ങൾ ചുരുട്ടിക്കൂട്ടി നഗ്നനായി അയാൾ സമീപത്തെ വീട്ടിലേക്കു നടന്നു. തുണി ഉണക്കാൻ പുറത്തിട്ടുണ്ടെങ്കിലോ?

അനുമാനം തെറ്റിയില്ല. വീടിനു പിന്നിൽ അഴയിൽ കുറേ വസ്ത്ര ങ്ങൾ കഴുകിയിട്ടിട്ടുണ്ട്. അതിൽ നിന്നൊരു ഷർട്ട് തിരഞ്ഞെടുത്തു. അല്പം മുറുക്കം തോന്നിയെങ്കിലും കുഴപ്പമില്ല. ഒപ്പിക്കാം. ഒരു കൈലിയും കിട്ടി. മതി, കൈലിയെങ്കിൽ കൈലി. കൈലി മടക്കിക്കുത്തി മുഷിഞ്ഞ വസ്ത്രങ്ങൾ ചുരുട്ടിക്കൂട്ടി അയാൾ വീണ്ടും വെള്ളച്ചാലിൽ എത്തി. കല്ലു കൾ വച്ച് ചുരുട്ടിക്കൂട്ടി വസ്ത്രങ്ങൾ അയാൾ വെള്ളത്തിൽ താഴ്ത്തി. പിന്നെ, നിന്നില്ല. അതിവേഗം നടന്നു.

അയാളിലെ വിവേകം ഉണർന്നു. നേരം വെളുക്കാറായിക്കാണും. കൊന്നത് നിസ്സാരന്മാരെയല്ല. ബത്തേരിയിലെത്തുമ്പോഴേക്കും പിടിവീഴും. ഇല്ല. തോൽക്കാൻ മനസ്സില്ല. ഏതെങ്കിലും വീട്ടിൽ കൂടാൻ പറ്റുമെന്നു തോന്നുന്നില്ല. നാളെ ഇരുട്ടുംവരെ ഒളിവിൽ കഴിയണം. പിടിയിലായാൽ ഇഞ്ചിഞ്ചായി കൊല്ലും.

എന്തു ചെയ്യണം? ആലോചിച്ചു നിൽക്കാൻ സമയമില്ല. എത്രയും പെട്ടെന്നു രക്ഷപ്പെടണം. ആരു തടസ്സം നിന്നാലും കുത്തിമലർത്തണം. പകയും വാശിയും തിളച്ചുമറിഞ്ഞു. രാക്ഷസീയമായ കരുത്ത് ദേഹമാകെ പടർന്നുകയറുന്നതായി തോന്നി. ഇടവഴികൾ ചാടിക്കയറി അയാൾ വേഗ ത്തിൽ നടന്നു.

പന്ത്രണ്ട്

നിസ്സഹായതയുടെ തടവറകൾ

ദൂരെയായി ഓടിട്ട ചെറിയൊരു കെട്ടിടം. പരിചയമുള്ള സ്ഥലമായിട്ടും ഒന്നും ഓർത്തെടുക്കാനാവുന്നില്ല. അടുത്തെത്തിയപ്പോൾ അന്തരീക്ഷത്തിൽ പരിപ്പുവടയുടെ മണം. മണം പിടിക്കുന്നതിൽ നീ പട്ടിയെ കടത്തിവെട്ടുമല്ലോടാ വൃത്തികെട്ടവനെ എന്നു തമ്പിമാഷ് പലപ്പോഴും പറഞ്ഞിട്ടുമുണ്ട്. ഇഷ്ടം കൂടുമ്പോഴാണല്ലോ വൃത്തികെട്ടവനെ എന്നു വിളിക്കുക. പപ്പേട്ടന്റെ ചായക്കടയാണ്. അയാളും ഭാര്യ അമ്മിണിയേടത്തിയും ഇവിടെത്തന്നെയാണ് താമസം. വിളിച്ചുണർത്തിയാലോ. വാറ്റു വീശി ബോധം കെട്ടുറങ്ങുകയാകും. വേണ്ട. ആളെ വിശ്വസിക്കാനാവില്ല. പ്രത്യേകിച്ച് ഇപ്പോഴത്തെ സാഹചര്യത്തിൽ. ആരെന്തുപറഞ്ഞാലും ശരിയെന്നു പറയുന്നതാണ് പുള്ളിയുടെ രീതി. ചിന്തിച്ചു നിൽക്കാൻ നേരമില്ല. നേരം വെളുത്താൽ പിടി വീഴുമെന്നുറപ്പ്. നാളെ രാത്രിയാകുംവരെ പിടിച്ചു നിൽക്കണം. ചായക്കടയുടെ തട്ടിൻമുകളിൽ കയറിയാലോ. അയാൾ കടയുടെ അടുക്കളപ്പുറത്തെത്തി.വിറകുപുരയോടുചേർന്നു വലിയൊരു പ്ലാവ്. ഒന്നുമാലോചിക്കാതെ വലിഞ്ഞുകയറി. നെഞ്ചും വയറുമൊക്കെ ഉരഞ്ഞു. പതുക്കെ ഓടിൻ മുകളിലേക്കു കയറി. ശബ്ദമുണ്ടാക്കാതെ നാല് ഓടുകൾ ഇളക്കിമാറ്റി മെല്ലെ തട്ടിൻമുകളിലേക്ക് ഇറങ്ങി. തപ്പി നോക്കിയപ്പോൾ എന്തൊക്കെയോ പാത്രങ്ങൾ. ശ്രദ്ധയോടെ അയാൾ കിടന്നു. നേരം വെളുത്തിട്ട് ബാക്കിയാലോചിക്കാം. മനസ്സൊന്നു സ്വസ്ഥമാകട്ടെ. കൈകൾ കാലിനിടയിൽ വച്ചു ചുരുണ്ടുകൂടി കിടന്നപ്പോൾ വല്ലാത്തൊരു സുഖം തോന്നി. കാലിനിടയിൽ കൂടി എന്തൊക്കെയോ പാഞ്ഞു. എലികളാകും. അനങ്ങിയില്ല. പേടി തോന്നിയതുമില്ല. പിന്നൊന്നുമറിഞ്ഞില്ല.

വല്ലാത്തൊരു അസ്വസ്ഥതയും ശ്വാസംമുട്ടലും അനുഭവപ്പെട്ടപ്പോൾ അയാൾ കണ്ണുതുറന്നു. ഓടുകൾക്കിടയിലൂടെ കടന്നുവന്ന വെയിലിൽ നോക്കിയപ്പോൾ കണ്ണുകൾ നീറി. ചുറ്റും പുക. ശ്വാസമെടുക്കാൻ പറ്റാതെ അയാൾ ബുദ്ധിമുട്ടി. താഴെ അടുക്കളയിൽ നിന്നുള്ള പുകയാണ്. ചുമയ്ക്കണമെന്നും ഛർദിക്കണമെന്നുമൊക്കെ തോന്നി. പതുക്കെ മേൽക്കൂരയിൽ

നിന്നു തല പുറത്തേക്കിട്ടു. ഒന്നും കാണാനില്ല. താഴെ ആരൊക്കെയോ ഉച്ചത്തിൽ സംസാരിക്കുന്നു.

"എങ്കിലും ഇത്ര ധൈര്യമായി ആരായിരിക്കും ഇതു ചെയ്തത്. പുറമെ നിന്നാരും ആകാൻ വഴിയില്ല. ഈ കാട്ടുമുക്കിൽ ആരു വരാനാ. കർമ ഫലം അത്രതന്നെ" ആരോ പറഞ്ഞതു കേട്ടു.

കാര്യങ്ങൾ ഏവരും അറിഞ്ഞിരിക്കുന്നു. അയാൾ താഴേക്കു വീണ്ടും കാതോർത്തു. "നിങ്ങൾ എന്തറിഞ്ഞിട്ടാ, ഇവിടെ വന്ന് ഇത്രയൊക്കെ ചെയ്തത്. ആരായാലും മോശക്കാരല്ല. ആ മാഷിന്റെ ആൾക്കാരാകാനാ വഴി." മറ്റൊരാൾ പറഞ്ഞു.

"എടോ കണാരാ, അതുമിതും വിളിച്ചുപറഞ്ഞ് പൊലീസുകാരുടെ ഇടിവാങ്ങണ്ട. ഒന്നു തലോടാനുള്ള ശേഷിപോലും അന്റെ ദേഹത്തി നില്ലെന്ന് ഓർത്താ കൊള്ളാം."

പപ്പേട്ടനാണെന്നു തോന്നുന്നു. "പിന്നെ ഇമ്മാതാരി കാര്യങ്ങൾ ചർച്ച ചെയ്ത് എന്നെ എടങ്ങേറാക്കല്ലേ. വേഗം പൊയ്ക്കോളീ."

"ഉം, അതും ശരിയാ. ഓരോരുത്തർക്കു കിട്ടേണ്ടതു കിട്ടി. കൂടുതൽ ചിന്തിക്കാതിരിക്കുന്നതാ തടിക്കു നല്ലത്."

താഴത്തെ സഭ പിരിഞ്ഞു. വല്ലാത്ത ദാഹവും വിശപ്പും തോന്നി. ഓരോ നിമിഷവും കഴിയുംതോറും ദാഹം കൂടിവന്നു. ഒരു മഴ പെയ്തി രുന്നെങ്കിൽ.. അയാൾ ആഗ്രഹിച്ചു. ഭരണികളിൽ വല്ലതും ഉണ്ടാകുമോ. ഭരണി മൂടിക്കെട്ടിയ തുണി അയാൾ അഴിച്ചുമാറ്റി. കയ്യിട്ടുനോക്കിയതോടെ നിരാശനായി. വാളൻ പുളി. അടുത്തഭരണിയിൽ ഉപ്പുമാങ്ങ. അതിലൊര ണ്ണമെടുത്ത് അയാൾ കടിച്ചു. തൽക്കാലം ഇതുമതി. താഴത്തുനിന്നു ദോശ യുടെയുടെയും സാമ്പാറിന്റെയും മണം. അതോടെ വിശപ്പുകൂടി. മാങ്ങ കഴിച്ചപ്പോൾ ദാഹം കൂടി. സഹിക്കുക തന്നെ. മൂത്രമൊഴിക്കണമെന്നും തോന്നി. ഭാഗ്യം. കക്കൂസിൽ പോകണമെന്നു തോന്നുന്നില്ല. പോകാൻ വയറ്റിൽ എന്തെങ്കിലും വേണ്ടേ. മൂത്രമൊഴിച്ചാൽ പലകയ്ക്കിടയിലൂടെ താഴെ വീഴും. കമിഴ്ത്തിവച്ചിരുന്ന ചെമ്പുപാത്രങ്ങളിലൊന്നു നിവർത്തി കാര്യം സാധിച്ചു.

അടുക്കളയിൽ നിന്നുള്ള പുക കുറഞ്ഞു. പാചകം കഴിഞ്ഞെന്നു തോന്നുന്നു. ഇനി വൈകിട്ടു സഹിച്ചാൽ മതിയാകും. അയാൾ വീണ്ടും കിടന്നു. ശരീരത്തിനു നല്ല വേദന തോന്നി. കാലും കയ്യും വയറുമൊക്കെ പൊട്ടിയൊലിക്കുന്നു. നെറ്റിക്കും നല്ല വേദന. കഴിഞ്ഞ ഏതാനും മണി ക്കൂറുകൾക്കുള്ളിൽ എന്തൊക്കെയാണ് സംഭവിച്ചത്. താനൊരു കൊല പാതകിയാണ്. എത്രപേരെ കൊന്നു. മൂന്നോ നാലോ. കട്ടച്ചോരയുടെ മണം ഉള്ളിൽ തികട്ടിവന്നു. എന്തിനെന്നറിയാതെ അയാൾ കരഞ്ഞു. ശബ്ദം പുറത്തു കേൾക്കാതിരിക്കാൻ വായ് പൊത്തിപ്പിടിച്ചു. എന്തായാലും ഇവിടെന്നു രക്ഷപ്പെടണം. അല്ലെങ്കിൽ ജീവിതം ഇവിടെ അവസാനിക്കും.

പൊലീസിന്റെയോ മുതലാളിമാരുടെയോ കയ്യിൽ കിട്ടിയാൽ കൊന്നു കളയും. പ്രസ്ഥാനത്തിനും ദോഷം ചെയ്യും.

പാത്രങ്ങൾ ഒതുക്കിവച്ച് നീണ്ടുനിവർന്നു കിടന്നു. ഓരോന്ന് ഓർത്തിട്ട് ഒരെത്തും പിടിയും കിട്ടുന്നില്ല. ജീവിതത്തിൽ എന്തൊക്കെ സ്വപ്നം കണ്ടു, എന്തൊക്കെ ചെയ്തു. എന്നിട്ടെന്തു നേടി. ഒന്നും നേടിയില്ല. മാഷൊഴികെ ആരെങ്കിലും ഒപ്പമുണ്ടായിരുന്നോ? പ്രസ്ഥാനം പോലുമുണ്ടായില്ല. പ്രസ്ഥാനമോ? അങ്ങനെയൊന്നുണ്ടോ? ആരെയും ഈ വഴി കണ്ടിട്ടില്ല. അറിയുകയുമില്ല. താനൊരു പരാജയമാണ്. വെറുമൊരു ഭീരു. മാഷിനെ പോലും രക്ഷിക്കാൻ കഴിഞ്ഞില്ല. സജീവമാണെന്നു പറയുന്ന ഈ പ്രസ്ഥാനം തങ്ങൾക്കു വേണ്ടി എന്തു ചെയ്തു. നശിച്ച ഈ പ്രസ്ഥാനം വഞ്ചിക്കുകയായിരുന്നില്ലേ? ആത്മഹത്യ ചെയ്താലോ, അതോ എവിടേക്കെങ്കിലും ഓടി രക്ഷപ്പെടണോ? എവിടെയെത്തിയാലും സമാധാനത്തോടെ ജീവിക്കാനാവുമോ?

മനസ്സാക്ഷിയുടെ വരിഞ്ഞുമുറുക്കുന്ന ചോദ്യങ്ങൾക്കു മുന്നിൽ അയാൾ പൊട്ടിക്കരഞ്ഞു. നെടുവീർപ്പുകളോടെ ചെരിഞ്ഞുകിടന്നു. പിന്നീടൊന്നും അറിഞ്ഞില്ല.

കണ്ണു തുറന്നപ്പോൾ ഇരുട്ടു വീണിരുന്നു. രാത്രിയിൽ തിരക്കു തീരെ കുറവാണ്. കഞ്ഞിയും കപ്പയുമാണ് ഇവിടത്തെ പതിവ്. പത്തുമണിക്കു മുൻപേ കടയടയ്ക്കുമെന്നു കരുതാം. അയാൾ കാത്തിരുന്നു. സമയം പോകുംതോറും അയാൾ അസ്വസ്ഥനായി. ഇരുട്ടിനു കട്ടികൂടിവന്നു. ഒടുവിലെപ്പോഴോ താഴത്തു പാത്രങ്ങൾ തട്ടുകയും മുട്ടുകയും ചെയ്യുന്ന ശബ്ദംകേട്ടു. എല്ലാം കഴിഞ്ഞെന്നു തോന്നുന്നു. ക്രമേണ എല്ലാം നിശ്ശബ്ദമായി. അയാൾ മച്ചിൻമുകളിൽ നിന്നു തലപുറത്തേക്കിട്ടു നോക്കി. ചീവീടുകളുടെ ശബ്ദമല്ലാതെ വേറൊന്നുമില്ല. ഗോവണിയുടെ ഭാഗത്തേക്ക് അയാൾ ഇഴഞ്ഞുനീങ്ങി. താഴെ മണ്ണെണ്ണ വിളക്കിന്റെ അരണ്ട വെളിച്ചം. പൂച്ചയുടെ സൂക്ഷ്മതയോടെ മെല്ലെ താഴെയിറങ്ങി. പപ്പേട്ടന്റെ കൂർക്കംവലി കേൾക്കാം. അമ്മിണിയേടത്തിയും കിടന്നു കാണും. പെട്ടെന്നാണ് തോന്നിയത്, പാത്രത്തിൽ ഭക്ഷണം എന്തെങ്കിലും ബാക്കിയുണ്ടാകുമോ? കാണാതിരിക്കില്ല. ഭക്ഷണത്തെക്കുറിച്ചോർത്തപ്പോൾ വയറുകത്തി. പച്ചക്കപ്പയെങ്കിലും അടുക്കളയിൽ ഉണ്ടാകും. വെണ്ടക്കയോ വെള്ളരിക്കയോ ആയാലും മതി. വയറിന്റെ കത്തൽ മാറുമല്ലോ. അടുക്കളയിൽ എത്തിയ അയാൾ അരണ്ടവെളിച്ചത്തിൽ തപ്പിനോക്കി. പാത്രത്തിൽ എന്തോ ഉണ്ടെന്നു തോന്നുന്നു. വിളമ്പാനൊന്നു സമയമില്ല. കയ്യിൽ കിട്ടുന്നത് അകത്താക്കുക തന്നെ. കയ്യിട്ടതും പാത്രത്തിന്റെ മൂടി വലിയ ശബ്ദത്തോടെ താഴെവീണു.

“ആരാത്?”

“പപ്പേട്ടാ എണീക്കു മനുഷ്യാ.”

“ദൈവമേ കള്ളനോ മറ്റോ ആണോ.”

“ആരാടാ അത്.”

ഒച്ചവച്ച് അമ്മിണിയേടത്തി വിളക്കുമായി വന്നു. വേറൊന്നുമോർക്കാതെ അയാൾ മുട്ടിൽ നിന്ന് അവരെ തൊഴുതു. “ചേച്ചി, ഇതു ഞാനാ. ഒച്ചവയ്ക്കല്ലേ. വിശപ്പുസഹിക്കാൻ പറ്റാതെ വന്നതാ. പകൽ മുഴുവൻ തട്ടിന്റെ മുകളിൽ ഉണ്ടായിരുന്നു.”

”നീയെന്തിനാടാ മുകളിൽ കയറിയത്.” അവർ പേടിയോടെ ചോദിച്ചു.

“എല്ലാം പറയാം എനിക്കെന്തെങ്കിലും കഴിക്കാൻ തരൂ.”

അവർ ബഞ്ചിൽ കിടന്ന പപ്പേട്ടനെ നോക്കി. അയാൾ കൂർക്കം വലിച്ചുറങ്ങുകയാണ്. ഭാഗ്യം. വയറുനിറയെ ചാരായം കേറ്റിയിട്ടു കിടക്കുകയാണ്. ഉടനെ എണീക്കില്ലെന്നു കരുതാം.

“നീ ഞങ്ങളെ കൊല്ലല്ലേടാ, ഇന്നു കിട്ടിയതൊക്കെ, ദേ തലയണ താഴെ ഇരിപ്പുണ്ട്.”

അമ്മിണിയേടത്തി കരച്ചിലിന്റെ വക്കോളമെത്തി. “ഏടത്തി, ഞാനാരെയും കൊല്ലാൻ വന്നതല്ല. എല്ലാം പറയാം. എനിക്കെന്തെങ്കിലും തരൂ.”

കണ്ണുകൾ തുടച്ച് അവർ വേഗം അടുക്കളയിൽ കയറി ഉറിയിൽ നിന്നു കലമെടുത്തു. അതിൽ നിന്നു നിന്നു വലിയ പിഞ്ഞാണത്തിൽ കഞ്ഞിവിളമ്പി . മൂലയ്ക്കുള്ള മൺകലത്തിൽ നിന്നു കടലക്കറിയും തോരനും വിളമ്പി. ചെറിയൊരു പ്ലേറ്റിൽ അച്ചാറും. അയാളുടെ ക്ഷമ നശിച്ചു. എല്ലാം കൂടി കഞ്ഞിയിലേക്കിട്ട് ഞെരടി ആർത്തിയോടെ കഴിച്ചു. അവർ വീണ്ടും വിളമ്പി.

“മുഴുവൻ കഴിച്ചോളൂ ബാക്കിയാക്കേണ്ട.” അവർ പറഞ്ഞു.

അയാൾ കഴിക്കുന്നത് അവർ കൗതുകത്തോടെ നോക്കിയിരുന്നു. കൈകഴുകി വന്ന അയാളെ അവർ സൂക്ഷിച്ചു നോക്കി. ”സത്യം പറ. നീയല്ലേ അതു ചെയ്തത്”.

“എന്താ ചേച്ചി?”

“അറിയില്ല അല്ലേ. നീയല്ലേ അവരെ കൊന്നതെന്ന്? ഇനിയും വിശദീകരിക്കണോ?”

മെല്ലെയാണ് സംസാരിച്ചതെങ്കിലും അവരുടെ ശബ്ദത്തിൽ ദേഷ്യവും ആശങ്കയും കലർന്നിരുന്നു. “നീയിവിടെ വന്നെന്ന് ആരെങ്കിലും അറിഞ്ഞാൽ എല്ലാവരും കൂടി ഞങ്ങളെയും ചുട്ടുകൊല്ലും. അതോ, ഞങ്ങളെയും കൊല്ലാനാണോ നീ വന്നത്?”

“ഏടത്തി, അങ്ങനെയൊന്നും പറയല്ലേ. എല്ലാം ചെയ്തതു ഞാൻ തന്നെയാണ്. അത് എനിക്കു മാത്രമായി ഒന്നും നേടാനല്ല. ഒരു വിശ്വാസത്തിന്റെ പേരിൽ, ഞാൻ വിശ്വസിക്കുന്ന പ്രസ്ഥാനത്തിനു വേണ്ടി ചെയ്തുപോയി. അതു തെറ്റാണെന്നു കരുതുന്നുമില്ല. എല്ലാവർക്കും വേണ്ടി അത്രയെങ്കിലും ചെയ്യാൻ കഴിഞ്ഞല്ലോ എന്ന ആശ്വാസമുണ്ട്.

ഏതാനും പേർ ഇല്ലാതായതുകൊണ്ട് ഒരു വ്യവസ്ഥിതി മാറുമെന്നു വിശ്വസിക്കുന്നില്ല. എന്റെ ചെറിയ ജീവിതംകൊണ്ട് കഴിയുന്നതു ചെയ്യുക. പുതിയ ജയപ്രകാശുമാർ ഉണ്ടാകട്ടെ. അവരിൽ നിന്ന് ഈ സമൂഹം, ഈ രാജ്യം പ്രചോദനം ഉൾക്കൊള്ളട്ടെ. കാലങ്ങൾ കൊണ്ടെങ്കിലും മാറ്റിയെടുക്കാനായേക്കും." സംസാരിക്കാൻ അയാൾ ബുദ്ധിമുട്ടി.

"നീ പറേണതൊന്നും എനിക്കു മനസിലാകുന്നില്ല കുഞ്ഞേ. ഈ പ്രായത്തിൽ ഞാനും പപ്പേട്ടനും കൂടുതൽ മനസ്സിലാക്കിയിട്ടും കാര്യമില്ല. ജീവിതം ജീവിച്ചുതന്നെ തീർക്കണം. ഇതുപോലെയൊക്കെയങ്ങ് അതു തീരട്ടെ. നീ നിൽക്കണ്ട. വേഗം പൊയ്ക്കോ. ഏതു കാട്ടിലൊളിച്ചാലും നേരം വെളുത്താൽ പിടിവീഴും. കഴിയുന്നതും ദൂരേക്കു പോ. ഈ നാട്ടിലേക്ക് ഇനി വരേണ്ട. ഞങ്ങക്കൊരു മോനുണ്ടായിരുന്നെങ്കിൽ നിന്റെ പ്രായമുണ്ടാകും. പോ...പോ." അവർ തള്ളി. പുറത്തേക്കിറങ്ങാൻ തുടങ്ങിയ അയാളുടെ കയ്യിൽ അവർ പിടിച്ചു. എന്നിട്ട് അടുക്കളയിലേക്കു നടന്നു. അടുപ്പിനു താഴെ വിറകുകൂട്ടിയിട്ടിരുന്നു ഭാഗത്തേക്ക് അവർ വിളക്കെടുത്തുവച്ചു. ചാണകം മെഴുകിയ തറ കമ്പുകൊണ്ട് ഇളക്കി മണ്ണു മാറ്റി ചെറിയൊരു തകരപ്പെട്ടി പുറത്തെടുത്തു. അടുക്കളവാതിക്കൽ നിന്ന അയാൾ അന്തംവിട്ടു നോക്കിനിന്നു. പെട്ടിക്കുള്ളിൽ നിറയെ മുഷിഞ്ഞ നോട്ടുകളും നാണയങ്ങളും ഉണ്ടായിരുന്നു. പൊട്ടിയ സ്വർണമാലയുടെയും കമ്മലിന്റെയും ഏതാനും കഷണങ്ങളും ഒരു ഷാളും നൽകി. കുറെ നോട്ടുകൾ അവർ എണ്ണാതെയെടുത്തു. കൂട്ടത്തിൽ മാലയുടെ കുറച്ചുകഷണങ്ങളും എല്ലാംകൂടി ചുരുട്ടിക്കൂട്ടി അയാളുടെ കയ്യിൽ വച്ച് വിരലുകൾ മടക്കി അവർ പറഞ്ഞു. "ഇനി നിൽക്കണ്ട. ഇപ്പോൾ തന്നെ വൈകി. പപ്പേട്ടന് ഇടയ്ക്ക് എണീക്കുന്ന സ്വഭാവമുണ്ട്. വേഗം പൊയ്ക്കോ."

അയാളുടെ കണ്ണുകൾ നിറഞ്ഞു. ഒന്നും പറയാതെ അവരെ അല്പനേരം സൂക്ഷിച്ചുനോക്കിയശേഷം വേഗം പുറത്തേക്കിറങ്ങി. റോഡിലെത്തി തിരിഞ്ഞുനോക്കിയപ്പോഴും അമ്മിണിയേടത്തി വാതിൽക്കൽ നോക്കിനില്പുണ്ടായിരുന്നു.

പതിമ്മൂന്ന്

പാപികളുടെ പറുദീസ

അയാൾ അതിവേഗം നടന്നു. എത്രയും വേഗം ദൂരെയെവിടെയെങ്കിലും എത്തണം. ടോർച്ചിന്റെയോ വാഹനങ്ങളുടെയോ വെളിച്ചം മുന്നിലും പിന്നിലും ഉണ്ടോയെന്നു നോക്കി പൂച്ചയുടെ കൽവയ്പുകളോടെ കുതിച്ചു. എവിടെയോ രാക്കിളികൾ കരഞ്ഞു. മരച്ചില്ലകൾക്കിടയിലൂടെ എത്തിനോക്കിയ ചന്ദ്രന്റെ കണ്ണിൽപോലും പെടാതിരിക്കാൻ അയാൾ ശ്രദ്ധിച്ചു. ചെമ്മൺപാത തീർന്നപ്പോൾ അയാൾ മരങ്ങളുടെ നിഴൽപറ്റി നിന്നു പ്രധാനപാതയിലേക്കു നോക്കി. ഇല്ല, പ്രത്യേകിച്ചൊന്നും കാണാനില്ല. ദൂരെയൊരു അരണ്ടവെളിച്ചം ഇളകിയാടി മെല്ലെ മുന്നോട്ടുവരുന്നു. അല്പം കഴിഞ്ഞപ്പോൾ നേർത്തൊരു മണികിലുക്കവും. ഏതോ കാളവണ്ടിയാണ്. അയാൾ മെല്ലെ റോഡിലേക്കിറങ്ങി കൈകാണിച്ചു. മൂടിക്കെട്ടിയ ഒരു കാളവണ്ടി അരികിലെത്തി നിന്നു.

"ആരാ, എന്താ, എങ്ങോട്ടോ?"

തലേക്കെട്ടു കെട്ടിയ വണ്ടിക്കാരൻ ചോദിച്ചു.

"അത്യാവശ്യമായി ടൗണിലെത്തണം."

"എങ്ങോട്ടാ."

"വഴിയിലെവിടെയെങ്കിലും ഇറങ്ങിക്കോളാം."

"ഓ, ആയിക്കോട്ടെ. ഞാൻ ബത്തേരി വരെയില്ല. കുറച്ചുനേന്ത്രക്കായ എടുക്കാൻ പോകുവാ. വാ കൂടിക്കോ. മിണ്ടിപ്പറഞ്ഞിരിക്കാല്ലോ."

ഡ്രൈവർ സംസാരപ്രിയനാണെന്നു തോന്നി. അയാൾ പിന്നിൽ കയറി സഞ്ചിയിൽ നിന്നു ഷാൾ എടുത്തു മൂടിപ്പുതച്ചിരുന്നു. നല്ല തണുപ്പുണ്ട്. ഇപ്പോഴാണ് തോന്നുന്നത്.

"എവിടെനിന്നാ വരുന്നേ. എന്താ പേര്?" വണ്ടിക്കാരൻ ചോദ്യങ്ങൾ തുടങ്ങി.

"ഞാൻ കോഴിക്കോട്ടുള്ളതാ. ഇവിടൊരു ചങ്ങാതിയെക്കാണാൻ വന്നതാ. ഓന്റെ പെങ്ങടെ കല്യാണം ഉറപ്പിക്കുവാ. കുറച്ചു കാശിന്റെ

ഇടപാടുണ്ടായിരുന്നു. എത്താൻ വൈകി. ഇന്നു തന്നെ മടങ്ങണം. വീട്ടിൽ അമ്മ മാത്രേള്ളൂ." അയാൾ വായിൽ വന്നതു പറഞ്ഞു.

"ആഹാ. ങ്ങളൊരു പെണ്ണുകെട്ടെന്ന്. ആട്ടെ എത്ര വയസ്സായി. നല്ല പെമ്പിള്ളേരെ നമുക്കു നോക്കാന്ന്. മ്മളെക്കൊണ്ട് ചെയ്യാവുന്ന നല്ല കാര്യങ്ങള് മറ്റുള്ളവർക്കുവേണ്ടി ചെയ്യുക. അതാണ് മ്മടെ പോളിസി. അതുകൊണ്ടു നല്ലതേ വരൂ. ങ്ങക്കറിയാവോ. ന്റെ ചങ്ങാതിയൊരു കുഞ്ഞിമൂസാ ഉണ്ടാരുന്നു. ഓന്റെ പെങ്ങടെ കല്യാണം നടത്തിയതാരാ. ആരാ. ഈ ഞാൻ. നല്ല സൊയമ്പൻ പാർട്ടിയെ മുട്ടിച്ചുകൊടുത്തില്ലേ." അയാൾ വാചകമടിച്ചു കൊല്ലാനുള്ള പുറപ്പാടിലാണെന്നു തോന്നി.

ഒന്നും മിണ്ടാതെ കേട്ടിരുന്നു. പ്രതികരണം ഇല്ലാതിരുന്നപ്പോൾ അയാൾ തിരിഞ്ഞുനോക്കി മുറുമുറുത്തു. "ആഹാ. ഇതിനാപ്പോ കയറിയേ. വെറുതെ പിടിച്ചുകേറ്റി കാള്ടെ ലോഡുകൂട്ടി."

"ആ ഇറങ്ങാറായി കേട്ടോ. ഞാനീ വഴിക്കാ. ടൗണിലേക്കു നേരെ പോയാൽ മതി." അയാൾ വണ്ടിക്കാരന്റെ ഉച്ചത്തിലുള്ള ശബ്ദംകേട്ടാണ് കണ്ണുതുറന്നത്.

"ഓ, ശരി. വളരെ നന്ദി. ഇതാ ഇതിരിക്കട്ടെ." അയാൾ കീശയിൽ നിന്ന് മൂന്നു പത്തിന്റെ നോട്ടുകൾ എടുത്തു നീട്ടി. ഇതൊന്നും വേണ്ടായിരുന്നല്ലോ എന്നു പറഞ്ഞ് വണ്ടിക്കാരൻ പണംവാങ്ങി കൈലിയിൽ തെറുത്തുവച്ചു. "ബത്തേരിക്ക് ഇനി കുറച്ചേയുള്ളൂ, വേണമെങ്കിൽ ഞാൻ കൊണ്ടാക്കാം" എന്നയാൾ പറഞ്ഞെങ്കിലും ശ്രദ്ധിക്കാതെ വേഗം നടന്നു.

ഇനി കൂടുതൽ ജാഗ്രത പാലിക്കണം. നേരം വെളുക്കാൻ അധികം സമയമില്ല. ഇനി വണ്ടിയിൽ കയറാതിരിക്കുന്നതാണ് നല്ലത്. പൊലീസുകാരുടെ പരിശോധനയുണ്ടാകാൻ സാധ്യതയുണ്ട്. കാൽനടയാത്രക്കാരനായി തിരക്കിൽ ലയിച്ചുചേരുന്നതാണ് ബുദ്ധി. ടൗൺ അടുക്കുംതോറും മഞ്ഞുകൂടിവന്നു. തിരക്കുകൂടിവരുന്നത് അരണ്ടവെളിച്ചത്തിൽ കാണാനായി. കീശയിൽ നിന്നൊരു ബീഡിയെടുത്ത് തീ കൊളുത്തി. കിഴക്കു വെള്ളകീറി. പത്രവിതരണക്കാരുടെയും വാഹനങ്ങളുടെയും ബഹളം തുടങ്ങി. തിരക്കു കൂടാൻ അയാൾ ആഗ്രഹിച്ചു. ചായപ്പീടികകൾ തുറന്നു. ചായകുടിക്കണമെന്നു തോന്നിയെങ്കിലും വേണ്ടെന്നു വച്ചു. സമയം കളയാനില്ല.

മൈസൂർക്കു തന്നെ പോകാം. നേരിട്ടുള്ള ബസ് ഒഴിവാക്കാം സ്റ്റേറ്റ് വണ്ടിയും വേണ്ട. ലോറിതന്നെ ശരണം. കർണാടക റജിസ്ട്രേഷനുള്ള വണ്ടിയാണ് സുരക്ഷിതം. അണ്ടർവെയറിന്റെ പോക്കറ്റിൽ നിന്നൊരു ചെറിയ കടലാസുപൊതി പുറത്തെടുത്തു. അതിൽ നിന്നു ചുവന്ന സിന്ദൂരം നെറ്റിയിൽ നീളത്തിൽ വരച്ചു. വലതുകയ്യിൽ ചുവന്ന ചരടും

കെട്ടി. ഇത്തരം പൊടിക്കൈകൾ ആവശ്യമാണ്. മൈസൂർ റോഡിൽ ലോറികളുടെ തിരക്കു തുടങ്ങിയിരുന്നു. ഒടുവിലൊരു കർണാടക വണ്ടിയെത്തി. കൈകാണിച്ചതും നിർത്തി. 'സാമി, ഗുണ്ടൽപേട്ട്....' അയാൾ വിളിച്ചുപറഞ്ഞു. 'ബന്നി....' ക്ലീനർ വാതിൽ തുറന്നു. ഡ്രൈവറുടെ വക ചോദ്യമൊന്നും ഉണ്ടായില്ല. രാജ്കുമാറിന്റെ സിനിമയിലെ പാട്ട് ഉച്ചത്തിൽ വച്ച് ആസ്വദിക്കുകയായിരുന്നു അയാൾ.

വഴിയിൽ പൊലീസുകാർ വാഹനങ്ങൾ തടഞ്ഞുനിർത്തി പരിശോധിക്കുന്നതു കണ്ടു. തന്നെയായിരിക്കുമോ. അതോ മറ്റുവല്ല പരിശോധനയുമാണോ? അയാളുടെ ചങ്കുപിടിച്ചു. മുത്തങ്ങ അടുക്കുംതോറും പേടി കൂടി. ചോദ്യം ചെയ്താൽ എന്തുചെയ്യും പറയേണ്ടതൊക്കെ അയാൾ മനസ്സിൽ ഉരുവിട്ടു. പിടിവീഴുമെന്നു തോന്നിയാൽ പന്നികളെ കുത്തിമലർത്തി കാട്ടിലേക്ക് ഓടണം. കാട്ടാനയുടെ കുത്തേറ്റോ പാമ്പുകടിയേറ്റോ ചാകട്ടെ. എങ്കിലും ഇവന്മാർക്കു പിടികൊടുക്കില്ല. ഓടി രക്ഷപ്പെടാൻ പറ്റുമോ. സംശയങ്ങളും ആശങ്കകളും മനസ്സിനെ വലിഞ്ഞുമുറുക്കി.

ചെക്ക് പോസ്റ്റിൽ തിരക്കു കുറവായതിനാൽ നടപടികൾ പെട്ടെന്നു കഴിഞ്ഞു. മൂടിപ്പുതച്ചെത്തിയ പൊലീസുകാരൻ ഡോർ തുറന്ന് അകത്തേക്ക് സൂക്ഷിച്ചു നോക്കിയശേഷം പറഞ്ഞു "എടുത്തുകൊണ്ടു പോടേ."

വണ്ടി മുന്നോട്ടു പാഞ്ഞു. ഡ്രൈവർ പാട്ടിന്റെ വോളിയം കൂട്ടി. വല്ലാത്തൊരു ആശ്വാസത്തോടെ അയാൾ ചാരിയിരുന്നു. പച്ചപ്പുകൾ പിന്നിട്ട് വളഞ്ഞുപുളഞ്ഞ റോഡുകളിലൂടെ ലോറി പാഞ്ഞു. ക്ലീനർ പയ്യൻ ഏതോ കന്നഡ സിനിമാ പ്രസിദ്ധീകരണം വായിക്കുകയാണ്. ഇത്രയും വലിയൊരു സംഭവം നടന്നിട്ടു പുറംലോകം അറിഞ്ഞില്ലെന്നു വരുമോ. ബത്തേരി മുഴുവൻ പൊലീസ് ആകുമെന്നാണ് കരുതിയത്. തമിഴ്നാട് പൊലീസ് അറിയിക്കാത്തതായിരിക്കുമോ? ചിന്തകൾ കാടുകയറിയപ്പോൾ അയാൾ സ്വയം തിരുത്തി. വരുന്നിടത്തുവച്ചു കാണുകതന്നെ. ഇതുവരെ ഒന്നും സംഭവിക്കാതിരുന്നത് പ്രവൃത്തികളിൽ സത്യസന്ധത പുലർത്തിയതുകൊണ്ടാകാം. ഇനിയെന്തു ചെയ്യും. മനസ്സ് വീണ്ടും അസ്വസ്ഥമായി. ഒടുവിൽ ഉറപ്പിച്ചു. തൽക്കാലം ഒന്നും ആലോചിക്കേണ്ട. ചിന്തകളെ പുറത്താക്കി കാഴ്ചകളിലേക്കു കണ്ണുകൾ തുറന്നുവച്ചു.

കുറേ ദൂരം പോയ വണ്ടി ഒരു വീടിന്റെ അല്പം മാറി നിർത്തി. "ടീ ബ്രേക്കാ," ഡ്രൈവർ എൻജിൻ ഓഫ് ചെയ്ത് താഴേക്കിറങ്ങുന്നതിനിടെ പറഞ്ഞു. ഓ, ചായകുടിക്കാൻ നിർത്തിയതാണ്. ഇവിടെയിരുന്നു സമയം കളയാതിരുന്നാൽ മതിയായിരുന്നു. വീടിന്റെ അരികിലായുള്ള ഷെഡ്ഡിലെ തകരവാതിൽ തുറന്ന് പരിചയക്കാരനെപ്പോലെ ഡ്രൈവറും ക്ലീനറും കയറി. പിന്നാലെ അയാളും അകത്തുകയറി. ഡ്രൈവർ മേശയിൽ തട്ടി ശബ്ദമുണ്ടാക്കി. അല്പം കഴിഞ്ഞപ്പോൾ തടിച്ചുചീർത്ത ഒരു സ്ത്രീ

അകത്തെ കതകുതുറന്ന് ഇറങ്ങിവന്നു. അവരുടെ കയ്യിൽ ഏതാനും ചാരായക്കവറുകൾ ഉണ്ടായിരുന്നു. അരികിലിരുന്ന ഗ്ലാസ് മണത്തു നോക്കിയശേഷം ഡ്രൈവർ മേശപ്പുറത്തുവച്ചു. ക്ലീനർ പയ്യൻ ഓടിയെത്തി രണ്ടു കവറുകൾ വാങ്ങി പൊട്ടിച്ച് ഗ്ലാസിലേക്കു പകർന്നു വെള്ളമൊഴിച്ച് ആശാന്റെ നേരെ നീട്ടി. ഡ്രൈവർ അതു വേഗം വായിലേക്കു കമിഴ്ത്തി. എന്നിട്ട് വേണോയെന്ന മട്ടിൽ അയാളെ നോക്കി. പതിവില്ലാതെ അയാൾക്കു ഛർദിക്കാൻ തോന്നി. വല്ലാത്ത അറപ്പും. വേണ്ടെന്നു പറഞ്ഞപ്പോൾ അവർ ഉച്ചത്തിൽ ചിരിച്ചു.

ക്ലീനർ പയ്യൻ ബഹുമാനത്തോടെ ഡ്രൈവർക്കു ഒഴിച്ചുകൊടുത്തുകൊണ്ടേയിരുന്നു. ഇങ്ങനെ കുടിച്ചാൽ ഇയാൾക്കു വണ്ടിയോടിക്കാൻ പറ്റുമോയെന്നു ചിന്തിച്ചു. അവിടെനിന്നിറങ്ങുമ്പോൾ ആകെ അസുഖകരമായി തോന്നി. തണുപ്പു വിട്ടകന്നു. ഡ്രൈവർക്കു പകരം ക്ലീനർ വണ്ടിയോടിച്ചു. അപ്പോൾ ശിഷ്യന്റെ ഗുരുദക്ഷിണയാണ് കുറച്ചുമുൻപു കണ്ടത്.

വണ്ടി വീണ്ടും കുതിച്ചു. കണ്ണുകൾ മെല്ലെയടഞ്ഞു. വണ്ടിയുടെ ഇരമ്പലിൽ സുഖകരമായ താളം നിറഞ്ഞു.

പൂക്കളുടെ ഗന്ധമുള്ള കാറ്റ് ലോറിയിലേക്ക് അടിച്ചുകയറിയപ്പോഴാണ് ഉണർന്നത്. ലോറി ഇറക്കമിറങ്ങുകയാണ്. ഇതുകഴിഞ്ഞുള്ള ചെറിയ കയറ്റം കയറിച്ചെന്നാൽ ഗുണ്ടൽപ്പേട്ട് ആയി. ഇവിടെയിറങ്ങാം. എന്നിട്ടു സാവകാശം ലോക്കൽ ബസ്സിലോ മറ്റോ മൈസൂർക്കോ മേട്ടഗള്ളിക്കോ പോകാം.

ജംങ്ഷൻ എത്തുംമുൻപേ ഇറങ്ങാം. ക്ലീനർ പയ്യന് ഇരുപത്തിയഞ്ച് രൂപ നൽകി തിരക്കിട്ടു താഴെയിറങ്ങി തിരിഞ്ഞുനോക്കാതെ അയാൾ നടന്നു. ആദ്യമായിട്ടൊന്നു മുടിവെട്ടണം. മൊത്തത്തിൽ രൂപമൊന്നുമാറ്റിക്കളയാം. ആദ്യം കണ്ട ബാർബർഷോപ്പിൽ കയറി. കസേരയിലിരുന്നതും അയാൾ പ്രയോഗം തുടങ്ങി. “സാർ, ഫിനിഷായ്തു” എന്നയാൾ പറഞ്ഞപ്പോഴാണ് കണ്ണുതുറന്നത്. മയങ്ങിയതറിഞ്ഞില്ല. കണ്ണാടിയിലേക്കു നോക്കി. നല്ല ഉറക്കക്ഷീണമുണ്ട്. നെറ്റി ചുവന്നു കരിവാളിച്ചിട്ടുണ്ട്. കണ്ണും വീങ്ങിയിരിക്കുന്നു. ഏറ്റുമുട്ടലിന്റെ അടയാളം. താടി വടിച്ച് മീശ വെട്ടിയൊതുക്കാം. ബാർബർ വീണ്ടും പ്രയോഗം തുടങ്ങി. എല്ലാം കഴിഞ്ഞു കണ്ണാടിയിൽ നോക്കിയപ്പോൾ പത്തുവയസ്സ് കുറഞ്ഞപോലെ. ഒന്നു കുളിച്ച് വേഷം മാറണം. ഒരു പാന്റ്സും ഷർട്ടും വാങ്ങണം. അടുത്തു കണ്ട ചെറിയ കടയിൽ കയറി വിലകുറഞ്ഞ ഒരു പാന്റ്സും ഷർട്ടും തോർത്തും അടിവസ്ത്രവും ചെറിയൊരു സോപ്പും വാങ്ങി. കുളിക്കാനെന്താ വഴി. കടക്കാരനോടു ചോദിച്ചപ്പോൾ അയാൾ പുറത്തേക്കു വിരൽ ചൂണ്ടി. അല്പമകലെയായി പൊതുടാപ്പ്. ആരുമില്ല. അയാൾ തിരക്കിട്ടു നടന്നു. ചുറ്റും ശ്രദ്ധിക്കാതെ ടാപ്പിൻ ചുവട്ടിലിരുന്നു.

വിശാലമായ കുളികഴിഞ്ഞപ്പോൾ വല്ലാത്ത സുഖം തോന്നി. തല തുവർത്തി അടുത്തുള്ള കടയുടെ പിന്നിലേക്കു നീങ്ങി വേഷം മാറി. വിരലുകൾ കൊണ്ടു മുടി പിന്നിലേക്കു കോതിയൊതുക്കി ഇനിയെന്ത് വേണം എന്ന് ആലോചിച്ചപ്പോൾ ആദ്യം ഓർമവന്നത് ദൊരൈസ്വാമിയെ ആയിരുന്നു. കാലുകൾ അറിയാതെ മുന്നിലേക്കു നീണ്ടു.

കിറികോട്ടി ചിരിച്ചുകൊണ്ട് ദൊരൈസ്വാമി അയാളെ സ്വീകരിച്ചു. മുഖത്തിന്റെ ഒരുഭാഗത്ത് ചിരിയും മറുഭാഗത്ത് ഗൗരവവും. വരുന്നവരുടെ മനസ്സുപോലെ ഏതുവേണമെങ്കിലും സ്വീകരിക്കാം എന്നാവാം. ചാരായം വേണമെന്നു തോന്നിയില്ലെങ്കിലും കവറുകളും പുഴുങ്ങിയ കടലയും മുട്ടയും മുന്നിലെത്തിയപ്പോൾ വേണ്ടെന്നു പറയാൻ തോന്നിയില്ല. ഒരു കവർ കാലിയാക്കിയപ്പോഴേ മടുപ്പുതോന്നി. ഉപ്പുചേർത്ത കുരുമുളകുപൊടിയിൽ മുക്കി മുട്ട വായിലേക്കിട്ടു. നന്നായി വിശക്കുന്നു, വേറെന്തെങ്കിലും കഴിക്കാനുണ്ടോയെന്നു ചോദിച്ചപ്പോൾ പുറത്തുനിന്നു വാങ്ങിക്കൊണ്ടുവരാമെന്നു ദൊരൈസ്വാമി പറഞ്ഞു. ബാക്കിയായ കവറുകൾ കണ്ടപ്പോൾ അറപ്പാണു തോന്നിയത്.

സ്വാമി കൊണ്ടുവന്ന പൊതി തുറന്നു. പൊറോട്ടയും ചിക്കനും. മണമടിച്ചപ്പോഴേ വിശപ്പുകത്തിക്കയറി. വയർ നിറഞ്ഞപ്പോൾ നല്ല ക്ഷീണം തോന്നി. കണ്ണടഞ്ഞുപോയി. ക്ഷീണമുണ്ടെങ്കിൽ മൂലയ്ക്കുള്ള ബെഞ്ചിൽ കിടന്നോളാൻ സ്വാമി പറഞ്ഞു. പിന്നെയൊന്നും ആലോചിച്ചില്ല. വെട്ടിയിട്ടപോലെ ബഞ്ചിലേക്കു വീണു. കിടപ്പിന് ഇത്രയും സുഖമുണ്ടോയെന്ന് അയാൾ ചിന്തിച്ചു.

പതിന്നാല്

പ്രദക്ഷിണവഴിയിലെ പരിചിത മുഖങ്ങൾ

ഉണർന്നപ്പോൾ വൈകിട്ടു നാലുകഴിഞ്ഞിരുന്നു. കടയിൽ മൂന്നാലുപേർ ഇരുപ്പുണ്ട്. ക്ഷീണം വിട്ടുമാറിയില്ലെങ്കിലും എഴുന്നേറ്റു. തലയ്ക്കു നല്ല കനം തോന്നി. മുഖംകഴുകി അയാൾ പോകാനൊരുങ്ങി. ഒന്നുകൂടി യെടുക്കട്ടേയെന്നു ദൊരൈസ്വാമി ചോദിച്ചെങ്കിലും വേണ്ടെന്നു കൈ കൊണ്ട് ആംഗ്യം കാട്ടി അയാൾ നടന്നു. അടുത്തുള്ള പെട്ടിക്കടയിൽ നിന്നൊരു ചായ കുടിച്ചശേഷം അയാൾ ടൗൺലക്ഷ്യമാക്കി നീങ്ങി. എങ്ങോട്ടാണ് പോകുക. ഉടനെ മൈസൂർക്കു പോകാതിരിക്കുന്നതു തന്നെ യാണു നല്ലത്. വിവരങ്ങൾ സാവകാശം അറിഞ്ഞശേഷം പോകാം. അതു വരെ ഇവിടെത്തന്നെ കൂടാം. അത്യാവശ്യം ചെലവിനുള്ള പണം കയ്യി ലുണ്ട്. അമ്മിണിയേടത്തി തന്ന സ്വർണമാലയുടെ കഷണങ്ങൾ വിറ്റാൽ കുറച്ചുദിവസം പിടിച്ചുനിൽക്കാം.

ഗുണ്ടൽപേട്ട് ടൗണിൽ നല്ല തിരക്കായിരുന്നു. റോഡരികിൽ പേര യ്ക്കയും കരിമ്പും പച്ചക്കറിയും വിൽക്കുന്ന പെണ്ണുങ്ങളുടെ ബഹളം. ഒരു പേരയ്ക്ക വാങ്ങി പണംകൊടുത്തു നീങ്ങിയ അയാൾ തൊട്ടപ്പുറത്ത് പച്ചക്കറിക്കൂനകൾക്കിടയിൽ പരിചിതമുഖത്തേക്ക് സൂക്ഷിച്ചുനോക്കി. സാരിത്തലപ്പുകൊണ്ടു തലമൂടിയിരുന്നു. മെല്ലെ അടുത്തെത്തിയ അയാൾ അറിയാതെ വിളിച്ചുപോയി. കമല. അവളും അയാളെ തറപ്പിച്ചുനോക്കി, തീരെ പരിചയമില്ലാത്തപോലെ.

"കമലയല്ലേ," അയാൾ ചോദിച്ചു. "യാരു നീവു?" മറുചോദ്യം ചോദിച്ച് അവൾ മുഖംകോട്ടി. "നോക്കൂ, ഒരിക്കൽ കണ്ടവരെ ഞാൻ ഒരിക്കലും മറക്കില്ല. സഹായിച്ചവരെ പ്രത്യേകിച്ചും. നീ ആരായിരുന്നാലും അന്നെ ന്നോടു പറഞ്ഞ പേരു പറയൂ, കമലയെന്നല്ലേ?"

അയാൾക്കുനേരെ അവൾ സൂക്ഷിച്ചുനോക്കി. വലിഞ്ഞുമുറുകിയിരുന്ന മുഖം മെല്ലെ തെളിഞ്ഞു. അവൾ അപരിചിതത്വം നടിക്കുകയായിരുന്നെന്ന് അയാൾക്കു മനസ്സിലായി. തന്റെ മാറിയ കോലം കണ്ട് പെട്ടെന്നു മനസ്സി ലായിക്കൊള്ളണമെന്നുമില്ല.

“എനിക്കല്പം സംസാരിക്കാനുണ്ട്. ഇവിടെ പറ്റുമോ? അല്ലെങ്കിൽ തിരക്കു കഴിയുംവരെ കാത്തിരിക്കാം.” അയാൾ പറഞ്ഞു. അയാൾ അല്പ മകലെ മാറിനിന്നു. അവൾ തിരിഞ്ഞുനോക്കാതെ കച്ചവടത്തിരക്കിൽ മുഴുകി. സാരിത്തലപ്പിനിടയിലൂടെ ഇടംകണ്ണിട്ട് അവൾതന്നെ ശ്രദ്ധിക്കു ന്നുണ്ടെന്ന് അയാൾക്കുതോന്നി. കാത്തുനില്പ് വെറുതെയായില്ല. അവൾ മെല്ലെ എഴുന്നേറ്റ് അരികിലെത്തി. “എന്താ, എന്തുവേണം.”

“പരുക്കെല്ലാം ഭേദമായി അന്നു നിന്നെ അന്വേഷിച്ച് ഞാൻ പഴയ സ്ഥലത്തു ചെന്നിരുന്നു. നിങ്ങളെയെല്ലാവരെയും അവിടെനിന്ന് ഒഴിപ്പിച്ചു വെന്ന് അറിഞ്ഞു. വളരെ യാദൃച്ഛികമായാണ് ഇവിടെവച്ചു കണ്ടത്. എനിക്കു കുറച്ചുദിവസം ഇവിടെ തങ്ങണമെന്നുണ്ട്. എന്നെയൊന്നു സഹായിക്കാമോ? ഞാനൊരു ബുദ്ധിമുട്ടാവില്ല. ഏതെങ്കിലും വീടിന്റെ വരാന്തയിലോ കടത്തിണ്ണയിലോ കിടക്കാൻ പോലുമുള്ള മാനസികാ വസ്ഥയിലാണ് ഞാൻ.” അയാൾ പറഞ്ഞു.

“ഞാനെന്തുചെയ്യാൻ. ഞാൻ തന്നെ വളരെ ബുദ്ധിമുട്ടുന്നു. ഓരോ സ്ഥലത്തും ഓരോ പേരും ജീവിതവുമാണെനിക്ക്. ജീവിതം എങ്ങനെയോ ജീവിച്ചുതീർക്കുന്നു. ഒരാളെക്കൂടി സഹായിക്കാനുള്ള കെല്പില്ല. കിട്ടുന്ന പണവുമായി പോകാൻ സ്വന്തമായി നാടുമില്ല. പണമുള്ളിടത്തോളം ആർക്കെങ്കിലുമൊക്കെ സ്നേഹമുണ്ടാകുമെന്നറിയാം. അതുകൊണ്ട് പരമാവധി കാശുണ്ടാക്കാൻ ശ്രമിക്കുന്നു. പ്രായംകൂടും തോറും വരുമാനം കുറയുമല്ലോ.” നിർവികാരയായി അവൾ പറഞ്ഞു.

“ഏതായാലും എന്റെ കൂടെവരൂ. സന്ധ്യയാകുംവരെ നിൽക്കൂ. കച്ചവടം കഴിഞ്ഞോട്ടെ. പരമാവധി ഇന്നുതന്നെ വിറ്റുതീർക്കണം. നാള ത്തേക്ക് എല്ലാം വാടിത്തുടങ്ങും. പിന്നെ കുറഞ്ഞ കാശിനേ വിൽക്കാ നാകൂ. കഷ്ടപ്പെടുന്നതിന് എന്തെങ്കിലും കിട്ടണ്ടേ?”

സന്ധ്യയായപ്പോഴേക്കും അവൾ പച്ചക്കറി വാരിക്കൂട്ടി തുണിക്കെട്ടിലും വട്ടിയിലുമാക്കി. ദൂരേക്കു നോക്കി ഉച്ചത്തിൽ കൂവിക്കൊണ്ടു കൈകൊട്ടിയ പ്പോൾ കാളവണ്ടിയുമായി ഒരു പയ്യൻ വന്നു. ഒറ്റക്കാളയെ കെട്ടിയ ചെറി യൊരു വണ്ടി. കേരളത്തിൽ നിന്നു വ്യത്യസ്തമായി, ഇരുമ്പുപട്ട ചുറ്റിയ വലിയ മരച്ചക്രത്തിനു പകരം വാഹനങ്ങളുടെ പഴയ ടയർ. സാധനങ്ങൾ പെറുക്കിവയ്ക്കാൻ അയാളും സഹായിച്ചു. പിന്നിലേക്കു കാലുകൾ നീട്ടി യിട്ട് കമലയും വണ്ടിയിൽ ഇരുന്നു. കാളയുടെ ദയനീയ മുഖം കണ്ട പ്പോൾ അയാൾക്കു കയറാൻ തോന്നിയില്ല. “ഞാൻ ഒപ്പം നടന്നോളാം. നീങ്ങിക്കോളൂ.” അവൾ നിർബന്ധിച്ചെങ്കിലും അയാൾ വഴങ്ങിയില്ല. വണ്ടി മെല്ലെ നീങ്ങി. പ്രധാന പാത കഴിഞ്ഞ് ഇടവഴികളിലേക്ക് വണ്ടികടന്നു. ചുറ്റും സൂര്യകാന്തിപ്പാടം. അപ്പുറത്ത് കാടുപിടിച്ചപോലെ കരിമ്പിൻതോട്ടം, പിന്നെ കടുകുപാടം. പച്ചപ്പിൽ തഴുകിവന്ന കാറ്റിൽ ഉന്മേഷം ഒഴുകിവന്നു. സന്തോഷം തോന്നി. കാളവണ്ടി ഇറക്കത്തിലേക്കുള്ള ചെമ്മൺ പാതയിൽ പ്രവേശിച്ചു. കമല വണ്ടിയിൽ നിന്നു ചാടിയിറങ്ങി അയാൾക്കൊപ്പം നടന്നു. ഇരുവരും മിണ്ടിയില്ല. അവൾ എന്തോ ആലോചനയിലാണെന്നു തോന്നി. ഓടുമേഞ്ഞ ചെറിയൊരു വീടിനുമുന്നിൽ വണ്ടിനിന്നു. ഇരുട്ടിനു കട്ടി

കൂടിവന്നു. കമല പച്ചക്കറികെട്ടുകൾ തലയിലേറ്റി വീട്ടിലേക്കു നടന്നു. അയാൾ പിന്നാലെയെത്തി. തലയാകെ നരച്ചയൊരു തള്ള ആ വീട്ടിലുണ്ടായിരുന്നു. അവർ അയാളെ ശ്രദ്ധിച്ചുപോലുമില്ല. വീടിനോടു ചേർന്നുള്ള ഷെഡിൽ രണ്ടു പശുക്കൾ. വീട്ടിലും പരിസരത്തും നല്ല വൃത്തിയും വെടിപ്പുമുണ്ടായിരുന്നു.

പുറത്തുവച്ചിരുന്ന കുടത്തിൽ നിന്നു വെള്ളമൊഴിച്ച് കയ്യുംകാലും മുഖവും കഴുകി അകത്തേക്കു കയറിയ അവൾ പെട്ടെന്നു തിരിഞ്ഞുനിന്നു കാളവണ്ടിയിലിരുന്ന പയ്യനോട് എന്തോ വിളിച്ചു പറഞ്ഞു. അപ്പോഴേക്കും ഒരു പാത്രത്തിൽ ചായയും മൂന്നു ഗ്ലാസുകളുമായി തള്ളവന്നു. ഒരു ഗ്ലാസ് ചായ അയാൾക്കു നൽകി മറ്റൊന്നുമായി അവൾ വണ്ടിക്കരികിലേക്കു നീങ്ങി. എരുമപ്പാലിന്റെ സമൃദ്ധിയുള്ള ചായയ്ക്ക് നല്ല രുചിയുണ്ടായിരുന്നു. ഒഴിഞ്ഞ ഗ്ലാസ് തിണ്ണയിൽ വച്ച് തിരിഞ്ഞപ്പോഴേക്കും കമലയെത്തി.

“ആ പയ്യന്റെ കൂടെ പൊയ്ക്കോളൂ. അടുത്തൊരു കൊല്ലന്റെ ആലയുണ്ട്. പയ്യന്റെ ബന്ധുവാണ്. വീടും ആലയുമെല്ലാം ഒരുമിച്ചാണ്. സൗകര്യങ്ങൾ തീരെ കുറവായിരിക്കും. പറ്റുമോയെന്നു നോക്കൂ.” അവൾ പറഞ്ഞു.

അതൊക്കെ ധാരാളം എന്നു പറഞ്ഞ് അയാൾ പുറത്തേക്കിറങ്ങി. പയ്യൻ കാത്തുനില്പുണ്ടായിരുന്നു. അയാൾ വണ്ടിയിൽ കയറി. മൂന്നുനാലു വീടുകൾക്കപ്പുറം വണ്ടിനിന്നു. അയാളെയും കൂട്ടി പയ്യൻ അകത്തേക്കു നടന്നു. വൃത്തിയുള്ള ചെറിയൊരു വീട്. പാത്രങ്ങളും പലതരം തൂമ്പയും മുറ്റത്ത് അവിടവിടെ കിടക്കുന്നത് അരണ്ട വെളിച്ചത്തിൽ അയാൾ കണ്ടു. പയ്യൻ വീടിനകത്തുകയറി എന്തൊക്കെയോ സംസാരിക്കുന്നതു കേട്ടു. അല്പം കഴിഞ്ഞ് തലയിൽ മഫ്ളർ ചുറ്റിയ ഒരു മധ്യവയസ്കൻ വാതിൽക്കലെത്തി. പയ്യൻ കൈകാട്ടി അയാളെ വിളിച്ചു. വീട്ടുകാരൻ ആകെയൊന്നു ചുഴിഞ്ഞുനോക്കി. എന്നിട്ട് ആലയിലേക്കു കൂട്ടിക്കൊണ്ടുപോയി. ഓലയും പാട്ടയും കൊണ്ടു മറച്ച പണിപ്പുര. അയാൾ വിളക്കുകൊളുത്തി. ചാണകം മെഴുകിയ തറയിൽ ഇരിക്കാനുള്ള മൂന്നാലു തടിക്കഷണങ്ങൾ. മൂലയ്ക്ക് വീതികുറഞ്ഞ തടിക്കട്ടിലിൽ കട്ടിയില്ലാത്ത കിടക്കയും അതിനുചേർന്ന തലയിണയും. പിന്നിൽ ആളനക്കം കേട്ട് ഇരുവരും തിരിഞ്ഞുനോക്കി. കമലയായിരുന്നു. ഒരു കയ്യിൽ വാവട്ടം കൂടിയ തളികയും മറുകയ്യിൽ കിടക്കവിരിയും പുതപ്പും ഉടുക്കാനൊരു കൈലിയും. പാത്രം താഴെവച്ച് കിടക്കയിൽ അവൾ ഷീറ്റ് വിരിച്ചു. നന്നായി അലക്കി മടക്കിവച്ച അതിൽ നിന്നു നേർത്ത സുഗന്ധം ഉയർന്നു. എന്നിട്ടു പാത്രത്തിന്റെ മൂടിതുറന്നു. രണ്ടു റാഗി ഉണ്ടയും അല്പം പച്ചരിച്ചോറും പച്ചക്കറികൊണ്ടുള്ള കറിയും അച്ചാറും.

“വിശ്രമിക്കൂ. നാളെ സംസാരിക്കാം” എന്നു പറഞ്ഞ് കമലയും മറ്റു രണ്ടുപേരും പുറത്തേക്കിറങ്ങി. വിളക്കുകെടുത്തി അയാൾ കിടന്നു. വല്ലാത്തൊരു സുഖവും സുരക്ഷിതത്വവും തോന്നി. എല്ലാ ചിന്തകളും മാറ്റിവച്ച് അയാൾ കണ്ണുകൾ അടച്ചു.

പതിനഞ്ച്

പുതിയ പ്രഭാതം
പുതിയ ലോകം

കിളികളുടെ കലപില ശബ്ദവും കോഴിയുടെ കൂവലും കേട്ട് കണ്ണുതുറന്നു. ദൂരെയേതോ ക്ഷേത്രത്തിൽ നിന്നു ഭക്തിഗാനം കേൾക്കാം. നല്ല തണുപ്പുണ്ടായിരുന്നു. പുതപ്പ് തലവഴി മൂടി അയാൾ ചെരിഞ്ഞുകിടന്നു. വീണ്ടും ഉറക്കത്തിലേക്ക്. ഉണർന്നപ്പോൾ നേരം നന്നായി വെളുത്തിരുന്നു. മെല്ലെ പുറത്തേക്കിറങ്ങി. വാതിൽക്കൽ ടൂത്പേസ്റ്റും ബ്രഷും. വീട്ടിൽ ആളനക്കം ഇല്ലായിരുന്നു. അയാൾ പടിയിറങ്ങി നടന്നു. പുറത്തു നല്ല പച്ചപ്പ്. ചോളപ്പാടവും കരിമ്പിൻ പാടവും സൂര്യകാന്തിത്തോട്ടവുമെല്ലാം കണ്ണെത്താദൂരത്തോളം ഇടകലർന്നു നിൽക്കുന്ന കാഴ്ച മനോഹരമായിരുന്നു. നാട്ടുവഴിയുടെ ഇരുഭാഗത്തും വലിയ പുളിമരങ്ങളും മാവുകളും. അല്പമകലെയുള്ള കൂറ്റൻ ആൽമരത്തിന്റെ തറയിൽ പ്രായമായ കുറേപ്പേർ ഇരിക്കുന്നു. അവരിൽ ചിലർ പത്രപാരായണത്തിലാണ്. ചിലർ നാട്ടുവിശേഷങ്ങൾ പങ്കുവയ്ക്കുമ്പോൾ മറ്റുചിലർക്കു ബീഡിവലിയിലാണ് കമ്പം. അവിടേക്ക് പോകാതെ രാത്രിയിൽ വന്ന വഴിക്ക് അയാൾ തിരിഞ്ഞു നടന്നു.

കയറ്റം കയറി ടാറിട്ട റോഡിലെത്തി. ടാർ ഇളകിയ, വീതികുറഞ്ഞ റോഡ്. അല്പംമാറി ചെറിയൊരു കട. അതിനു മുൻപായുള്ള പൊതു ടാപ്പിൽ നിന്നു പ്ലാസ്റ്റിക് കുടങ്ങളിൽ വെള്ളം പിടിക്കുകയാണ് മൂന്നുനാലു പെണ്ണുങ്ങൾ. പല്ലുതേച്ചുകൊണ്ട് അയാൾ അവിടേക്ക് നടന്നു. നിറഞ്ഞ കുടങ്ങളുമായി പെണ്ണുങ്ങൾ നടന്നുതുടങ്ങിയിരുന്നു. വായുംമുഖവും കൈകാലുകളും കഴുകി മെല്ലെ അയാൾ കടയിലേക്കു നീങ്ങി. അറുപത് കഴിഞ്ഞയൊരാളായിരുന്നു കടക്കാരൻ. ഇടതുചെവിയിൽ ചുവന്ന കല്ലു പതിച്ച ചെറിയൊരു കടുക്കനും നെറ്റിയിൽ നീളൻ ഭസ്മക്കുറിയും. ഭാഗ്യം. മലയാളിയല്ലെന്നു തോന്നുന്നു. പറയാൻ പറ്റില്ല. ഏതു വേഷത്തിലേക്കും അതിവേഗം മാറാൻ കഴിയുന്നവരാണ് മലയാളികൾ.

കടക്കാരനെ നോക്കി വിശാലമായൊന്നു ചിരിച്ച് പുറത്തുകിടന്ന ചെറിയ ബഞ്ചിൽ അയാൾ ഇരുന്നു. ബഞ്ചിലും തറയിലുമായി ചിതറി

ക്കിടന്ന കന്നഡ പത്രമെടുത്ത് വെറുതെ ഓടിച്ചുനോക്കി കടക്കാരൻ എന്തെങ്കിലും ചോദിക്കാനായി അയാൾ കാത്തിരുന്നു. "ഏൻ സാമി, ടീ ബേക്കാ." പതിഞ്ഞ ശബ്ദത്തിൽ കടക്കാരൻ ചോദിച്ചു. അയാൾ തല യാട്ടിയതും സ്റ്റൗവ് പമ്പ് ചെയ്ത് തീകൂട്ടി ചായപ്പാത്രം വച്ചു. അല്പം കഴിഞ്ഞപ്പോൾ ചെറിയ പാത്രത്തിൽ കൊഴുപ്പുകൂടിയ ചായയും ഒരു കഷണം നാടൻ ബിസ്കറ്റും എത്തി. കടക്കാരൻ സംസാരിക്കാൻ വലിയ താത്പര്യമുള്ള ആളാണെന്നു തോന്നിയില്ല. പകരം എപ്പോഴും നിറഞ്ഞ ചിരി മുഖത്തുണ്ടായിരുന്നു. പൈസ കൊടുത്തു മുന്നിലെ ചോളവയലി ലേക്കു നോക്കി മൂത്രശങ്ക തീർക്കുന്നതിനിടെ ദൂരെ വരമ്പിലൂടെ കമലയും വേറെ നാലഞ്ചു സ്ത്രീകളും വരുന്നതുകണ്ടു. വേഗം കാര്യംസാധിച്ച് അയാൾ വരമ്പിലേക്കിറങ്ങി. പെണ്ണുങ്ങളുടെ തലയിലുള്ള വലിയ കുട്ട യിൽ നിറയെ പച്ചക്കറിയുണ്ടായിരുന്നു. കമല അയാളെ ശ്രദ്ധിക്കാതെ സ്ത്രീകളോടൊപ്പം കടന്നുപോയ ശേഷം തിരിഞ്ഞുനോക്കി. അവൾ നടപ്പിന്റെ വേഗം കുറച്ചു. അയാൾ അവൾക്കരികിലെത്തി. "എന്താ, നാടു കാണാനിറങ്ങിയതാണോ?" അവളുടെ ചോദ്യത്തിനു മുന്നിൽ അയാൾ വെറുതെ ചിരിച്ചു.

"ഞാൻ രാവിലെ പാടത്തു പണിക്കുപോയി. നനയ്ക്കാനും കള പറിക്കാനും വിളവെടുക്കാനുമൊക്കെയുണ്ടാകും. കൂലി തുച്ഛമാ ണെങ്കിലും വീട്ടിലേക്കുള്ള പച്ചക്കറി ഇഷ്ടംപോലെ കിട്ടും." അവൾ പറഞ്ഞു.

"ഇനി വൈകിട്ടു മാർക്കറ്റിൽ കച്ചവടത്തിനു പോകുമല്ലേ?" അയാ ളുടെ ചോദ്യത്തിന് അവൾ തലകുലുക്കി. "അതിരാവിലെ തോട്ടത്തിൽ പോയി പന്ത്രണ്ടുമണിയോടെ മടങ്ങിയെത്തും. ഈ പച്ചക്കറി കുറഞ്ഞ വിലയ്ക്കു തോട്ടത്തിൽ നിന്നു വാങ്ങുന്നതാണ്. ഇതു വിറ്റാൽ എന്തെങ്കിലും ലാഭം കിട്ടും. മിച്ചം വരുന്നത് വീട്ടിലേക്കായി. തോട്ടമുടമ യുടെ വീട്ടിൽ ഇടയ്ക്ക് എന്തെങ്കിലും പണിയുണ്ടാകും. റാഗിയും അരിയും മല്ലിയും മുളകുമൊക്കെയാണ് കൂലിയായി കിട്ടുക. ഒന്നോർത്താൽ അതാണു നല്ലത്. ബാക്കിയുള്ളത് ദാ, ഈ കടയിൽ നിന്നു വാങ്ങാം. ഇനി ഇന്നത്തേക്കുള്ളത് എന്തെങ്കിലും ഉണ്ടാക്കി വൈകിട്ട് ചന്തയ്ക്കു പോകണം."

"എനിക്കും എന്തെങ്കിലും പണി കിട്ടുമോ?" അയാൾ ചോദിച്ചു.

"മനസ്സുണ്ടായാൽ മതി. ജോലി തേടിയെത്തും." ചെറുചിരിയോടെ മറുപടി പറഞ്ഞ് അവൾ നടന്നു. കൂടെ അയാളും.

അവർ വീട്ടിലെത്തുമ്പോൾ തള്ള പച്ചക്കറി നുറുക്കുകയായിരുന്നു. അവർ വേറൊന്നും ശ്രദ്ധിക്കുന്നുണ്ടായിരുന്നില്ല. അയാൾ തന്റെ കുടിലി ലേക്കു നടന്നു. ആലയിൽ തട്ടുകയും മുട്ടുകയും ചെയ്യുന്ന ശബ്ദം കേൾക്കാം. വീട്ടുകാരൻ പണിത്തിരക്കിലാണ്. അയാൾ ചെന്നപ്പോഴേക്കും

അവിടെയുണ്ടായിരുന്ന സ്ത്രീയും നാലുകുട്ടികളും എഴുന്നേറ്റു. അയാളുടെ ഭാര്യയും മക്കളുമായിരിക്കാം. മൂന്നു പെൺകുട്ടികളും ഒരാൺകുട്ടിയും. മൂത്തകുട്ടിക്ക് പതിനാറ് വയസ്സിൽ കൂടില്ല. ആൺകുട്ടിക്ക് ഏറിയാൽ പത്തു വയസ്സ്.

ജയപ്രകാശിന് അദ്ഭുതം തോന്നി. ഒരുപരിചയവുമില്ലാത്ത ഒരാൾ താമസിക്കാനെത്തിയിട്ടും ആളുകൾക്ക് സംശയത്തോടെയുള്ള നോട്ടമോ ചോദ്യങ്ങളോ ഇല്ല. സ്നേഹം കാണിക്കുകയും ചെയ്യുന്നു. സ്വന്തം നാട്ടിൽ കാണാനാവാത്ത കാഴ്ചകൾ. സംശയമില്ല, ഗ്രാമങ്ങളാണ് സംസ്കാരത്തിന്റെ സർവകലാശാലകൾ. ഈ ഗ്രാമങ്ങളാണ് കേരളത്തിനു നഷ്ടമായിക്കൊണ്ടിരിക്കുന്നത്. എന്നിട്ടും മലയാളി, പാതിവെന്ത മാവിന്റെ നിറമുള്ള തൊലിവെളുപ്പിന്റെ പേരുപറഞ്ഞു തമിഴനെയും കന്നഡക്കാരനെയും പരിഹസിക്കുന്നു. ഔദാര്യത്തിനായി അയലത്തേക്കു കൈനീട്ടുമ്പോഴും അല്പത്ത്വങ്ങളുടെ ആർഭാടം വേണ്ടുവോളം.

"വല്ലതും കഴിച്ചോ?" ജോലിക്കിടെ വീട്ടുകാരൻ ആംഗ്യത്തിൽ ചോദിച്ചു. മറുപടിയായി തലയാട്ടി. എന്താണിയാളെ വിളിക്കുക. പേരറിയില്ലല്ലോ. അണ്ണായെന്നു വിളിച്ചാൽ ഇഷ്ടപ്പെട്ടില്ലെങ്കിലോ. പേരു ചോദിക്കാം. "നിംദു ഹെസറു ഏനു?" ശരിയാണോ തെറ്റാണോ എന്നറിയില്ല, വച്ചുകാച്ചി. സിദ്ദപ്പ, ജോലിയിൽ ശ്രദ്ധ കേന്ദ്രീകരിച്ച് ചെറുചിരിയോടെ മറുപടി.

അപ്പോഴേക്കും കമലയെത്തി. "വരൂ, രാവിലെ ഒന്നും കഴിച്ചു കാണില്ലല്ലോ." ഞാൻ ചോദിക്കാനും മറന്നു. അവൾ വിഷമത്തോടെ പറഞ്ഞു. "എനിക്കൊന്നും വേണ്ട, രാവിലെ ആ കടയിൽ നിന്നു കഴിച്ചു. ഞാൻ നാളെ മുതൽ കമലയുടെ കൂടെ ജോലിക്കു വരട്ടെ?"

അയാൾ പറഞ്ഞു.

"തിരക്കു കൂട്ടേണ്ട. ഇവിടെ എത്തിയതല്ലേയുള്ളൂ. കൂടുതൽ ഇറങ്ങി നടന്ന് ആളുകൾ ശ്രദ്ധിക്കാൻ അവസരം കൊടുക്കേണ്ട. പ്രത്യേകിച്ച് നിങ്ങളുടെ ഈ വരവിൽ അസ്വാഭാവികമായി എന്തോ ഉണ്ടെന്ന് എനിക്കു തോന്നുന്നു."

അവൾ പറയുന്നതു കേട്ട് അയാൾ അദ്ഭുതപ്പെട്ടു. എത്രയോ ബുദ്ധിമതിയാണിവൾ. ഒരാളുടെ മനസ്സു വായിക്കാനും കാര്യവിവരത്തോടെ സംസാരിക്കാനും കഴിയുന്നല്ലോ. സാഹചര്യങ്ങളാണ് ഓരോരുത്തരുടെ ഭാവി നിശ്ചയിക്കുന്നതും കിട്ടാത്ത അവസരങ്ങൾ ഒരാളെ ദൗർഭാഗ്യങ്ങളുടെ തടവറയിലാക്കുമെന്നും തമ്പിമാഷ് പറയാറുള്ളത് അയാളോർത്തു. അവസരങ്ങളുടെ പടികളേറി ഔന്നത്യങ്ങൾ കീഴടക്കേണ്ട പലരും ഓരോ തുരുത്തുകളിൽ ആരോരുമറിയാതെ എരിഞ്ഞടങ്ങുന്നു.

തോമസ് ഗ്രേയുടെ എൽജി റിട്ടൺ ഇൻ എ കൺട്രി ചർച്ച് യാർഡ് എന്ന കവിതയിലെ പ്രശസ്തമായ വരി അയാളുടെ മനസ്സിൽ ഓടിയെത്തി്ദ് "പാത്സ് ഓഫ് ഗ്ലോറി ലീഡ് ബട് റ്റു ദ് ഗ്രേവ്." ലിറ്ററേച്ചർ ക്ലാസ്സിൽ ഇതുപോലെ മനസ്സിൽ പതിഞ്ഞ എത്ര വരികൾ, വാചകങ്ങൾ. ജീവിതത്തെ കാച്ചിക്കുറുക്കിയെടുത്ത ആ വരികളുടെയും വാചകങ്ങളുടെയും അർത്ഥങ്ങൾ യഥാർത്ഥത്തിൽ മനസ്സിലാക്കുന്നത് ഇപ്പോഴാണ്. എത്രയെത്ര അനുഭവങ്ങളിലൂടെ കടന്നുപോയിട്ടാകും ആ എഴുത്തുകാർ അതെല്ലാം എഴുതിയിട്ടുണ്ടാകുക. അതൊക്കെയോർക്കുമ്പോൾ തന്റെ അനുഭവങ്ങളും അറിവുകളും എത്ര പരിമിതം.

പതിനാറ്

പൊൻമനസ്സുള്ള പെൺജന്മങ്ങൾ

ഒന്നു രണ്ടു ദിവസംകൊണ്ട് സിദ്ദപ്പയുമായി കൂട്ടായി. അയാൾ അധികം സംസാരിക്കില്ലെന്നതു ഭാഗ്യമായി. അതിനുപകരം ഭാര്യയും മക്കളും സംസാരിച്ചുകൊണ്ടേയിരുന്നു. അതിനു ഗുണമുണ്ടായി. കന്നഡ കേട്ടാൽ നന്നായി മനസ്സിലായിത്തുടങ്ങി. തട്ടിയും മുട്ടിയും പറയാനും പഠിച്ചു. ഇടയ്ക്കു റോഡരികിലെ കടയിൽ പോയിരിക്കുന്നതും പതിവായി. നാഗ രാജ എന്നാണ് കടക്കാരന്റെ പേര്. അധികം തിരക്കില്ലാത്ത കടയായതി നാൽ ബുദ്ധിമുട്ടു തോന്നിയില്ല. മുന്നിലെ പച്ചപ്പിൽ നോക്കി കിളികളുടെ കലപില കേട്ടിരിക്കുന്നത് രസമായിരുന്നു.

ഇടയ്ക്കൊക്കെ കമല മനസ്സിലേക്ക് കടന്നുവന്നു. ഇവിടെ അവളുടെ വീട്ടിൽ ആരും വന്നുപോകുന്നതു കണ്ടിട്ടില്ല. പഴയ തൊഴിൽ ഉപേക്ഷിച്ചു കാണുമോ? അതോ, ജോലിക്കു പോകുന്നെന്നു പറഞ്ഞിറങ്ങുന്നത് ഇതി നാകുമോ? ഒരിക്കൽ ഈ തൊഴിലിന് ഇറങ്ങിയാൽ പിന്നീടൊരു മടക്ക മുണ്ടാകില്ലെന്നു കേട്ടിട്ടുണ്ട്. ഇതൊക്കെയാലോചിച്ചു താനെന്തിനു മനസ്സ് പുണ്ണാക്കുന്നു. എങ്കിലും ഓർക്കാതിരിക്കാനാവുമോ. ആ കാശുകൊണ്ടല്ലേ അവൾ ഭക്ഷണമുണ്ടാക്കി തരുന്നത്. എന്തായാലും നല്ലൊരു മനസ്സുണ്ട് അവൾക്ക്. അപകടഘട്ടങ്ങളിലൊക്കെ അവൾ സഹായിച്ചു. അയ്യൻ കൊല്ലിയിൽ അമ്മിണിയേടത്തിയുടെ സഹായവും അയാളോർത്തു. ജീവനും കൊണ്ടോടിയ ആ രാത്രിയിൽ വയറുനിറയെ ഭക്ഷണവും അത്യാവശ്യത്തിനു പണവും തന്നു. പണം തികഞ്ഞില്ലെങ്കിലോ എന്നു കരുതി പൊട്ടിയ മാലയുടെയും കമ്മലിന്റെയും ചെറുകഷണങ്ങളും പൊതിഞ്ഞുതന്നു. തമ്പിമാഷിന്റെ ഭാര്യ തനിക്ക് അമ്മയായിരുന്നു. അമ്മ യോടുള്ള അകൽച്ച അവരോടുള്ള സ്നേഹമായി മാറുകയായിരുന്നല്ലോ. പിന്നെ കമലയെ കുറ്റം പറയാൻ തനിക്കെന്തവകാശം. തനിക്കും അച്ഛ നില്ലായിരുന്നല്ലോ. അച്ഛനെക്കുറിച്ചു ചോദിച്ചപ്പോഴൊക്കെ അമ്മയുടെ ഉത്തരങ്ങൾ പലതായിരുന്നു. കാണിച്ചുതരാൻ ഒരു ഫോട്ടോ പോലുമില്ലാ യിരുന്നു. ചോദ്യങ്ങൾക്കൊടുവിൽ അമ്മയുടെ കണ്ണീരായിരുന്നു മറുപടി. സ്കൂളിൽ നിന്നെത്തി നിഷ്കളങ്കമായി അയൽക്കാരുടെ മുന്നിൽ വച്ച്

ചോദിച്ചപ്പോഴൊക്കെ അമ്മ മുഖം കുനിക്കുന്നതും മറ്റുള്ളവർ ചിരിയടക്കാൻ പാടുപെടുന്നതും കണ്ടിട്ടുണ്ട്. മുതിർന്നപ്പോഴാണ് എല്ലാറ്റിന്റെയും അർത്ഥം മനസ്സിലായത്. അതോടെ അമ്മയോടുള്ള ചോദ്യങ്ങൾ ഒഴിവാക്കി. ആ നാട്ടുകാരിൽ ആരോ ഒരാൾ തന്റെ അച്ഛനാണ്. നശിച്ചുതുടങ്ങിയ തറവാടിന്റെ ചിതലരിച്ച തടിക്കഷണങ്ങൾക്കുപോലും കണക്കുപറഞ്ഞ് സഹോദരങ്ങൾ പടിയിറങ്ങിയപ്പോൾ മാനം കാണാവുന്ന മേൽക്കൂരയിൽ നോക്കി തേങ്ങിക്കരയാനേ അമ്മയ്ക്കും വയ്യാത്ത മുത്തശ്ശിക്കും കഴിയുമായിരുന്നുള്ളൂ. ഭാരംതീർക്കാൻ വീട്ടുകാർ കെട്ടിച്ചുകൊടുത്ത, അമ്പലത്തിലെ കീഴ്ശാന്തിക്കാരനായ വയസ്സൻ പരദേശി ബ്രാഹ്മണനു വീട്ടുജോലിക്കാരി മാത്രമായിരുന്നു അവർ. അച്ഛന്റെ പ്രായമുള്ള അയാൾ ദൗർബല്യം മറയ്ക്കാൻ വാത്സല്യം മാത്രം പ്രതിഫലമായി നൽകി എന്നോ പടിയിറങ്ങി. പല വീടുകളിലും മുറ്റമടിക്കാനും പാത്രം കഴുകാനും അടുക്കളജോലിക്കും പോയിരുന്ന അമ്മയ്ക്ക് ഒടുവിൽ എവിടെനിന്നോ ആരോ പ്രതിഫലമായി തന്നെ സമ്മാനിച്ചു. അമ്മയാകേണ്ട പ്രായത്തിൽ ആയില്ലെങ്കിലും ജീവിതനിയോഗം അവർ പൂർത്തിയാക്കി. അസുഖക്കാരിയായ അമ്മയെ മാത്രമാണ് താൻ കണ്ടിട്ടുള്ളത്. അവരുടെ മുഷിഞ്ഞ വേഷത്തിനും കണ്ണീരും കരിയും പുരണ്ട മേൽമുണ്ടിനും ആശ്വാസം പകരുന്ന ഗന്ധമുണ്ടായിരുന്നു. മാതൃത്വത്തിന്റെ ഗന്ധം. വേദനിച്ചപ്പോഴൊക്കെ ആ സാമീപ്യവും ഗന്ധവും ആശ്വാസമേകി. അമ്മയുടെ മൗനത്തിനാണ് ഏറ്റവും വലിയ അർത്ഥമുണ്ടായിരുന്നതെന്ന് ഇപ്പോൾ തിരിച്ചറിയുന്നു.

ലോകത്ത് തനിക്കുള്ള ഏക ബന്ധം അമ്മയാണെന്നും അവരെ വിഷമിപ്പിക്കരുതെന്നും തോന്നി. സമൂഹത്തോടുള്ള അമർഷം പഠനത്തോടുള്ള ആവേശമായി. ആരുടെയും സഹായമില്ലാതെ തന്നെ ഡിഗ്രി പൂർത്തിയാക്കി. കോളേജിനുള്ളിൽ സജീവരാഷ്ട്രീയമില്ലായിരുന്നു. കസേരയ്ക്കുവേണ്ടിയുള്ള പാർലമെന്ററി രാഷ്ട്രീയത്തോടു വെറുപ്പായിരുന്നു. കൂട്ടിക്കൊടുപ്പു രാഷ്ട്രീയത്തെ ഉന്മൂലനം ചെയ്യണമെന്ന ആശയമുള്ള ചിലരെ കോളേജിനു പുറത്തു പരിചയപ്പെട്ടു. പിന്നെ അതൊരു ആവേശമായി. കോളേജിനകത്തും പുറത്തും പകയടങ്ങാത്ത മനസ്സുള്ള തീവ്രനിലപാടുകാരനുമായി. എംഎ ഒന്നാംവർഷ പരീക്ഷയ്ക്കിടയിലായിരുന്നു അമ്മയുടെ മരണം. ആർക്കുവേണ്ടി ഇനി പഠിക്കണമെന്ന തോന്നലായി പിന്നെ. പഠിച്ചിറങ്ങിയാൽ പരമാവധി ഏതെങ്കിലും കോളേജിൽ ഇംഗ്ലിഷ് അധ്യാപകനാകാം. അതിനു ലക്ഷങ്ങൾ വിതറണം. സർക്കാർ ഓഫിസിൽ ഗുമസ്തപ്പണിക്കും താത്പര്യം തോന്നിയില്ല. ലോകം മുഴുവൻ അലയാനുള്ള ആഗ്രഹവും ജീവിതത്തോടുള്ള വിരക്തിയും കലശലായപ്പോൾ സഖാക്കളിലൊരാളാണ് തമ്പിമാഷിനെ കാണാൻ പറഞ്ഞത്. നിനക്കു പറ്റിയ ആൾ ആണെന്നും നേരെ വയനാട്ടിലേക്കു വിട്ടോളാനും പറഞ്ഞപ്പോൾ നേരെ വണ്ടികയറി. അപ്പോഴേ പൊലീസുകാരുടെ നോട്ടപ്പുള്ളിയായിരുന്നു. അലസനായി ലോകം ചുറ്റുന്നതിലല്ല, സന്ധിയില്ലാതെ

ചുറ്റുപാടുകളോടു പൊരുതുന്നവനാണ് യഥാർത്ഥ പോരാളിയെന്നു മാഷ് പറഞ്ഞുതന്നു.

രാത്രി വൈകുവോളം കാത്തിരുന്നും വസ്ത്രങ്ങൾ അലക്കിത്തന്നും ഓരോ നോട്ടത്തിലും ആശ്വാസം പകർന്നും അവിടെ തനിക്കൊരു അമ്മയെ കിട്ടി. തന്റെ അമ്മയെക്കുറിച്ച് നാട്ടുകാരിൽനിന്നും അകന്ന ബന്ധുക്കളിൽ നിന്നും അറിഞ്ഞതു പറഞ്ഞപ്പോൾ, അമ്മയുടെ നിസ്സഹായതകളെക്കുറിച്ച് അവരുടെ ഭാഗത്തുനിന്നു നീയും ഓർക്കൂ എന്നായിരുന്നു മറുപടി. മറന്നുപോയതൊക്കെ അവർ പറഞ്ഞുതന്നപ്പോഴേക്കും അമ്മ ഓർമ്മയായിരുന്നു. പകരം മാഷും ഭാര്യയും തനിക്ക് അച്ഛനും അമ്മയുമായിരുന്നു. ആ അവരെയാണ് അവന്മാർ... ഇല്ല, ആരെയും വെറുതെവിടില്ല. കൂട്ടിക്കൊടുപ്പുകാരും കങ്കാണിമാരും രാഷ്ട്രീയക്കാരും തുലയണം. അടിച്ചമർത്തപ്പെട്ടവർ ഉയിർത്തെഴുന്നേൽക്കണം. അടിയാളന്റെ അനുഭവങ്ങളുടെ തീക്ഷ്ണതയിൽ കളകൾ ചാമ്പലായി പ്രതീക്ഷകളുടെ നാമ്പുകൾ ഉയരണം. അതിനു വിദ്യാഭ്യാസവും അനുഭവങ്ങളുമുള്ള പുതിയ തലമുറ സജ്ജമാകണം. താനൊരു നിയോഗം മാത്രം. തലമുറകളോളം കാത്തിരിക്കേണ്ടിവന്നേക്കാം. എങ്കിലും ലക്ഷ്യത്തിലെത്തുകതന്നെ ചെയ്യാം. ഏതു വന്മലയും കാലങ്ങൾകൊണ്ടു കീഴടക്കാം. കമലയ്ക്കും അങ്ങനെയൊരു നിയോഗമുണ്ടാകാം. അല്ലാതെ, ഇവളെങ്ങനെ ജീവിതത്തിൽ കടന്നുവന്നു. അമ്മയും മുത്തശ്ശിയും അമ്മിണിയേടത്തിയും മാഷിന്റെ ഭാര്യ അമ്മാളുവമ്മയും കമലയും തന്റെ ജീവിതവുമായി ബന്ധപ്പെട്ടിരിക്കുന്നു.

ഏതു രൂപത്തിലായാലും കടലോളം സ്നേഹം തരാൻ കഴിയുന്നവരാണ് സ്ത്രീകൾ. പിണക്കത്തിനും ഇണക്കത്തിനുമെല്ലാം വല്ലാത്തൊരു ഊഷ്മളത. കാമവും അങ്ങനെയാകും. പെണ്ണിന്റെ കാമത്തിന് കടലോളം ആഴവും തീയോളം തീക്ഷ്ണതയുമുണ്ടെന്നാണ് വായിച്ചും കേട്ടും അറിഞ്ഞത്. നേരിട്ട് ഇതുവരെ അറിഞ്ഞിട്ടില്ല. എന്തോ, അതിലേക്കൊരു ചാഞ്ചാട്ടം പഠിക്കുന്ന കാലത്തും ഉണ്ടായിട്ടില്ലല്ലോ.

“എന്താ സ്വപ്നം കാണുകയാണോ. കണ്ടു തീരട്ടെ എന്നു കരുതി കാത്തുനിന്നു. ഷോ തുടരുകയാണെന്നു തോന്നിയപ്പോൾ. വിളിച്ചതാ. ഊണുകഴിഞ്ഞിട്ടാകാം ബാക്കി സ്വപ്നം.”

പൊട്ടിച്ചിരിച്ചുകൊണ്ട് അരികിൽ കമല. പശുവിനായി ചെത്തിക്കൊണ്ടുവന്ന വലിയൊരു പുൽക്കെട്ട് അവളുടെ തലയിലുണ്ട്.

“നീ പൊയ്ക്കോളൂ. ഞാൻ വന്നേക്കാം.” അയാൾ പറഞ്ഞു.

“ഉം... ശരി.” മേലുകഴുകി ചോറുവാർക്കുമ്പോഴേക്കും എത്തിയാൽ മതിയെന്നു പറഞ്ഞ് അവൾ മെല്ലെ നടന്നു. ഒതുങ്ങിയ അവളുടെ അരക്കെട്ടിൽ പാതിയഴിഞ്ഞ മുടി പാമ്പുകളെപ്പോലെ ചുറ്റിപ്പിണഞ്ഞുകിടക്കുന്നുണ്ടായിരുന്നു. കണങ്കാലുകളെ പുണർന്നു കിടന്ന നാഗഫണ

വെള്ളിക്കൊലുസുകളും ആദ്യമായി അയാൾ ശ്രദ്ധിച്ചു. അന്ന് അപകട മുണ്ടായപ്പോൾ അവളുടെ മടിയിൽ കിടത്തി മരുന്നു തന്നിട്ടുണ്ട്. ചേർത്തിരുത്തി ഭക്ഷണം തന്നിട്ടുണ്ട്. അന്നൊക്കെ ആ മാറിടം പലവട്ടം മുഖത്ത് അമർന്നിട്ടുണ്ടാകാം. പല ചുണ്ടുകളും നാക്കുകളും മേഞ്ഞു നടന്ന ദേഹമെന്ന അറപ്പാണ് അന്നുണ്ടായത്. സത്യത്തിൽ ചുണ്ടുകൊണ്ടോ നാവുകൊണ്ടോ രേതസ്സുകൊണ്ടോ പൗരുഷത്തിന്റെ ആഗ്നേയാസ്ത്രംകൊണ്ടോ പെണ്ണിനെ കളങ്കപ്പെടുത്താനാകുമോ. കീഴ്പ്പെടുത്താനായേക്കാം. കീഴ്പ്പെടുത്തിയാൽ കളങ്കപ്പെടുന്നതാണോ മനസ്സും ശരീരവും. ശരീരത്തിലെ ഏതു മുറിവും ഉണക്കാനും ഏതഴുക്കും കഴുകിക്കളയാനും കഴിയും. പിന്നെയും കളങ്കപ്പെടാതെ നോക്കേണ്ടത് മനസ്സാണ്. മനസ്സു നഷ്ടമായവർ ശരീരമെന്ന വിഴുപ്പു ചുമക്കുന്ന കാഴ്ചയാണെങ്ങും.

പതിനേഴ്

കന്നിമണ്ണിലെ പുതിയ നടവഴികൾ

ചിന്തകൾ കാടുകയറിയപ്പോൾ അല്പം വീര്യത്തിനായി അയാളുടെ മനസ്സു ദാഹിച്ചു. ഈ കുഗ്രാമത്തിൽ എവിടെക്കിട്ടാൻ. നാഗരാജയോടു ചോദിച്ചാലോ. മോശമാകുമോ. കമലയോടു പറഞ്ഞുകൊടുത്താലോ. അവളുടെ ഔദാര്യത്തിൽ കഴിയുന്ന താൻ മദ്യപിച്ചു വീട്ടിൽ ചെല്ലുന്നതു മോശമല്ലേ. അയാളുടെ വെപ്രാളം കണ്ട് എന്തുപറ്റിയെന്ന് നാഗരാജ ചോദിച്ചു.

"സാമി, പക്കദല്ലി, ഗുണ്ടു സിക്ക്ദാ." അടുത്തെങ്ങാനും ചാരായം കിട്ടുമോയെന്ന് ഇതിലപ്പുറം കന്നഡയിൽ ചോദിക്കാൻ അറിയില്ല. ശരിയോ, തെറ്റോ അയാൾക്കു കാര്യം പിടികിട്ടി. വിശാലമായി ചിരിച്ചുകൊണ്ട് ഇരിക്കാൻ നാഗരാജ പറഞ്ഞു. കടയുടെ മൂലയ്ക്കിരുന്ന അലമാരയുടെ താഴത്തുനിന്നൊരു കീറച്ചാക്കു വലിച്ചെടുത്ത് അതിൽനിന്നൊരു രണ്ടു കവറുമായി മിന്നൽപോലെ എത്തി. ഇയാൾക്ക് ഈ പരിപാടിയുമുണ്ടായിരുന്നോ?

നാഗരാജ തന്നെ രണ്ടു ഗ്ലാസുകളിൽ കവർ പൊട്ടിച്ചൊഴിച്ച് കോള മിക്സ് ചെയ്തു കൊണ്ടുവന്നു. അയാൾ എന്തൊക്കെയോ പറഞ്ഞു ചിരിച്ചുകൊണ്ടിരുന്നു. അതൊന്നും ശ്രദ്ധിക്കാതെ ഗ്ലാസിലുള്ളത് ആവേശത്തോടെ വലിച്ചുകുടിച്ചു. നാഗരാജ ആസ്വദിച്ചു കുടിക്കുകയായിരുന്നു. കുടിക്കുന്നതിനിടെ ചില്ലുഭരണിയിൽ കയ്യിട്ട് കുറച്ചു മിക്സ്ചറെടുത്ത് അയാൾ നീട്ടി. മിക്സ്ചർ കൊറിച്ചുകൊണ്ട് അയാൾ വെളിയിലേക്കു നോക്കിയിരുന്നു. നാഗരാജ വീണ്ടും എഴുന്നേറ്റ് രണ്ടു കവറുകൾ കൊണ്ടുവന്നു. ഗ്ലാസുകൾ കാലിയായിക്കൊണ്ടിരുന്നു. തലയും വയറും ഒരുപോലെ കത്തിത്തുടങ്ങിയപ്പോൾ മതിയെന്നു പറഞ്ഞ് അയാൾ പോക്കറ്റിൽ നിന്ന് പണമെടുത്തെങ്കിലും നാഗരാജ തടഞ്ഞു. ഇന്നു തുടക്കമായതിനാൽ തന്റെ ചെലവാണെന്നും ഇനിമുതൽ പൈസ തന്നാൽ മതിയെന്നും അയാൾ പറഞ്ഞു. തർക്കിക്കാനൊന്നും നിൽക്കാതെ ഇറങ്ങി നടന്നു. നല്ല വിശപ്പുണ്ടായിരുന്നു.

വാതിൽക്കൽ തൂണിൽചാരി പുറത്തേക്കു നോക്കി കമല നിൽപ്പുണ്ടായിരുന്നു. കൈകഴുകി മുഖംകൊടുക്കാതെ അയാൾ അകത്തു കയറി തിണ്ണയിലിരുന്നു. വലിയ പാത്രത്തിൽ ചോറുമായി കമല വന്നു. സാമ്പാറിനൊപ്പം ചിക്കൻകറിയുമെത്തിയപ്പോൾ അയാൾ മുഖമുയർത്തുനോക്കി. ഒന്നും മിണ്ടാതെ അവൾ എല്ലാം വിളമ്പി. ചെറിയൊരു പാത്രത്തിൽ തോരനും എത്തി.

"എനിക്കു വേണ്ടിയാണോ ചിക്കൻ വാങ്ങിയത്? അതൊന്നും വേണ്ടിയിരുന്നില്ല. അല്ലാതെ തന്നെ ഞാനൊരു ബാധ്യതയാകുന്നുണ്ട്." ചമ്മലോടെ അയാൾ പറഞ്ഞു.

"എന്നും പച്ചക്കറി തിന്നു ബോറടിക്കേണ്ട. കഴിച്ചോളൂ. പിന്നെ ഇന്നു നല്ല വിശപ്പുണ്ടാകുമല്ലോ." മദ്യപിച്ചത് അവൾക്കു മനസ്സിലായെന്നു വ്യക്തം. അടുത്തകാലത്തൊന്നും അത്രയും രുചിയുള്ള ഭക്ഷണം അയാൾ കഴിച്ചിരുന്നില്ല. ആർത്തിയോടെ അയാൾ ഉണ്ണുന്നത് കൗതുകത്തോടെ അവൾ നോക്കിയിരുന്നു. വീണ്ടും വീണ്ടും വിളമ്പിയത് ഒന്നും പറയാതെ കഴിച്ചു. വലിയൊരു ഏമ്പക്കത്തോടെ എഴുന്നേറ്റ അയാൾ വേച്ചുപോയി. നല്ല ക്ഷീണം തോന്നി. ആലയിലെത്തിയതും കിടക്കയിലേക്കു വീണു.

മുഖത്തു വെയിലടിച്ചപ്പോഴാണ് കണ്ണുതുറന്നത്. നേരം നന്നായി വെളുത്തു. സിദ്ദപ്പ ആലയിൽ എത്തിയിരുന്നില്ല. മെല്ലെയെഴുന്നേറ്റു പുറത്തിറങ്ങി. വീടിനകത്തുനിന്നു കുട്ടികളുടെ ശബ്ദം കേൾക്കുന്നുണ്ട്. പല്ലു തേച്ചുകൊണ്ട് കമലയുടെ വീട്ടിലേക്കു നടന്നു. അവൾ ജോലിക്കു പോകാനുള്ള തിരക്കിലായിരുന്നു. ചായയെടുക്കാൻ അകത്തേക്കു പോകാനൊരുങ്ങിയ അവളെ അയാൾ തടഞ്ഞു. "ഞാൻ കടയിൽനിന്നു കുടിച്ചോളാം. പണിസ്ഥലത്തു ഞാനും പോരട്ടെ. വെറുതെയിരുന്നു ഭക്ഷണം കഴിച്ചു പൊണ്ണത്തടിയനാകും." അവൾ പുഞ്ചിരിച്ചു. നാഗരാജയുടെ കടയിൽ നിന്നു ചായകുടിച്ച് കമലയുടെ പിന്നാലെ വയൽവരമ്പിലൂടെ അയാൾ നടന്നു. ഉള്ളിലേക്കു പോകുംതോറും പച്ചപ്പുകൂടിവന്നു. നിറയെ കിളികളുള്ള മരങ്ങൾ. മുപ്പതു വർഷം പിന്നിൽ കണ്ടുമറന്ന മനോഹരമായ കേരളമാണെന്നു തോന്നി.

"പിന്നൊരു കാര്യം. ആരെങ്കിലും എന്തെങ്കിലും ചോദിച്ചാൽ നാട്ടിൽ നിന്നു വന്ന ബന്ധുവാണെന്നു പറഞ്ഞാൽ മതി. എല്ലാം പാവങ്ങളാണ്. പുറംലോകവുമായി ബന്ധമൊന്നുമില്ല. മാർക്കറ്റാണ് ഇവരുടെ അതിർത്തി. വർഷത്തിലൊരിക്കൽ ദസറയ്ക്ക് മൈസൂരുവരെ പോയാലായി. അതുപോലും ആർഭാടമാണിവർക്ക്. ഭാഷയറിയാത്തതിനാൽ നിങ്ങളോടെ കൂടുതൽ ചോദ്യങ്ങളൊന്നുമുണ്ടാകില്ല. അതും ഭാഗ്യമായി." കമല പറഞ്ഞു.

ഓടിട്ട വലിയൊരു വീട്ടിലേക്കാണവർ ചെന്നത്. മുറ്റത്തു ചാരുകസേരയിൽ എഴുപത് പിന്നിട്ട ഇരുനിറക്കാരിയായ വയോധിക. അവർക്കരികിൽ

തടിമാടന്മാരായ മൂന്നാലുപേർ. തള്ളയുടെ മക്കളാണെന്നു കമല മെല്ലെ പറഞ്ഞു. തള്ള കൽപിക്കും. മക്കൾ ചെയ്യും. ലക്ഷ്മമ്മ എന്നാണവരുടെ പേര്. അവരുടെ ഭർത്താവ് വളരെ മുൻപേ മരിച്ചുപോയി. നരകലർന്ന നീണ്ടമുടി കെട്ടിവച്ചിരിക്കുന്നു. നെറ്റിയിൽ വലിയാരു സിന്ദൂരക്കുറി, ചുവന്ന കല്ലുള്ള മൂക്കുത്തി, മുറുക്കിച്ചുവന്ന ചുണ്ടുകൾ, ആണുങ്ങളെപ്പോലുള്ള നോട്ടം. അയാൾ അവരെ അടിമുടിയൊന്നു നോക്കി. കമല അടുത്തെത്തി അവരുടെ ചെവിയിലെന്തോ പറഞ്ഞു. തള്ള അയാളെ സൂക്ഷിച്ചുനോക്കി അമർത്തിയൊന്നു മൂളി. എന്നിട്ട് എന്തോ കമലയോടു ഗർജ്ജിച്ചു. തൊഴുത്തിൽ പോയി ചാണകം വാരാനും കഴുകിവൃത്തിയാക്കാനുമാണ് ഉത്തരവ്. അയാൾ ഒന്നും മിണ്ടാതെ മെല്ലെ നടന്നു. വരേണ്ടിയിരുന്നില്ലെന്നു തോന്നി. ഇവിടെ വന്ന് ഈ കൂലിപ്പണി ചെയ്യാനാണോ ഇത്രയുമൊക്കെ പഠിച്ചത്. ആഗ്രഹിച്ചപോലെ ഒരു കാര്യവും നടക്കുന്നില്ല, ആഗ്രഹിക്കാത്തതു ചെയ്യാതിരിക്കാനുമാകുന്നില്ല.

തൊഴുത്തുനിറയെ കാളയെപ്പോലുള്ള കൂറ്റൻ പശുക്കൾ. കൊമ്പുള്ളതും ഇല്ലാത്തവയുമുണ്ട്. മറ്റു പണിക്കാരോടൊപ്പം അയാളും പശുക്കളെ അഴിച്ചു പുറത്തുകെട്ടി. പണിക്കാർ പശുക്കളെ തൊട്ടു കൈകൾ തലയ്ക്കുവച്ചു. അയാളും അതു ചെയ്തു. ഇനി അതിന്റെ പേരിൽ പ്രശ്നം വേണ്ട.

പൊതുവെ വൃത്തിയുള്ള തൊഴുത്തായതിനാൽ കാര്യമായ പണിയുണ്ടായിരുന്നില്ല. ഉച്ചയ്ക്ക് എല്ലാവർക്കും പുറത്തെ ഷെഡിൽ ഭക്ഷണമെത്തി. റാഗി ഉണ്ടയും പച്ചരിച്ചോറും സാമ്പാറും പല്ലിയയും പപ്പടവും അച്ചാറുമായിരുന്നു വിഭവങ്ങൾ. കഴിച്ചുതുടങ്ങിയപ്പോൾ വലിയൊരു പാത്രത്തിൽ തൈരുമെത്തി. രുചിയുള്ള ഒന്നാംതരം തൈര് ആവശ്യംപോലെ. ഉണക്കാനിട്ട മുളക് ചാക്കിലാക്കുന്നതായിരുന്നു ഉച്ചകഴിഞ്ഞുള്ള ജോലി. ലോഡുകണക്കിനു മുളക്. തള്ള നിസ്സാരക്കാരിയല്ലെന്നു മനസ്സിലായി. നാലരയോടെ പണിനിർത്തി കൂലിയും വാങ്ങി എല്ലാവരും പിരിഞ്ഞു.

"ജോലിയിഷ്ടപ്പെട്ടോ?" മടങ്ങുംവഴി കമല ചോദിച്ചു. അയാൾ വെറുതെ മൂളി. "ഇഷ്ടപ്പെട്ടില്ലെന്ന് എനിക്കു മനസ്സിലായി. എന്നിട്ടും മടിയില്ലാതെ ചെയ്തു. നിങ്ങൾ ആരെയോ പേടിക്കുന്നു, എന്തോ ഒളിക്കുന്നു. അതുകൊണ്ടു സഹിക്കുന്നു അല്ലേ. പൊലീസിനെ പേടിച്ചാണോ ഈ ഒളിവു ജീവിതം. കൊലയോ കളവോ? അതോ വേറെ വല്ലതുമോ?"

അവളുടെ ചോദ്യങ്ങൾക്കു മുന്നിൽ അയാൾ പതറി. പിന്നെ പതിഞ്ഞ ശബ്ദത്തിൽ മറുപടി നൽകി. "ശരിയാണ് കമല, പൊലീസിനെ പേടിച്ചാണ്. കൊലതന്നെ. അതൊരാളെയല്ല. നിനക്കുവേണമെങ്കിൽ എന്നെ പൊലീസിനെക്കൊണ്ടു പിടിപ്പിക്കാം. കൈനിറയെ കാശും കിട്ടും."

"അതിനായിരുന്നെങ്കിൽ ഇത്രയും ദിവസം എനിക്കു കാത്തിരിക്കേണ്ടിയിരുന്നില്ലല്ലോ. ഇനിയെന്താണ് ഉദ്ദേശ്യം. നിങ്ങളെക്കൊണ്ട് ഇവിടെ തുടരാനാവില്ലെന്നറിയാം. നമുക്ക് ഈ സൂര്യകാന്തിപ്പാടത്ത് അല്പസമയം

ഇരിക്കാം.” തണുത്തകാറ്റുവീശിയപ്പോൾ വല്ലാത്ത സുഖം തോന്നി. നടന്ന തൊക്കെ അയാൾ വിവരിച്ചു.

“നീയെങ്ങനെ ഇവിടെയെത്തി, പറയൂ?” അയാൾ ചോദിച്ചു.

“എങ്ങനെയോ എത്തി. മൈസൂറിൽ ചെയ്തിരുന്ന ജോലി ഇവിടെ പറ്റുമായിരുന്നില്ല. അതു നന്നായി. അതുകൊണ്ട് ഇപ്പോഴുണ്ണുന്ന ചോറിനു നല്ല രുചി തോന്നുന്നു. വിലകുറഞ്ഞ സാധനത്തിനും കൂടിയതിനുമേ മാർക്കറ്റിൽ ആവശ്യക്കാരുള്ളൂ. രണ്ടിനുമിടയ്ക്കുള്ളത് ആർക്കും വേണ്ട. അതെന്തായാലും. മാംസക്കച്ചവടത്തിൽ പ്രത്യേകിച്ചും.”

അയാൾ സംശയത്തോടെ നോക്കി. എന്താ, വ്യക്തമായില്ല. വിശദ മായി പറയൂ.

“വീട് നഷ്ടപ്പെട്ട് തെരുവിലേക്കിറങ്ങിയപ്പോൾ ബസ് സ്റ്റാൻഡിൽ വച്ചാണ് ആ സ്ത്രീയെ പരിചയപ്പെട്ടത്. പലഹാരമുണ്ടാക്കി വിൽക്കുന്ന താണ് ജോലി. അവരുടെ മൈസൂർപാക്ക് പ്രസിദ്ധമാണ്. മൈസൂറിൽ അത്യാവശ്യം ബേക്കറികളിൽ ഇതെത്തിക്കുന്നു. വലിയ മെച്ചമൊന്നുമില്ല. കഷ്ടപ്പാടുമാത്രം. എന്തോ, എന്നെയും അവർ കൂടെക്കൂട്ടി. മക്കളില്ല. ഭർത്താവ് നേരത്തേ മരിച്ചു. അതോടെ അയാളുടെ വീട്ടുകാർ ഇറക്കി വിട്ടു. ശാപം കിട്ടിയ ജന്മങ്ങൾ വീട്ടിൽ നിൽക്കാൻപാടില്ലത്രേ. എന്താ യാലും ഈ ജീവിതത്തിൽ എനിക്കു കിട്ടിയ പുണ്യമാണവർ. പഴയ ജോലിയുപേക്ഷിക്കാൻ അവരുടെ സഹവാസവും സഹായകമായി. എല്ലാം ഞാനവരോടു തുറന്നു പറയുകയും ചെയ്തു. പിന്നെ ആ പണിക്ക് ഇവിടെ ആളെ കിട്ടാനില്ല. ഇവിടെയുള്ളവർക്ക് അഞ്ചുമണികഴിഞ്ഞാൽ ചാരായംകുടിച്ചു ബോധമില്ല. അല്പം വെളിവുള്ളവർക്ക് എന്തെങ്കിലും കാട്ടിക്കൂട്ടാൻ ആരെങ്കിലും മതി. കാശുള്ളവർക്ക് വലിയൊരു സ്വർഗം അപ്പുറത്തുണ്ടല്ലോ.”

“സ്വർഗമോ അതെന്താ”, അയാളുടെ ആകാംക്ഷ കൂടി.

“അതെ. സ്വർഗംതന്നെ. മൈസൂറിലെ കോളേജിൽ നിന്നു പെമ്പി ള്ളേരെ കൊണ്ടുവന്നു കച്ചവടം നടത്തുന്ന സ്ഥലം. വരുന്നവഴിക്ക് കാണാ മല്ലോ. ഹോട്ടലെന്നാണ് പേരെങ്കിലും കച്ചവടം ഇതാണ്. മൈസൂറിൽ പോകുന്നവരുടെയും മടങ്ങുന്നവരുടെയും ഇടത്താവളമാണത്. കള്ളും ലഹരിമരുന്നും പെണ്ണുമെല്ലാം വേണ്ടുവോളം. വേറൊരു ലോകമാണ്. പുറത്തെ നിയമങ്ങൾക്ക് അകത്തു പ്രവേശനമില്ല. ഏതോ നേതാവിന്റെ ബിനാമി ഇടപാടാണെന്നു പറയുന്നു. ഉടമസ്ഥൻ മലയാളിയാണെന്നും കേൾക്കുന്നുണ്ട്. എന്തായാലും പണിക്കാരിൽ കൂടുതലും മലയാളി കളാണ്. വരുന്നവരിൽ കൂടുതൽ മലയാളിപ്പിള്ളേരാണത്രേ.

“നിന്നോടാരാ ഇതൊക്കെ പറഞ്ഞത്?” അയാൾക്കു വിശ്വസിക്കാനാ യില്ല. “ഞാനെന്തിനു നുണ പറയുന്നു. മൈസൂറിൽ വച്ചേ പലരിൽ നിന്നും

ഞാനിതു കേട്ടിട്ടുണ്ട്. ശരിയാണെന്ന് ഇവിടെവന്നപ്പോൾ ബോധ്യപ്പെടുകയും ചെയ്തു. ഒരുതവണ അവിടെ പോയിട്ടുണ്ട്. കാളയിറച്ചിയുമായി. ഇവിടെ കാളയിറച്ചി കിട്ടാറില്ല. പുറത്തറിഞ്ഞാൽ പ്രശ്നമാകും. ഹോട്ടലിൽ വരുന്നവർ കൂടുതലും മലയാളികളായതിനാൽ കാളയിറച്ചി വേണം. കാളയെയും പന്നിയെയും ഇവിടൊരിടത്ത് രഹസ്യമായി കശാപ്പു ചെയ്യുന്നുണ്ട്. കാശും സ്വാധീനവുമുണ്ടെങ്കിൽ സാധിക്കാത്ത എന്തുണ്ട്. അവിടെയെത്തിയപ്പോൾ പലതും കണ്ടു. അച്ഛന്റെയും മുത്തച്ഛന്റെയും പ്രായമുള്ളവർവരെ കൊച്ചു പെമ്പിള്ളേരുമായി ആക്രാന്തത്തോടെ മുറികളിലേക്കു പോകുന്നു. ചില മുറികളിൽനിന്നു പൊട്ടിച്ചിരികളും മറ്റു ചില മുറികളിൽ നിന്നു നിലവിളികളും കേട്ടു. എന്തുകേട്ടാലും കൗണ്ടറിലിരിക്കുന്നവർക്കു ചിരിമാത്രം. പിന്നെ, ചിരിക്കാൻ അറിയാത്ത കുറേ ഗുണ്ടകളും. പിന്നീടവിടെ പോയിട്ടില്ല." കമല പറഞ്ഞുനിർത്തി.

പതിനെട്ട്

പകയോടെ, പുതിയ വെല്ലുവിളികൾ

ഒന്നും പറയാതെ അയാൾ എഴുന്നേറ്റു.

“വേണ്ടാത്തതിനൊന്നും പോകേണ്ട. നിങ്ങൾക്കൊറ്റയ്ക്ക് ഒന്നും ചെയ്യാനാവില്ല. രാഷ്ട്രീയക്കാരും പൊലീസുമെല്ലാം അവരുടെ കൂടെയാണ്. അകത്തുപോയി പ്രശ്നമുണ്ടാക്കുന്നവർ പിന്നെ പുറംലോകം കാണില്ല”

അവൾ പറഞ്ഞുനിർത്തി. സന്ധ്യയായതോടെ അവർ നടന്നു.

വീടെത്തുംവരെ ഇരുവരും പിന്നൊന്നും മിണ്ടിയില്ല. കുളികഴിഞ്ഞപ്പോൾ നല്ല ക്ഷീണവും വിശപ്പും തോന്നി. അയാൾ കമലയുടെ വീട്ടിലേക്കു നടന്നു.

“ഓ, ആളെത്തിയോ. ചോറുമായി അങ്ങോട്ടു വരാൻ തുടങ്ങുകയായിരുന്നു.”

അവൾ അടുക്കളയിൽ നിന്നെത്തിനോക്കി വിളിച്ചുപറഞ്ഞു. ചോറും മീൻകറിയും മീൻവറുത്തതും പച്ചക്കറികൊണ്ടുള്ള എന്തോ വിഭവവും എത്തി. മീൻകറി കമലയുടെയും പച്ചക്കറി ആ തള്ളയുടെയും ആണെന്നു മനസ്സിലായി.

കഴിച്ചുതുടങ്ങിയപ്പോൾ അയാളുടെ വിശപ്പുകൂടിവന്നു.

“കടൽമീൻ കിട്ടില്ല ഇവിടെ. പുഴയിൽ നിന്നും ഡാമിൽ നിന്നും പിടിക്കുന്ന മീനാണ്. വലുപ്പമുണ്ടെങ്കിലും രുചി കുറവാണ്. ചളിചുവയുമുണ്ടാകും.”

കമല പറഞ്ഞു.

”എന്തായാലും എനിക്കിഷ്ടപ്പെട്ടു. നല്ല രുചി.” ഊണുനിർത്താതെ അയാൾ മറുപടി നൽകി.

“ഊണിനിടെ സംസാരിച്ചു തലയിൽ കയറ്റേണ്ട. അതു മുഴുവൻ

കഴിക്കണേ. ഞാൻ പൊതുവെ ഇറച്ചിയും മീനും കഴിക്കാറില്ല. വല്ലപ്പോഴും അല്പം കോഴിയിറച്ചി കഴിച്ചാലായി. അതും വേണമെന്നില്ല."

മീൻ കറി വീണ്ടും വിളമ്പി അവൾ പറഞ്ഞു.

ആസ്വദിച്ചു കഴിച്ച് വിയർത്തുപോയിരുന്നു അയാൾ. കൈ ഉയർത്തി യാത്രപറഞ്ഞ് ആലയിലേക്കു നടന്നു. കിടക്കയിൽ കിടന്ന് അവളെക്കുറിച്ചു വെറുതെ ചിന്തിച്ചു. ഏതു കാര്യത്തിലാണ് കമലയെ മാറ്റിനിർത്താനാവുക. വേശ്യയെന്നു വിധിയെഴുതി അറപ്പോടെ നോക്കിനിന്ന താനിപ്പോൾ അഭയാർത്ഥിയെപ്പോലെ അവൾക്കരികിൽ കഴിയുന്നു. കുലീനത്വമുള്ള പെരുമാറ്റം, സംസാരം, വൃത്തി. നല്ല പാചകം, സ്നേഹമുള്ള മനസ്സ്. വേശ്യയിൽനിന്നു സ്ത്രീയിലേക്കുള്ള അകലം കുറയ്ക്കുന്ന ഘടകങ്ങളാണോ ഇതെല്ലാം. നല്ല മനസ്സുണ്ടെങ്കിലേ ഇതിനൊക്കെ കഴിയൂ. മനസ്സിന്റെ വെൺമ കൂടുമ്പോൾ ശരീരത്തിന്റെ കളങ്കങ്ങൾ ഇല്ലാതാകുന്നു. മനസ്സ് ക്രൂരമാകുമ്പോൾ ശരീരഭാഷയ്ക്കു വ്യത്യാസം വരുന്നു. വിദ്യാഭ്യാസമില്ലാത്ത അവൾക്ക് സ്നേഹം കിട്ടിയിട്ടില്ല. ആരിൽനിന്നും. എന്നിട്ടും എത്ര മാന്യമായി സംസാരിക്കുന്നു. ചിലപ്പോൾ അവൾ അധ്യാപികയാകുന്നു. മറ്റു ചിലപ്പോൾ ഒരുപാടു പ്രായമുള്ളവരെപ്പോലെ. ചിന്തിക്കുംതോറും അവളുടെ ഭാവങ്ങൾ കൂടുതൽ ഹൃദ്യമാകുന്നില്ലേ?

"വെറുതെ ഓരോ തോന്നൽ. അനാവശ്യ ചിന്തകൾ മനസ്സിലിട്ട് ജീവിതത്തിന്റെ ഗതിമാറ്റി വിടാതിരിക്കുകയാണ് നല്ലത്. ഇത്തരം കാര്യങ്ങൾ തനിക്കു യോജിച്ചതല്ല. അതൊരു ഒളിച്ചോട്ടമാകും. തമ്പിമാഷിനോടുള്ള വഞ്ചനയും." അയാൾ കണ്ണുകൾ ഇറുക്കിയടച്ചു.

സ്വപ്നത്തിൽ തമ്പിമാഷിനെ കണ്ടു. അയ്യൻകൊല്ലിയിലെ ആ കുന്നിൻമുകളിൽ. എന്തോ പറഞ്ഞു മുഴുവനാക്കുംമുൻപേ മാഷ് നടന്നു മറഞ്ഞു. കുന്നിറങ്ങി ഇരുട്ടിൽ അകന്നുപോകുന്ന വെളുത്ത ജുബ്ബാ. കുറുക്കന്മാർ ഓലിയിടുന്ന ശബ്ദം. മാഷേയെന്നു വിളിച്ച് പിന്നാലെ ഓടിയിട്ടും ഒപ്പമെത്തിയില്ല. ഓട്ടത്തിനിടയിൽ കാൽവഴുതി വീണു. ശരീരമാകെ നനയുന്നു. നനഞ്ഞ കൈപ്പത്തി ഉയർത്തി നോക്കി. നിലത്താകെ ചുടുചോര. കരിമരുന്നിന്റെ ഗന്ധം. തലയില്ലാത്ത ശവശരീരങ്ങൾ. ഇരുളിൽ തിളങ്ങുന്ന കണ്ണുകൾ തന്നെ ഉറ്റുനോക്കുന്നു.

അയാൾ ഞെട്ടിയെഴുന്നേറ്റു. സ്വപ്നമാണെന്നു വിശ്വസിക്കാനാകുന്നില്ല. കിതപ്പോടെ എഴുന്നേറ്റിരുന്ന് താഴെനിന്നു വെള്ളക്കുപ്പി തപ്പിയെടുത്തു. അന്നാദ്യമായി നല്ല ചൂടുതോന്നി. ജനാലവാതിലുകൾ തുറന്നിട്ടു. ദൂരെ നക്ഷത്രങ്ങൾ കാണാം. നായ്ക്കളുടെ നേർത്ത വിലാപവും ഉയരുന്നു. ശരീരമാകെ നല്ല വേദന. ശരീരമനങ്ങി ജോലി ചെയ്തതിന്റെയാകും. വീണ്ടും വന്നു കിടന്നു. വൈകിയാണെങ്കിലും ഉറക്കം അയാളെ അനുഗ്രഹിച്ചു.

കണ്ണുകളിൽ വെയിൽ കുത്തിനോവിച്ചപ്പോഴാണ് ഉറക്കത്തിൽ നിന്നുണർന്നത്. ശരീരവേദനയ്ക്ക് അല്പം കുറവുള്ളതുപോലെ. ഇതുവല്ലതും ഒരധ്വാനമാണോ. അയ്യൻകൊല്ലിയിൽ നിന്ന് ജീവനുംകൊണ്ട് രക്ഷപ്പെട്ട് ഓടിയതോർക്കുമ്പോൾ ഇപ്പോഴും വല്ലാത്തൊരു വിറയൽ ദേഹമാകെ അരിച്ചുകയറുന്നു. താൻ തന്നെയാണോ അതൊക്കെ ചെയ്തത്. തമ്പി മാഷ് പറഞ്ഞതാണു ശരി. മനസ്സാണ് പാകപ്പെടേണ്ടത്. മനസ്സ് പറയുന്നിടത്ത് ശരീരമെത്തണം. ബുദ്ധികൊണ്ടും ആരോഗ്യം കൊണ്ടും ശരീരത്തെ പാകപ്പെടുത്തണം.

പതിവിലും ചൂടുതോന്നിയപ്പോൾ അയാൾ മെല്ലെ എഴുന്നേറ്റു. പുറത്ത് കലപില കൂട്ടുന്ന കിളികളുടെ ശബ്ദം കേൾക്കാം. നേരം ഒരുപാടു വൈകിയെന്നു തോന്നുന്നു. തലയിണത്താഴെ നിന്ന് അയാൾ വാച്ച് എടുത്തു. ഒൻപതര കഴിഞ്ഞു. ഹോ. വല്ലാത്ത ഉറക്കമായിപ്പോയി. ഉറങ്ങിത്തീർക്കാനാണോ ഇവിടേക്കു വന്നത്. അയാൾക്കു ചെറിയൊരു കുറ്റബോധം തോന്നി. അപ്പോഴാണ് മേശപ്പുറത്തിരുന്ന ചായ കണ്ടത്. കമല കൊണ്ടുവച്ചതാകണം. തണുത്തുപോയ ചായ ഒറ്റവലിക്കു കുടിച്ച് പുറത്തേക്കിറങ്ങി നടന്നു. കമലയുടെ വീടിന്റെ മുൻവശത്തെ വാതിൽ അടഞ്ഞുകിടന്നിരുന്നു. ജോലിക്കു പോയിക്കാണും. തള്ളയേയും കാണാനില്ല. നേരെ നാഗരാജയുടെ കടയിലേക്കു ചെന്നു. പതിവുപോലെ ഏതോ മാസികയും വായിച്ച് ബീഡിപ്പുകയുടെ വലയത്തിലിരിക്കുകയാണയാൾ. കറപിടിച്ച പല്ലുകൾ കാട്ടി വിശാലമായി ചിരിച്ച് നഗരാജ മാസിക താഴെവച്ചു. ”ഏൻ സമാചാര സാമി” അയാൾ നല്ല സന്തോഷത്തിലാണെന്നു തോന്നി. രാവിലെ കാര്യമായി എന്തെങ്കിലും തടഞ്ഞുകാണും. അല്ലെങ്കിൽ ഇത്രയും സന്തോഷം പതിവില്ല. ഒന്നും പറയാതെ അയാൾ ബെഞ്ചിലിരുന്നു. നാഗരാജയൊരു ബീഡിനീട്ടി. മൂലയ്ക്കു കെട്ടിത്തൂക്കിയിരുന്ന, പുകഞ്ഞുകത്തിയിരുന്ന നീളൻകയറിന്റെ തുമ്പിൽനിന്നു ബീഡിയിലേക്ക് തീ പകർന്നു. പുകവലിക്കാർക്കുള്ള തനിനാടൻ സംവിധാനമാണിത്. തീപ്പെട്ടി ലാഭം, മെനക്കേട് കുറവ്.

പുക ചെന്നപ്പോൾ ശരീരത്തിന്റെ ഭാരം കുറഞ്ഞതായി തോന്നി. പെട്ടെന്നാണ് തലേന്നു കമല പറഞ്ഞ കാര്യങ്ങൾ ഓർമ്മവന്നത്. പട്ടാപ്പകൽ പോലും പരസ്യമായി മാംസക്കച്ചവടം നടത്തുന്ന സ്ഥലം ഈ ഇരുപതാം നൂറ്റാണ്ടിലോ. ഇതു മുംബൈയോ കൊൽക്കത്തയോ ആണോ? അവിടം വരെയൊന്നു പോയി കാര്യങ്ങൾ നേരിട്ടറിഞ്ഞാലോ. അകത്തു കയറ്റിയില്ലെങ്കിലെന്തു ചെയ്യും. ഇടപാടുകാരനായി ചെല്ലാം. അയാൾ ഷർട്ടിന്റെ കീശയിൽ തപ്പിനോക്കി. അൻപതിന്റെയും നൂറിന്റെയുമായി ഏതാനും നോട്ടുകൾ. മുറിയിൽ സഞ്ചിക്കുള്ളിൽ അമ്മിണിയേടത്തി തന്ന ഏതാനും സ്വർണക്കഷണങ്ങളുണ്ട്. അതു വിൽക്കണോ? വേണ്ട. ഏതായാലും പോയിനോക്കാം.

വല്ലാത്തൊരു ആവേശം തോന്നി. “സാമി, ഇൽവാ...” കൈകൊണ്ട് ആംഗ്യംകാട്ടി അയാൾ ചോദിച്ചു. ഇത്ര രാവിലെയോ എന്നമട്ടിൽ നോക്കി ചെറുചിരിയോടെ നാഗരാജ അകത്തേക്കു വിളിച്ചു. അലമാരയുടെ താഴെയുള്ള ചാക്കുകെട്ടിൽ നിന്നു കവറുകൾ പുറത്തേക്കു ചാടി. വിൽക്കാനായി ചെത്തിയൊരുക്കി വച്ചിരുന്ന കരിക്കിൽ നിന്നൊരെണ്ണമെടുത്ത് കത്തികൊണ്ടു തുളച്ച് അയാൾ ഗ്ലാസിലേക്കു പകർത്തി. മൂന്നാലു കവറുകൾ കാലിയായി. നാഗരാജ അയാളെത്തന്നെ നോക്കിനിന്നു. രാവിലെ ഇത്രയും വലിയ പ്രകടനം പ്രതീക്ഷിച്ചുകാണില്ല. ഒരു പായ്ക്കറ്റ് കീശയിലിട്ടശേഷം അൻപതിന്റെ നോട്ടെടുത്ത് നാഗരാജയുടെ കയ്യിൽ വച്ചുകൊടുത്തു. അയാളെന്തെങ്കിലും പറയും മുൻപേ ഇറങ്ങിനടന്നു.

മുൻപിൽ അല്പം ദൂരത്തായൊരു കാളവണ്ടി പോകുന്നു. അയാൾ ഓടിച്ചെന്ന് പിന്നിൽ കയറിയിരുന്നു. വണ്ടിക്കാരൻ തിരിഞ്ഞു നോക്കിയപ്പോൾ ചന്തയിലേക്കെന്നു കൈനീട്ടിക്കാണിച്ചു. വണ്ടി വേഗത്തിൽ നീങ്ങി. നാട്ടിൻപുറത്തെ നന്മകളാണിതെല്ലാം. ഇത്തരം യാത്രകൾക്കോ പച്ചക്കറിക്കോ ഭക്ഷണത്തിനോ ആരും കണക്കുപറയാറില്ല. പണം കൂടും തോറും ഈ നന്മകൾ നശിക്കുമായിരിക്കും.

പത്തൊമ്പത്

കണ്ണീർമഴയിലെ ഇറച്ചിത്തോരണങ്ങൾ

ചന്തയിലിറങ്ങി കമല പറഞ്ഞുതന്ന ഭാഗത്തേക്കു നടന്നു. വെയിലത്ത് അല്പം നടക്കേണ്ടിവന്നുവെങ്കിലും ഉദ്ദേശിച്ച സ്ഥലത്തുതന്നെയെത്തി. വലിയൊരു കെട്ടിടം. ഹോട്ടലെന്നും ബാറെന്നുമുള്ള ബോർഡ് അകലെ നിന്നേ കാണാം. കൂറ്റൻ ഗേറ്റിനു മുന്നിൽ യൂണിഫോം ധരിച്ച രണ്ടു പാറാവുകാർ. ഗേറ്റിനടുത്തേക്കു ചെന്നതും അവർ തടഞ്ഞു. "ഉം." പരുക്കൻ ശബ്ദത്തിൽ ചോദ്യം.

"ഐ നീഡ് ത്രീ പെഗ്സ് ഓഫ് വിസ്കി ആൻഡ് എൻജോയ് ഫ്യൂ അവേഴ്സ് ഹിയർ." ഇത്തരം സാഹചര്യങ്ങളിൽ ഇംഗ്ലീഷ് ആണ് നല്ലത്. വേഷത്തിന്റെ കുറവ് ഭാഷ നികത്തിക്കൊള്ളും.

കാവൽക്കാർ പരസ്പരം സൂക്ഷിച്ചുനോക്കിയശേഷം ഗേറ്റ് തുറന്നു. വലിയ ഞരക്കത്തോടെ അതയാളെ സ്വാഗതം ചെയ്തു.

പുറത്തുനിന്നു കാണുന്നതിലും അതിവിശാലമായിരുന്നു ഹോട്ടലും പരിസരവും. ഏക്കറുകളോളം വ്യാപിച്ചുകിടക്കുന്ന സ്ഥലത്ത് കഥകളിൽ വായിച്ചറിഞ്ഞ ഡ്രാക്കുള കോട്ടപോലൊരു കെട്ടിടം. വാഹനങ്ങൾ പാർക്ക് ചെയ്യാൻ വിശാലമായ സംവിധാനം.

റിസപ്ഷനിൽ നാലഞ്ചുപേരുണ്ടായിരുന്നു. അവർക്കു വില്ലന്മാരുടെ ഛായയൊന്നും ഇല്ലായിരുന്നു.

"ബാർ എവിടെയാണ്. തുറന്നോ?"

മലയാളത്തിൽ ചോദിച്ചു.

"പിന്നെ, ഇവിടെയത് അടയ്ക്കുന്ന പതിവില്ല. വരുന്നവരുടെ സന്തോഷം, അതാണ് ഞങ്ങളുടെ സംതൃപ്തി. ങാ പിന്നെ, കൂടിയത് വേണമെങ്കിൽ മുകളിലോട്ടു പോയാൽ മതി. താഴത്തു നിൽപ്പനാ, എല്ലാം.. മുട്ടുശാന്തിക്കാർക്കേ... ഹിഹി"

കൗണ്ടറിലെ മധ്യവയസ്കൻ വളിച്ച ചിരിയോടെ തനിമലയാളത്തിൽ അശ്ലീലച്ചുവയിൽ ഉത്തരം നൽകി.

"ഓകെ, ലെറ്റ് മീ സീ."

അലസമായി മറുപടി പറഞ്ഞ് അകത്തേക്കു കടന്നു. കതകുതുറന്നതും വിലകുറഞ്ഞ മദ്യത്തിന്റെയും ഭക്ഷണത്തിന്റെയും മനംമടുപ്പിക്കുന്ന മണം മൂക്കിലേക്കിരച്ചുകയറി. തിരക്കു തീരെ കുറവായിരുന്നു. ലോക്കൽ ബാറിന്റെ അപ്പുറത്താണ് എ സി ബാർ എന്ന് മേശതുടയ്ക്കുന്ന പയ്യൻ പറഞ്ഞു. നീളൻ ഇടനാഴിയുടെ അവസാനഭാഗത്ത് മുകളിലേക്കുള്ള പടികളും ലിഫ്റ്റും കണ്ടു. ഇടനാഴിയുടെ ഇരുഭാഗത്തും മുറികളുണ്ടായിരുന്നു. ലിഫ്റ്റിൽ കയറാതെ പടികളിലേക്കു തിരിഞ്ഞു. പടികളിൽ പലതിലും കോണ്ടത്തിന്റെ കവറുകൾ പാറിനടക്കുന്നുണ്ടായിരുന്നു. രണ്ടാം നിലയിലായിരുന്നു ഡീലക്സ് ബാർ. മുകളിലേക്കു വീണ്ടും പടികളുണ്ടായിരുന്നു. മൂന്നാം നിലയിലാണ് സൂപ്പർഡീലക്സ് ബാർ എന്നു ബോർഡ് കണ്ടു. എന്തായാലും രണ്ടാം നിലയിൽ നിന്നു തുടങ്ങാം.

കൗണ്ടറിലെത്തി ഖോഡെയ്സ് റമ്മിനും മുട്ട പുഴുങ്ങിയതിനും ഓർഡർ ചെയ്തു. "60 ഓർ 90 സാർ." കുപ്പിയെടുത്ത് കൗണ്ടറിലെ പയ്യൻ ചോദിച്ചു.

90 കൊടിയപ്പാ.

അയാൾ കുറച്ചില്ല.

സോഡയൊഴിച്ചു നേർപ്പിച്ച റം തൊണ്ടയിലൂടെ കത്തിയിറങ്ങിയപ്പോൾ പയ്യനു നേർക്ക് അയാൾ ആദ്യത്തെ ചോദ്യമെറിഞ്ഞു.

"ഇല്ലി ഹുഡുഗി സിക്താ."

"സാറു മലയാളിയല്ലേ. എന്തിനാ കന്നഡ പറഞ്ഞു കഷ്ടപ്പെടുന്നത്?"

പയ്യൻ തിരിച്ചടിച്ചു. അയാൾ കീശയിൽ നിന്ന് പത്തുരൂപയെടുത്ത് പയ്യന്റെ കൈയിൽ വച്ചുകൊടുത്തു. അവനു സന്തോഷമായി, ആവേശവും.

"വെറൈറ്റി ഐറ്റംസ് ഉണ്ടു സാറെ. കൊള്ളാവുന്ന ടീംസ് ഒക്കെ നൈറ്റ് ഡ്യൂട്ടി കഴിഞ്ഞ് കിടക്കുവാ. ഉച്ചകഴിഞ്ഞേ പൊങ്ങത്തുള്ളൂ. നല്ല കക്ഷികൾ വന്നാൽ മാത്രേ ഇവരെ എണീപ്പിക്കൂ. പിന്നെ, മീഡിയം ടീംസ് ഉണ്ട്. കുഴപ്പമില്ല. ലൈറ്റണച്ചാൽ എല്ലാം ഒരുപോലെയല്ലേ സാറെ. കണ്ടു നോക്ക്. ഒന്നുകൂടി വിട്ടേച്ച് അങ്ങോട്ടു ചെല്ല്."

വേഗം ഗ്ലാസ് കാലിയാക്കി അയാൾ അപ്പുറത്തേക്കു നടന്നു. വലിയൊരു ഇരുമ്പുവാതിലിനു മുന്നിലേക്കാണ് ചെന്നത്. വാതിക്കൽ കറുത്ത് ഉയരം കുറഞ്ഞൊരാൾ നിന്നിരുന്നു. ഒന്നും പറയാതെ വാതിൽ തുറന്നപ്പോൾ താഴത്തേക്കുള്ള പടികൾ. ശരിക്കും ഇതൊരു ഡ്രാക്കുള കോട്ട തന്നെ. ഒരാൾക്കു രക്ഷപ്പെടണമെങ്കിൽ വല്ലാതെ കഷ്ടപ്പെടേണ്ടിവരും. പടിയിറങ്ങി ചെന്നത് നല്ല വെളിച്ചമുള്ള വലിയൊരു ഹാളിലേക്ക്. നിറയെ അലങ്കാരദീപങ്ങളും ഇരിപ്പിടങ്ങളും ഉണ്ടായിരുന്നു. ഹാളിനോട് ചേർന്ന്

നാലോ അഞ്ചോ മുറികളുണ്ടെന്നു തോന്നുന്നു. സോഫയിൽ ഇരുന്ന് അല്പം കഴിഞ്ഞപ്പോൾ മുറികൾ തുറന്ന് ഏതാനും പെൺകുട്ടികൾ ഹാളിലേക്കു കടന്നുവന്ന് അയാളെ കാണാത്ത മട്ടിൽ തൊട്ടപ്പുറത്തെ മേശയ്ക്കുചുറ്റുമായി നിന്ന് എന്തൊക്കെയോ പറഞ്ഞു ചിരിച്ചു.

അയാൾ ഇടംകണ്ണിട്ടുനോക്കി. 23-24 വയസിൽ താഴെയുള്ളവർ. കോളേജ് വിദ്യാർത്ഥികളാണെന്നേ തോന്നൂ. അവർക്കരികിലേക്കു ചെന്നു. പെട്ടെന്നു സംസാരം നിർത്തി ശബ്ദമുയർത്തി അവർ ചോദിച്ചു.

"യാരു നീവൂ, ഹൂ ആർ യൂ."

"വേണ്ട, മലയാളം മതി. അതാണ് എനിക്കും നിങ്ങൾക്കും കൂടുതൽ സൗകര്യം. പറയുന്നതിനല്ലേ ഭാഷ ആവശ്യമുള്ളൂ. ചെയ്യുന്നതിന് ആവശ്യ മില്ലല്ലോ." അയാൾ ഈർഷ്യയോടെ പറഞ്ഞു.

അവരുടെ ഭാവമാറ്റം തീരെ സുഖിച്ചില്ല. അപ്പോഴേക്കും കതകു തുറന്ന് രണ്ടു കുടവയറന്മാർ എത്തി. അവരെ കണ്ടതും പെണ്ണുങ്ങൾ അടങ്ങി. "ഏൻ റേ, ജാസ്തി ഷോ ബേഡാ, ഗൊത്താ" (എന്താ, കൂടുതൽ ഷോ വേണ്ട, മനസ്സിലായോ). അവരെ നോക്കിയാണത് പറഞ്ഞതെങ്കിലും തന്നോടുകൂടിയാണെന്ന് അയാൾക്കു മനസ്സിലായി.

"തൽക്കാലം ഇത്രേംപേരെ ഉള്ളൂ. വേറെ വേണമെങ്കിൽ ഉച്ച കഴിയണം." തടിയന്മാരിലൊരാൾ തനി മലയാളത്തിൽ പറഞ്ഞു. കൂട്ടത്തിൽ ഏറ്റവും പ്രായം കുറഞ്ഞതും പ്രത്യേകത തോന്നിയതുമായ പെൺകുട്ടിയെ അയാൾ നോക്കി. അവൾ പേടിയോടെ അയാളെയും.

ഇവൾ മതിയോ. ഓകെ ഫുൾ എമൗണ്ട് തന്ന് ആ മുറിയിലേക്കു പൊയ്ക്കോ. എക്സ്ട്രാ വേണമെങ്കിൽ പേ ചെയ്യണം. പിന്നെ എക്സ്ട്രാ ആക്ടിവിറ്റീസൊന്നും പറ്റില്ല." "എത്രയാ",

അയാൾ ചോദിച്ചു. "ഇരുന്നൂറ്റിയൻപത് കൊടുക്ക്. അവൾക്ക് ടിപ്സ് കൊടുത്താൽ ഗുണമുണ്ടാകും."തടിയൻ പറഞ്ഞു.

ഷർട്ടിന്റെയും പാന്റ്സിന്റെയും കീശയിൽ കയ്യിട്ട് ഇരുനൂറ് രൂപാ പുറത്തെടുത്ത് തടിയന്റെ കയ്യിൽ കൊടുത്തു. "ഇതുമതി. ഞാനും ഫ്രണ്ട്സും വൈകിട്ടു വരും. ഗൾഫുകാരാ. ഗുണമുണ്ടാകും." അതില വർ വീണു.

ചുവന്ന ചുരിദാർ ധരിച്ച ആ പെൺകുട്ടിയെയും കൊണ്ട് അയാൾ മുറിയിലേക്കു നടന്നു. ചെറുതെങ്കിലും വൃത്തിയുള്ള മുറി. ഒരു കട്ടിലും മേശയും കസേരയും തീരെ ചെറിയൊരു ഫ്രിഡ്ജും. മുറിയെത്തിയതും പെൺകുട്ടി ഫ്രിഡ്ജ് തുറന്ന് ഒരു കോൺഡം എടുത്തു.

"ഇടുന്നോ, ഇടീക്കണോ?"

നിർവികാരയായി അവൾ ചോദിച്ചു.

"ഉറയിടാതെ പറ്റില്ല. ഒന്നും. മനസ്സിലായോ"

അവൾ ഇടഞ്ഞുനിൽക്കുകയാണ്. അയാൾക്കു വല്ലാത്ത വിഷമം തോന്നി. ഇരുനിറമുള്ള, പാകത്തിനു വണ്ണമുള്ള ഐശ്വര്യമുള്ള കുട്ടി. ഇവളെന്തേ ഇങ്ങനെയായി.

അയാൾ കട്ടിലിൽ ഇരുന്നു. അരികിലായി അവളും. ഒന്നും പറയാതെ വസ്ത്രമഴിക്കാൻ തുടങ്ങിയ അവളെ അയാൾ തടഞ്ഞു. "വരട്ടെ, എനിക്കു ധൃതിയില്ല അയാൾ പറഞ്ഞതും അവൾ ശബ്ദമുയർത്തി"എനിക്കു ധൃതിയുണ്ട്. പഞ്ചാരവർത്തമാനത്തിനു വന്നതാണേൽ വേറെ ആളെ നോക്ക്. നിങ്ങളെന്റെ ഭർത്താവൊന്നും അല്ലല്ലോ."

അയാൾ ഇരുപത്തിയഞ്ച് രൂപയെടുത്ത് അവൾക്കു കൊടുത്തു. "നീ കൂടുതലൊന്നും ചെയ്യേണ്ട. കുറച്ചുനേരം എന്റെ കൂടെയിരുന്നാൽ മതി." അവൾ തറപ്പിച്ചു നോക്കി. എന്നിട്ട് മെല്ലെ കട്ടിലിൽ നീങ്ങിയിരുന്നു.

"നോക്കെടീ കൊച്ചേ, സത്യം പറയാല്ലോ. എനിക്കിതിലൊന്നും തീരെ താത്പര്യമില്ല. എന്നു കരുതി ഞാൻ ആമ്പിള്ളേരുടെ ആളാണെന്നു നീ കരുതുകയും വേണ്ട. വയറുനിറയെ കള്ളുകുടിക്കണം. നിന്നെപ്പോലുള്ള ഐശ്വര്യമുള്ളൊരു കുട്ടിയെ അടുത്തിരുത്തി ചുമ്മാ വർത്തമാനമൊക്കെ പറഞ്ഞിരുന്ന് മൂന്നാലെണ്ണമങ്ങു കീറി എവിടേലും കിടന്നുറങ്ങണം. അത്ര തന്നെ. അല്ലാതെ പ്രേമിക്കാനോ പൂശാനോ ഒന്നും വന്നതല്ല." അയാൾ പറഞ്ഞു.

"നിങ്ങളെന്താ എന്നെ കളിയാക്കുകയാണോ?" ശബ്ദം താഴ്ത്തി അവൾ പറഞ്ഞു. "സൗന്ദര്യമില്ലെന്ന് എനിക്കറിയാമല്ലോ. ഒന്നുമില്ലാത്തവരും ജീവിച്ചുപൊക്കോട്ടെ. നിങ്ങൾക്കു പറ്റിയവർ ഉച്ചകഴിഞ്ഞു വരും."

"നിനക്കു ഭംഗിയില്ലെന്ന് ആരാ പറഞ്ഞത്?" പുഞ്ചിരിച്ചുകൊണ്ട് അയാൾ ചോദിച്ചു. "ഇവിടെ ഞാൻ കണ്ടതിൽ ഏറ്റവും സുന്ദരി നീതന്നെ. എനിക്കുറപ്പുണ്ട്, ഇനി വരുന്നവരിലും സുന്ദരി നീ തന്നെയാകും. തൊലി വെളുപ്പും കൊഞ്ചലും ഉടുത്തൊരുങ്ങുന്നതുമാണ് സൗന്ദര്യമെന്ന് ചിലർ ധരിച്ചുവച്ചതിനു ഞാൻ കുറ്റക്കാരനല്ല. കള്ളലക്ഷണമുള്ള അത്തരം ശരീരങ്ങളോട് താത്പര്യമില്ല. ഒരു നോട്ടത്തിലറിയാം മനസ്സിന്റെ സൗന്ദര്യം. കാലത്തിനുപോലും കവർന്നെടുക്കാനാവാത്ത സൗന്ദര്യം. പിന്നെ, ചിലർ ബിരിയാണി ഇഷ്ടപ്പെടുമ്പോൾ മറ്റു ചിലർക്കു ചോറിനോടാണ് താത്പര്യം. കപ്പയും നല്ല കാന്താരിമുളകും ഇഷ്ടപ്പെടുന്നവർ വേറെയും. അഭിരുചികൾ മാറിവരും. മനസ്സിന്റെ പൊരുത്തമാണ് പ്രധാനം."

അവളുടെ കണ്ണുകൾ ചുവന്നതായും നിറഞ്ഞതായും തോന്നി. മുഖം കുനിച്ച് ഇടംകണ്ണുകൊണ്ട് നോക്കുന്ന അവളുടെ മുഖത്തുനിന്ന് ദേഷ്യത്തിന്റെയും അമർഷത്തിന്റെയും കാർമേഘങ്ങൾ അകലുന്നതും കണ്ടു.

"ആരാ നിങ്ങൾ, എന്താ വേണ്ടത്. എന്നെ വെറുതെ വിടൂ. ഇവിടത്തെ ചുവരുകൾക്കു പോലും കാതുണ്ട്."

അവൾ കെഞ്ചി. അയാൾ അവളോടു ചേർന്നിരുന്നു ചോദിച്ചു, "നിന്നെ ഇവർ ഉപദ്രവിക്കുമോ. ആരെങ്കിലും ചതിയിൽ പെടുത്തി കൊണ്ടുവന്ന താണോ, പറയൂ."

"ഇല്ല, ആരും ഉപദ്രവിക്കില്ല. ഈ ശരീരംകൊണ്ട് അവർക്ക് ഉപയോഗ മുള്ളതല്ലേ. പേടിപ്പിക്കും. ശബ്ദമുയർത്തിയാൽ മുഖത്ത് ആസിഡ് ഒഴിക്കു മെന്നു പറയും. ഭക്ഷണം തരില്ല. അല്ലെങ്കിലും കൂടുതൽ കാശുണ്ടാക്കു ന്നവർക്കാണ് നല്ല ഭക്ഷണം."

"അതൊക്കെ ചുമ്മാ പറയുന്നതല്ലേ. ഇതെന്താ വെള്ളരിക്കാ പട്ടണ മാണോ. പിന്നെ ഭക്ഷണം തരുന്നതിലും വ്യത്യാസമുണ്ടോ." വിവരങ്ങൾ അറിയാൻ തന്ത്രപരമായി അയാൾ ഓരോന്നു ചോദിച്ചുകൊണ്ടിരുന്നു.

അവൾക്കെന്തോ വിശ്വാസം വന്നതുപോലെ തോന്നി. "ഉം. പൗഡറും സോപ്പും ക്രീമുമൊക്കെ ഇവിടെന്നു തരും. കസ്റ്റമേഴ്സ് തരുന്നതിന്റെ പകുതി നമുക്കു കിട്ടും. ടിപ്സും നമുക്കെടുക്കാം. ഭക്ഷണവും താമസവു മുണ്ട്. മറ്റും പലയിടങ്ങളിലും അങ്ങനെയല്ലത്രേ. വരുന്നവർ ബാറിൽ കയറുകയും ഭക്ഷണം കഴിക്കുകയും ചെയ്യുന്നതിനാൽ ആ വഴിക്കും ഇവർക്കു നല്ല വരുമാനമുണ്ട്. കാശുകാരാ ഇവിടെ വരുന്നത്. കുടുംബ ത്തോടൊപ്പം ഇതുവഴി പോകുന്നവർ അങ്ങുമാറി വണ്ടിനിർത്തി, കള്ളു കുടിക്കാനാണെന്ന് ആ പാവങ്ങളോടു പറഞ്ഞ് ഇവിടെ വന്നു കാര്യം സാധിച്ചുപോകുന്നു. വരുന്നവരിൽ ചിലർ വല്ലാതെ സ്നേഹിക്കുമ്പോൾ മറ്റു ചിലർ ഉപദ്രവിക്കും. കടിക്കുകയും പിച്ചുകയും മാന്തുകയുമൊക്കെ ചെയ്യുന്നവരുമുണ്ട്. എല്ലാവരെയും പിണക്കാതെ അയയ്ക്കണം. പിന്നെ, കൂടുതൽ ഷോ കാണിച്ചാൽ ആരും പുറംലോകം കാണില്ല. മന്ത്രിമാരോ മറ്റു വലിയ ആൾക്കാരോ ആണെങ്കിൽ ഇവിടേക്കു വരില്ല. അടുത്തുള്ള ഫാം ഹൗസുകളിൽ താമസിക്കും. ഇവിടെ നിന്നു പെണ്ണുങ്ങളെ കൊണ്ടു പോകും. അങ്ങനെ പോയാൽ മെച്ചമാണത്രേ. ഡ്രസും സമ്മാനവുമൊക്കെ കിട്ടും. ഞാൻ പോയിട്ടില്ല കേട്ടോ." അവസാനത്തെ വാചകത്തിൽ നേരിയ വിഷമം ഉള്ളതുപോലെ അയാൾക്കു തോന്നി.

"നീ മലയാളിയാണെന്നറിയാം. പേരോ വീടോ എവിടെയാണെന്നു ചോദിക്കുന്നില്ല. ഇത്രയും ദൂരെയെങ്ങനെയെത്തി. വീട്ടുകാരെ കാണണ മെന്നില്ലേ. പോരുന്നോ, ഞാൻ കൊണ്ടുപോകാം. ആരും തടയില്ല. വേണ മെങ്കിൽ ഒരീച്ചപോലും അറിയാതെ ഇവിടെനിന്നു നമുക്കു പറക്കാം. പിന്നെ, നിന്നെ കല്യാണം കഴിക്കാനൊന്നും പറയല്ലേ. എനിക്കതിലൊന്നും താത്പര്യമില്ല." കള്ളു നന്നായി തലയ്ക്കുപിടിച്ചപോലെ അഭിനയിച്ചു കൊണ്ട് അയാൾ പറഞ്ഞു.

"ഹും, എങ്ങോട്ടു പോകാൻ, പോയിട്ടെന്തു ചെയ്യാൻ. മൈസൂറിൽ നഴ്സിങ്ങിനു ചേർന്നതാ. അപ്പനു മുറുക്കാൻ കടയായിരുന്നു. എന്റെ മൂത്ത തുങ്ങളെ കെട്ടിച്ചയച്ചതിന്റെ കടം ഇതുവരെ മാറിയിട്ടില്ല. പ്രീഡിഗ്രിക്കു നല്ല മാർക്കുണ്ടായിരുന്നു. നഴ്സിങ്ങ് ഇഷ്ടമായിട്ടൊന്നുമല്ല. പെട്ടെന്നു

ജോലി കിട്ടുമല്ലോയെന്നു കരുതി ചേർന്നതാ. അതിനിടയ്ക്കാ അപ്പനു സുഖമില്ലാതായത്. കട നോക്കിനടത്താനുള്ള പ്രായം ഇളയ ചെറുക്ക നായിട്ടില്ല. ഫീസടയ്ക്കാൻ ബുദ്ധിമുട്ടായപ്പോൾ ഒരു കൂട്ടുകാരിയാണ് ഈ കാര്യം പറഞ്ഞത്. അവളും പോകാറുണ്ട്. കാശിനു വേണ്ടീട്ടല്ല. ഊട്ടീലും കൊടൈക്കനാലിലുമെല്ലാം വിലകൂടിയ കാറിൽ പോയി കറങ്ങാം. ഗൾഫുകാരാണെങ്കിൽ ഒരുപാടു സാധനങ്ങൾ കൊണ്ടുവന്നു തരും. വിമാനമിറങ്ങി വീട്ടിൽ പോലും പോകാതെ നേരെ വണ്ടിപിടിച്ചു മൈസൂറിനും ബാംഗ്ലൂരിനുമൊക്കെ വരുന്നവരെത്രയാണെന്നറിയാമോ. ഏജന്റുമാർക്ക് നല്ല കാശും വയറുനിറയെ കൂടിയ കള്ളും കിട്ടും. പെണ്ണു ങ്ങൾക്കും ഇഷ്ടാ. ഭാര്യക്കും മക്കൾക്കും കൊണ്ടുവന്ന സാധനങ്ങൾ മുഴു വൻ അടിച്ചുമാറ്റുന്നവരാണ് കൂടുതലും. വർക്ക് നന്നാകണമെന്നു മാത്രം.

ഫീസിനുള്ള കാശിനു പോയി ഞാനിപ്പോൾ സ്ഥിരമായി. അപ്രന്റീ സായി അടുത്തുള്ള ആശുപത്രിയിൽ പോകുന്നതിനാൽ ഫീസ് അയയ് ക്കേണ്ടെന്ന് അപ്പനോടു പറഞ്ഞു. പിന്നെ, ഇടയ്ക്കിടെ ഞാനെന്തെങ്കിലും അയച്ചുകൊടുക്കും. എന്റെ ജീവിതം ഇങ്ങനെയായതിൽ വിഷമമൊന്നു മില്ല. ഏതെങ്കിലുമൊരു ഗൾഫുകാരൻ ഇവിടെ വന്നാൽ എന്നെയും കൊണ്ടുപോകാമോയെന്നു ചോദിക്കണം. രണ്ടാം ഭാര്യയായോ മൂന്നാം ഭാര്യയായോ വേറെന്തെങ്കിലുമായോ കഴിഞ്ഞോളാം. വയസ്സന്മാരായാലും മതി.

അവളുടെ കണ്ണുകൾ നിറഞ്ഞൊഴുകി.

പെട്ടെന്നു കതകിൽ വലിയ മുട്ടുകേട്ടു. “എന്നതാ, കലാപരിപാടി കഴിഞ്ഞ് രണ്ടുംകൂടെ കെട്ടിപ്പിടിച്ചുറങ്ങുവാണോ. മതിമതി. എണീറ്റു പോരെ.” പുറത്തുനിന്നു പരുക്കൻ ശബ്ദമുയർന്നു.

കണ്ണുകൾ തുടച്ച് അവൾ ചാടിയെഴുന്നേറ്റു. “അയ്യോ. പൊയ്ക്കോ. വെറുതെ വർത്തമാനം പറഞ്ഞിരിക്കുവാണെന്നൊന്നും പറഞ്ഞേക്കല്ലേ. അതിന്റെ പഴി എനിക്കാകും.”

അയാൾ അമ്പത് രൂപകൂടിയെടുത്ത് നിർബന്ധമായി അവളുടെ കയ്യിൽ വച്ചുകൊടുത്തു. അവളെന്തെങ്കിലും പറയും മുൻപേ മുറിതുറന്നു പുറ ത്തിറങ്ങി. വെളിയിലാരും ഉണ്ടായിരുന്നില്ല. നേരെ ബാറിലേക്കു നടന്നു. എന്നിട്ട് കൗണ്ടറിലെ പയ്യനോടു വിളിച്ചുപറഞ്ഞു, “ഹാഫ് ബോട്ടിൽ ഥോ ഡെയ്സ് റം.” കയ്യും മുഖവും കഴുകിയെത്തി കൗണ്ടറിനു മുന്നിലെ ഉയരമുള്ള കസേരയിലേക്കു ചാടിക്കയറി.

ഗ്ലാസിൽ സോഡയോടൊപ്പം പതഞ്ഞുയർന്ന കടുംനിറമുള്ള റമ്മി ലൂടെ നോക്കിയപ്പോൾ ഭിത്തിയിലെ ചിത്രങ്ങളിലെ അർദ്ധനഗ്ന സുന്ദരി മാർ വശ്യമായി പുഞ്ചിരിച്ചു. മറുപടിയായി അയാൾ പൊട്ടിച്ചിരിച്ചു. പൊരിച്ച പുഴമീനും മല്ലിയില ചട്ണിയും പച്ചമുളകുമെത്തി. എരിവില്ലാത്ത

മീനിനൊപ്പം പച്ചമുളകുകൂടി കടിച്ചുതിന്നപ്പോൾ കുപ്പി അതിവേഗം കാലിയായി. മനസ്സിന്റെ ഭാരം പറന്നുപോകുന്നതറിഞ്ഞു. ആടിയുലഞ്ഞെഴുന്നേറ്റ അയാൾ പാറിപ്പറന്നു താഴേക്കിറങ്ങി. കൗണ്ടറിൽ ആദ്യം കണ്ടവർ തന്നെ.

"അണ്ണാ നല്ല സാധനങ്ങൾ വേറെയുമുണ്ടോ?" ശബ്ദം കുഴഞ്ഞിരുന്നു. "കാശുണ്ടേൽ എന്തും വരും. പിന്നെ, ഇനി ഈ കണ്ടീഷനിൽ താനെന്തോ ചെയ്യാൻ. താരാട്ടു പാടി ഉറക്കാനോ? റേഡിയോ വച്ചുതരാം. പാട്ടുകേട്ട് അവിടെയെങ്ങാനും കിടന്നുറങ്ങ്." കൗണ്ടറിലിരുന്നയാൾ ഉച്ചത്തിൽ പറഞ്ഞപ്പോൾ എല്ലാവരും കൂടി കളിയാക്കിച്ചിരിച്ചു.

"ഫ, നായിന്റെ മോനെ, നിന്റെ അമ്മേടെ താരാട്ടു കേൾക്കണ കാര്യമല്ല ഞാൻ ചോദിച്ചത്. ഇവിടെ വേറെ ഐറ്റംസ് ഉണ്ടോയെന്നാ. ചോദിക്കുന്നതിനു മറുപടി പറഞ്ഞാമതി. അല്ലെങ്കിൽ അണപ്പല്ല് ഞാൻ തെറുപ്പിക്കും. കൂട്ടിക്കൊടുപ്പുകാരുടെ ഉപദേശം വേണ്ട. മനസ്സിലായോടാ...?" അയാളുടെ ശബ്ദം ഉയർന്നു.

പെട്ടെന്ന് അപ്പുറത്തെ മുറികളിൽ നിന്നു നാലഞ്ചുപേർ പുറത്തേക്കിറങ്ങി വന്നു. കാഴ്ചയിൽ ഗുണ്ടകളാണെന്നു തോന്നി. കൗണ്ടറിലിരുന്നയാൾ പുച്ഛത്തോടെ ചിരിച്ച് മെല്ലെ പറഞ്ഞു, "എടാ കൊച്ചനേ. ആവേശമൊക്കെ അങ്ങ് മുത്തങ്ങാ ബൗണ്ടറി കഴിഞ്ഞുമതി. ഒരുപാട് ആവേശം പുറത്തെടുത്താൽ സൂര്യകാന്തി തോട്ടത്തിൽ വളമാകും കേട്ടോ. നിനക്കു തരാൻ ഇവിടെ പെണ്ണുമില്ല, ആമ്പിള്ളേരുമില്ല. സൂക്കേട് തീരെ സഹിക്കാൻ വയ്യെങ്കിൽ ആ റോഡിലേക്കിറങ്ങി നിന്നു കൈകൊണ്ടു കലാപ്രകടനം നടത്തിയാൽ മതി. ഒരു ബലത്തിന് നല്ല ഫോട്ടോസ് ഞാൻ തരാം. ഫ്രീയായി."

അയാൾക്ക് പെരുവിരലിൽ നിന്നു ദേഷ്യം തിളച്ചുകയറി. അരയിൽ നിന്നയാൾ കത്തിവലിച്ചൂരി. "എന്റെയടുത്തും ഷോ വേണ്ട. ഗുണ്ടകളുടെ ബലത്തിൽ കൂടുതൽ കളിക്കണ്ട. കുത്തി പണ്ടം ഞാൻ പുറത്തിടും പറഞ്ഞേക്കാം."

മുന്നോട്ടാഞ്ഞ ഗുണ്ടകളെ കൗണ്ടറിലിരുന്നയാൾ തടഞ്ഞു. "പോട്ടെ. കള്ളിന്റെ പവറാ. മോനേ, പോകാൻ നോക്കെടാ. കളിക്കാൻ മാത്രം നീ ആയില്ല കുട്ടാ. കുറച്ചുകൂടി മൂക്കട്ടെ. ഇനി ഈ വഴിക്കു കണ്ടേക്കരുത്. ഈ ലൊക്കാലിറ്റിയിൽ തെളിയാത്ത ഒരുപാട് കേസുകളുണ്ട്. കൊലപാതകമടക്കം. എല്ലാം കൂടിയാ തലേലോട്ടു ചാർത്തിത്തന്ന് അകത്തേക്കു പണ്ടാരമടക്കും, മനസ്സിലായോ. പിന്നെ നീ പുറത്തിറങ്ങാതെ ആയുഷ്കാലം മുഴുവൻ ഗോതമ്പുണ്ട തിന്നേണ്ടിവരും. പോടാ, പോ..."

പ്രശ്നങ്ങൾ ഒഴിവാക്കുന്നതാണു നല്ലതെന്ന് തോന്നി. ഇവിടെയെന്തു സംഭവിച്ചാലും തനിക്കാണ് ക്ഷീണം. ഒന്നും പറയാൻ നിൽക്കാതെ പതുക്കെ പുറത്തേക്കിറങ്ങി. ഗുണ്ടകൾ പിൻവാങ്ങി. വാച്ച്മാൻ തറപ്പിച്ചു

നോക്കി. പുറത്തിറങ്ങിയതും ഗേറ്റ് വലിയ ശബ്ദത്തോടെ അടഞ്ഞു. സാഹസമാണ് കാട്ടിയതെന്നു തോന്നി. പൊലീസ് വന്നിരുന്നെങ്കിൽ ആകെ പ്രശ്നമാകുമായിരുന്നു. വടികൊടുത്ത് അടിവാങ്ങുന്ന സ്ഥിതിയായേനെ.

പക്ഷേ, ഈ സ്ഥാപനം ഇനിയും തുടരാൻ അനുവദിച്ചുകൂടാ. തകർക്കണം. വല്ലാത്തൊരു ആവേശം തോന്നി. പേഴ്സിനുള്ളിലിരുന്ന ചെറിയ ഡയറിയെടുത്ത് അയാൾ ചില നമ്പരുകൾ പരതി. തിരുവനന്തപുരത്തെയും കൊച്ചിയിലെയും ചില പത്രം ഓഫീസുകളുടെ നമ്പർ തപ്പിയെടുത്തു. വേഗം അടുത്തുള്ള എസ്.ടി.ഡി ബൂത്തിലേക്കു നടന്നു.

പ്രധാനമായൊരു വാർത്തയുണ്ടെന്നും പഠിക്കാനെത്തിയ ഒരുപാട് മലയാളി പെൺകുട്ടികൾ സെക്സ്റാക്കറ്റിന്റെ തടങ്കലിലാണെന്നും പറഞ്ഞു. കൃത്യമായ സ്ഥലവും പറഞ്ഞുകൊടുത്തു. ആരാണ് വിളിക്കുന്നതെന്നോ എവിടെനിന്നാണെന്നോ അയാൾ പറഞ്ഞില്ല. അവർ ചോദിച്ചുമില്ല. തിരുവനന്തപുരത്തെയും കൊച്ചിയിലെയും പൊലീസ് കമ്മീഷണർമാരുടെ ഓഫീസുകളിലും വിവരം കൈമാറി.

വരുംദിവസങ്ങളിൽ എന്തു സംഭവിക്കുമെന്നു നോക്കാം. ഒന്നും സംഭവിച്ചില്ലെങ്കിൽ പിള്ളേരെയിറക്കി ഇതു തകർത്തുകളയണം. വല്ലാത്തൊരു വാശിയോടെ അയാൾ നടന്നു.

ഇരുപത്

പാലപ്പൂമണമുള്ള അനുഭവങ്ങൾ

നാഗരാജയുടെ കടയിലെത്തിയപ്പോൾ അഞ്ചുമണി കഴിഞ്ഞിരുന്നു. തലയിലെ കെട്ടുവിട്ടിരുന്നു. നല്ല ദാഹവും ക്ഷീണവും തോന്നി. വിയർത്തു കുളിച്ചു. ഒന്നും പറയാതെ സ്വാതന്ത്ര്യത്തോടെ കടയിൽ കയറി അലമാരയ്ക്കടിയിൽ നിന്നു ചാരായക്കവറുകളെടുത്തു. നാഗരാജ ഒന്നും പറഞ്ഞില്ല. രണ്ടുമൂന്നു കവറുകൾ തീർത്ത് രണ്ടെണ്ണം കീശയിലിട്ട് പുറത്തേക്കിറങ്ങി. അതിനിടെ ചില്ലുഭരണിയിൽ നിന്നു നിലക്കടല മിഠായിയും ഭിത്തിയിൽ തൂക്കിയിട്ടിരുന്ന ചെറിയ അച്ചാറുമെടുത്തു.

വീട്ടിലേക്കു പോയിട്ടു കാര്യമില്ല. ആരുമുണ്ടാവില്ല. കമലയുടെ ജോലി സ്ഥലത്തേക്കു പോയാലോ. അവളുടെ ജോലി തീരാറായിക്കാണും. ഈ അവസ്ഥയിൽ അങ്ങോട്ടുപോണോ. ഏതായാലും പോയിനോക്കാം. വരമ്പത്തുകൂടെ അയാൾ നടന്നു. നല്ല സുഖം തോന്നി. സൂര്യകാന്തിപ്പാടത്തിനു നടക്കുകൂടിയുള്ള ചെറിയ തോടിനരികിൽ അയാൾ നിന്നു. ഇവിടെ നിന്നാൽ അപ്പുറത്തുകൂടി പോകുന്നവരെ കാണാം. ആകെ വിയർത്തിരിക്കുകയാണ്. വെള്ളത്തിൽ കുറച്ചുനേരം കിടന്നാലോ. പിന്നൊന്നുമാലോചിച്ചില്ല. വസ്ത്രം എന്ന ആർഭാടം ഒഴിവാക്കി വെള്ളത്തിൽ നീണ്ടുനിവർന്നു കിടന്നു. നീന്താൻ മാത്രമുള്ള വെള്ളമുണ്ടായിരുന്നില്ല. വസ്ത്രങ്ങൾ വലിയൊരു ഭാരവും, നഗ്നതയാണ് സുരക്ഷിതത്വമേകുന്ന അനുഭവമെന്നും തോന്നി. നഗ്നതയിൽ ഓളമിട്ട വെള്ളത്തിന്റെ കളകളാരവത്തിന് ഉന്മാദത്തിന്റെ വശ്യതയുണ്ടായിരുന്നു.

വെള്ളത്തിനടിയിലെ ചരലിൽ കിടന്നപ്പോൾ സുഖം തോന്നി. ശരീരത്തിലെ ചൂട് ഓരോ രോമകൂപത്തിലൂടെയും പുറത്തുപോകുന്നതുപോലെ. അന്തിവെയിലിൽ വെള്ളം വെട്ടിത്തിളങ്ങി. കാലുകൾക്കിടയിലൂടെ ചെറുമീനുകളും നീർക്കോലികളും ഇക്കിളിയുണർത്തി നീന്തിത്തുടിച്ചു. കുഞ്ഞുതവളകൾ ദേഹത്തുചാടി നടന്നു. കരയിൽ കൊക്കുകളും മാടത്തകളും ഇതുനോക്കിയിരുന്നു. തോടിനിരുവശത്തെയും പുൽപ്പടർപ്പിൽ വയലറ്റു

നിറമുള്ള ചെറുപൂക്കളുണ്ടായിരുന്നു. അന്തിവെയിലേറ്റ് ഓരോ പൂവും കുഞ്ഞുസൂര്യനായി മാറി.

ഏറ്റവും സുരക്ഷിതത്വം അനുഭവപ്പെടുന്ന അന്തരീക്ഷം. ഒരു ചെറിയ നീർച്ചാലിന്റെ ചുറ്റുവട്ടത്ത് ഇത്രയും അനുഭവങ്ങളുണ്ടെങ്കിൽ പുഴയോരവും കാടുമെല്ലാം എന്തുമാത്രം കാഴ്ചകളുമായി കാത്തിരിപ്പുണ്ടാകും. കുഞ്ഞോളങ്ങളുടെ മേളപ്പെരുക്കം കേട്ട് അയാളേതോ ലോകത്തേക്കു കടന്നു. സമയം പോയതറിഞ്ഞില്ല. ചീവീടുകളുടെ ശബ്ദം കേട്ടാണ് കണ്ണുതുറന്നത്. ഇരുട്ടുവീണിരുന്നു. എഴുന്നേറ്റിരുന്നു. ക്ഷീണവും ലഹരിയും വിട്ടകന്നിരുന്നു. കരയിൽ അല്പം മാറിയൊരു രൂപം. സൂക്ഷിച്ചു നോക്കി. കമലയായിരുന്നു. ചാടിയെഴുന്നേറ്റപ്പോഴാണ് നഗ്നനാണെന്ന തിരിച്ചറിവുണ്ടായത്. അവൾ തലയിൽ കെട്ടിയിരുന്ന തോർത്ത് എറിഞ്ഞു കൊടുത്തു. പെട്ടെന്നു തലതോർത്തി തോർത്തുടുത്തു കരയ്ക്കു കയറി വേഷം ധരിച്ചു.

"കള്ളുകുടിച്ചു വെള്ളത്തിൽ കിടക്കാൻ നല്ല രസമാണല്ലേ? ഞാൻ വന്നിട്ടു കുറച്ചുനേരമായി. ഇഴജന്തുക്കൾ ഉള്ള സ്ഥലമാണ്. അതാണ് പോകാതിരുന്നത്." അവൾ പറഞ്ഞു.

അയാൾ വെറുതെ മൂളി. ആകാശത്തു നിറയെ നക്ഷത്രങ്ങളുണ്ടായിരുന്നു. അവളുടെ മൂക്കുത്തിയിലെ കല്ല് അതിലൊരെണ്ണമാണെന്നു തോന്നി. നീർച്ചാലിനുമുണ്ടായിരുന്നു നക്ഷത്രശോഭ. മനസ്സിനു വല്ലാത്തൊരു ശാന്തത. കൊച്ചുകുട്ടിയെപ്പോലെ കമലയുടെ പിന്നാലെ നടന്നു. അവൾ വീട്ടിൽ പോയിട്ടു വന്നതാണ്. കുളിച്ചുവൃത്തിയായി നിറയെ പൂക്കളുള്ള സാരിയാണ് ഉടുത്തിരുന്നത്. നക്ഷത്രങ്ങൾ ഈ സാരിയിൽ ചേക്കേറിയിരിക്കുന്നു. ഇവളാര്, നക്ഷത്രരാജ്യത്തെ രാജകുമാരിയോ, അതോ യക്ഷിയോ.

വീടിന്റെ പടികയറിയപ്പോഴേ അവൾ പറഞ്ഞു, "കഴിച്ചിട്ടുപോയാൽ മതി. ഈ അവസ്ഥയിൽ പോയിക്കിടന്നാൽ പിന്നെ രാവിലെ നോക്കിയാൽ മതി. അവരും സ്ഥലത്തില്ല. ചാമരാജപുരത്തിനടുത്ത് അമ്മൻ കോവിലിൽ ഉത്സവം കൂടാൻ പോയിരിക്കുവാ. പഴയ കൂട്ടുകാരൊക്കെ വരുമത്രേ. ഇനി നാളെ ഉച്ചകഴിഞ്ഞു നോക്കിയാൽ മതി." വീട്ടിലെ തള്ളയെ ഉദ്ദേശിച്ചാണ് അവൾ പറഞ്ഞതെന്നു മനസ്സിലായി.

"ഉം. അവർക്കും വേണ്ടേ എന്തെങ്കിലുമൊക്കെ സന്തോഷങ്ങൾ. ശരി, കഴിച്ചിട്ടു പോകാം. കമലയ്ക്കും നേരത്തെ കിടക്കാമല്ലോ."അയാൾ മറുപടി പറഞ്ഞു.

തിണ്ണയിലെ പുൽപ്പായ നിവർത്തി ഇരുന്നു. അല്പം കഴിഞ്ഞു വലിയൊരു മൺചട്ടിയിൽ കഞ്ഞിയുമായി കമലയെത്തി. ഒപ്പം ചമ്മന്തിയും അച്ചാറും. രണ്ടും കഞ്ഞിയിൽ കലക്കി വാരിക്കുടിച്ചു. അടുക്കളയിൽ

നിന്നു കമല വീണ്ടും എത്തിയപ്പോഴേക്കും അയാൾ ഇറങ്ങി. എന്തുപറ്റി, ഇത്ര പെട്ടെന്ന് മതിയാക്കിയോ എന്ന അവളുടെ ചോദ്യത്തിന് മറുപടി യായി നീട്ടിയൊന്നു മൂളിയശേഷം അയാൾ നടന്നു. ആലയിൽ വന്നു നീണ്ടുനിവർന്നു കിടന്നു. അവിടെ താമസമാക്കിയശേഷമുള്ള ഓരോ ദിവസവും ഓർത്തെടുത്തു. സുഖജീവിതം. സത്യത്തിൽ ഇങ്ങനെ ഉണ്ടും ഉറങ്ങിയും കഴിഞ്ഞാൽ മതിയോ. പേടിച്ചുജീവിച്ചിട്ടു കാര്യമില്ല. മൈസൂരിൽ പിള്ളേരുസെറ്റിന്റെ കാര്യങ്ങളും അറിയുന്നില്ല. അവർക്കുള്ള ഉത്സാഹം പോലും തനിക്കില്ലാതായല്ലോ. ഇനിയും വയ്യ. എന്തു സംഭവി ച്ചാലും മൈസൂറിലേക്കു പുറപ്പെടുക തന്നെ. തീരുമാനമെടുത്താൽ പിന്നെ മാറ്റിവയ്ക്കരുതെന്നാണ് തമ്പിമാഷ് പറയാറ്. അയാൾ ചാടിയെഴുന്നേറ്റു. അതിരാവിലത്തെ വണ്ടിക്കു പോകാം. വസ്ത്രങ്ങളും പ്രിയപ്പെട്ട കഠാരയും അയാൾ സഞ്ചിയിലാക്കി. കമല ഉറങ്ങിക്കാണില്ല..

അയാൾ പുറത്തിറങ്ങി അവളുടെ വീട്ടിലേക്കു നടന്നു. നിലാവിൽ വീടും പരിസരവും കുളിച്ചുനിന്നു. ഏതോ കാട്ടുചെടി പൂത്തുനിൽക്കുന്ന തിന്റെ ഗന്ധം അന്തരീക്ഷത്തിൽ നിറഞ്ഞുനിന്നു. അവൾ കിടന്നെന്നു തോന്നുന്നു. ഉറങ്ങിക്കാണാൻ വഴിയില്ല. കണ്ടിട്ടുപോകാം. എന്തായാലും ഇറങ്ങിയതല്ലേ. അവളുടെ കിടപ്പുമുറിയുടെ അരികിലെത്തി ജനാലയിൽ തട്ടിവിളിച്ചു.

"കമലേ, ഉറങ്ങിയോ. ഒരു പ്രധാനകാര്യം പറയാനുണ്ടായിരുന്നു."

അയാൾ വീണ്ടും ജനാലയിൽ ഉച്ചത്തിൽ തട്ടി.

"പേടിക്കേണ്ട, ഞാനാണ്."

ജനാല മെല്ലെ തുറന്നു. വിളക്കിന്റെ താഴ്ത്തിവച്ച തിരി ഉയർത്തി യശേഷം അവൾ ചോദിച്ചു,

"എന്താ, എന്തുപറ്റി?"

"യേയ്. ഒന്നുമില്ല. ഞാൻ മൈസൂറിനു പോകുന്നു. വെളുപ്പിനുതന്നെ. പെട്ടെന്നെടുത്ത തീരുമാനമാണ്. പറയാതെ പോകുന്നതു ശരിയല്ലെന്നു തോന്നി."

അയാൾ ശബ്ദം താഴ്ത്തി പറഞ്ഞു.

"പെട്ടെന്നെന്താ ഇങ്ങനെ. എന്തെങ്കിലും പ്രശ്നം. ഇവിടെയുണ്ടെന്ന് ആരെങ്കിലും അറിഞ്ഞോ?"

അവൾ പരിഭ്രാന്തയായി.

"പ്രശ്നങ്ങളുണ്ടായിട്ടല്ല. എന്നാൽ ഒരുപാടുണ്ടുതാനും. പക്ഷേ, ഇങ്ങനെ ഒളിച്ചുജീവിച്ചിട്ടു കാര്യമില്ല. എന്നെ വിശ്വസിക്കുന്ന കുറേ പേരുണ്ട്. അവരോടു നീതി പുലർത്തണം. സ്വന്തം വിശ്വാസത്തോടു മരണംകൊണ്ടു നീതിപുലർത്തിയവർക്കു വേണ്ടി നമ്മളും എന്തെങ്കിലും

ചെയ്യണ്ടേ. അതുകൊണ്ടു പോകുന്നു, പോയേപറ്റൂ." അയാളുടെ മറുപടി കേട്ട് അവൾ എഴുന്നേറ്റു.

"ഞാൻ കതകു തുറക്കാം."

വിളക്കുമായി അവൾ മുൻഭാഗത്തേക്കു നടന്നു.

അകത്തേക്കു കയറാതെ അയാൾ മുറ്റത്തുതന്നെ നിന്നു. അവൾ പുറത്തേക്കിറങ്ങിവന്നു. "ഞാനെന്തു പറയാനാ. പോകണമെന്നോ വേണ്ടെന്നോ പറയാനാവില്ല. ഇഷ്ടംപോലെ ചെയ്യൂ. മനസ്സു പറയുന്നതു പോലെ." അവൾ ദീർഘനിശ്വാസത്തോടെ പറഞ്ഞു.

"ശരി കാണാം, എന്നെങ്കിലും. ജീവനോടെയുണ്ടെങ്കിൽ..."

മറുപടി പറഞ്ഞ് അയാൾ തിരിഞ്ഞു നടന്നു.

മൂന്നാലു ചുവടുകൾ വച്ചശേഷം തിരിഞ്ഞുനോക്കിയപ്പോഴും അവൾ അവിടെത്തന്നെ നിൽപ്പുണ്ടായിരുന്നു അവളുടെ കണ്ണുകൾ നിറഞ്ഞിട്ടുണ്ടോ. അയാൾ തിരികെച്ചെന്നു. "കമലേ, നിന്നോട് എന്തുപറയണമെന്ന് അറിയില്ല. ജീവിതത്തിൽ വളരെ കുറച്ചു സ്ത്രീകളുമായേ അടുത്തിടപഴകിയിട്ടുള്ളൂ. ബന്ധങ്ങൾ ഏല്പിച്ച ദൗത്യം അവർക്കെന്നോട് ഉണ്ടായിരുന്നു. അതൊരിക്കലും മറ്റു തരത്തിലുള്ള ബന്ധമായിരുന്നില്ല. പക്ഷേ, തീരെ അപരിചിതമായ ലോകത്തുവച്ച് അബോധാവസ്ഥയിലാണ് നീയെന്നെ കണ്ടുമുട്ടുന്നത്. ഓവുചാലിൽ വീണുകിടന്ന എന്നെ കാണാത്ത മട്ടിൽ പോകാമായിരുന്നു. അതു ചെയ്തില്ലല്ലോ. ബോധത്തിലേക്കു ഞാൻ മടങ്ങിവന്നപ്പോൾ കണ്ടത് പുതിയൊരു മുഖമായിരുന്നു. ആദ്യത്തെ അറപ്പ് പിന്നീടെപ്പോഴോ അടുപ്പമായി മാറി. നീ എന്തെങ്കിലും ചെയ്തത് ഒന്നും പ്രതീക്ഷിച്ചിട്ടല്ലെന്നറിയാം. പിരിഞ്ഞിട്ടും നാടുവിട്ടിട്ടും വീണ്ടും കണ്ടുമുട്ടുകയും ചെയ്തു." അയ്യൻകൊല്ലിയിൽ നടന്ന കാര്യങ്ങളും അയാൾ ചുരുക്കി പറഞ്ഞു.

അവളുടെ കണ്ണുകൾ നിറഞ്ഞുതുളുമ്പി. "കരയാതിരിക്കൂ." കവിളിലേക്കൊഴുകിയ കണ്ണുനീർ അയാൾ വലതുകൈകൊണ്ടു തുടച്ചു. ആ കൈ അവൾ മുഖത്തേക്കു ചേർത്തുപിടിച്ചു. നേർത്തൊരു തേങ്ങൽ അവളിൽ നിന്നുയർന്നപ്പോൾ അവളെ ചേർത്തുനിർത്തി നെറുകയിൽ അയാൾ മുഖം അമർത്തി. വഴുതിമാറാതെ അവൾ ചേർന്നുനിന്നു. കാട്ടുപൂക്കളുടെ ഗന്ധമുള്ള പടിഞ്ഞാറൻ കാറ്റ് ആഞ്ഞുവീശി. കാറ്റിന്റെ ഗന്ധം അവളിൽ ലയിച്ചു. കാറ്റിൽ ആടിയുലയുന്ന മരങ്ങളുടെ നിഴലുകൾ അവർക്കു ചുറ്റും നൃത്തം ചെയ്തു. കാറ്റിനാകെ പെണ്ണിന്റെ ഉന്മാദലഹരിയായി. സിരകളെ ത്രസിപ്പിക്കുന്ന മാദകഗന്ധം. അവളുടെ മുടിച്ചുരുളുകൾ അഴിഞ്ഞുവീണ് അയാളുടെ ശരീരത്തിലാകെ സർപ്പംകണക്കെ ഇഴഞ്ഞു. നിശ്വാസങ്ങൾക്ക് അശ്വവേഗമുണ്ടായിരുന്നു. അയാളുടെ വിരലുകളും സർപ്പങ്ങളായി അവളുടെ നിമ്നോന്നതങ്ങളിൽ ഇഴഞ്ഞു. അവളിൽനിന്നു സീൽക്കാര ശബ്ദങ്ങൾ ഉയർന്നു.

നക്ഷത്രങ്ങൾ ചേക്കേറിയെ അവളുടെ ചേലയുടെ കുത്തഴിഞ്ഞുവീണ് ഇരുവരുടെയും കാലുകളിൽ ചുറ്റിപ്പിണഞ്ഞു. അഴിഞ്ഞുവീണ ആർഭാടങ്ങൾക്കൊടുവിൽ തുറിച്ചുനിന്ന അവളുടെ മാറിലെ ഉന്മാദകലശങ്ങളിൽ യൗവനം വിറകൊള്ളുന്നത് അയാൾ അറിഞ്ഞു. ചുണ്ടും നാവും ആർത്തിയോടെ അശ്വമേധം തുടങ്ങിയപ്പോൾ നിലാവുമെഴുകിയ മുറ്റത്ത് അവൾ കിടന്നു, കൃഷ്ണശിലയിൽ കടഞ്ഞെടുത്ത നാഗകന്യകയെപ്പോലെ. ആവേശത്തോടെ അവളുടെ കാൽവിരലുകളിലൂടെ അയാൾ മുകളിലേക്ക് ഇഴഞ്ഞുകയറി. ഓരോ അണുവിലൂടെയും പെണ്ണിനെ തിരിച്ചറിയുകയായിരുന്നു അയാൾ. ആർത്തിയോടെ നീണ്ടനാവിന്റെ വികൃതികൾക്കു മുന്നിൽ പലപ്പോഴും വില്ലുപോലെ അവൾ വളഞ്ഞു. അരക്കെട്ടിലെ ആവേശഗന്ധത്തിൽ വന്യനായ ഭ്രാന്തനെപ്പോലെ അയാൾ ശബ്ദമുണ്ടാക്കി. ഒപ്പം അവളും. കാറ്റുമായി ഇണചേർന്ന് ആ ശബ്ദങ്ങൾ കടന്നുപോയി.

അവളുടെ അരക്കെട്ടിൽ അഗ്നിയുണ്ടായിരുന്നു. അയാളുടെ വിരുതുകൾ അത് ആളിക്കത്തിച്ചു. അവൾ തീജ്വാലയായി. ആ ജ്വാലയിൽ അയാൾ എരിഞ്ഞടങ്ങി.

ഇരുപത്തിയൊന്ന്

വശ്യം, മനോഹരം ഉന്മാദക്കാറ്റ്

ഇരുവരും മയക്കത്തിൽ നിന്നുണരുമ്പോഴും കാറ്റുവീശുന്നുണ്ടായിരുന്നു. അവൾ അയാളെ തുറിച്ചുനോക്കിക്കിടന്നു. മണലിൽ ഉരഞ്ഞ് കാൽ മുട്ടുകളും കൈകളും നീറുന്നുണ്ടായിരുന്നു.

"സമയമൊരുപാടായി കമലാ, എണീക്കാം."

എണീക്കാൻ തുടങ്ങിയ അയാളെ അവൾ ദേഹത്തേക്കു വലിച്ചിട്ടു. മനസ്സിലുള്ളതു മുഴുവൻ നിശ്ശബ്ദമായി അവൾ പറയുന്നതുപോലെ തോന്നി. എങ്ങോ കോഴി കൂവിയപ്പോൾ ഇരുവരും എഴുന്നേറ്റു. വസ്ത്രങ്ങൾ വാരിച്ചുറ്റി അവൾ അകത്തേക്കു കയറി. കിണറ്റിൽനിന്നു വെള്ളം കോരി അയാൾ തലവഴി ഒഴിച്ചു. മനസ്സ് വളരെ ശാന്തമായിരുന്നു. വല്ലാത്തൊരു പക്വത വന്നതുപോലെ തോന്നി. തലതുവർത്തി കുറേനേരം മുറ്റത്തുതന്നെയിരുന്നശേഷം ആലയിലേക്കു നീങ്ങിയപ്പോൾ പെട്ടെന്നൊരു തോന്നൽ. ഒന്നു കൂടി കമലയെ കണ്ടാലോ. അവൾക്കു ദേഷ്യമോ സങ്കടമോ ഉണ്ടാകുമോ. താനുമവളെ ഉപയോഗിക്കുകയായിരുന്നോ?

കതകു കുറ്റിയിട്ടിരുന്നില്ല. അയാൾ അകത്തേക്കു കയറി. കുളികഴിഞ്ഞു നീളൻതോർത്തുകൊണ്ട് തലയിൽ ചുറ്റിക്കെട്ടിയിരുന്നു. ഒന്നും മിണ്ടാതെ അവൾ മുറിയിലേക്കു കയറിപ്പോയി. എന്തുചെയ്യണമെന്നറിയാതെ അയാൾ ഭിത്തിയിൽ പിടിച്ച് അല്പസമയം വെറുതെ നിന്നു. പിന്നെ മെല്ലെ, അകത്തേക്കു കയറി. അവൾ കട്ടിലിൽ മുഖംതാഴ്ത്തിയിരിക്കുകയായിരുന്നു. അരികിൽ അവളോടു ചേർന്ന് അയാളിരുന്നു. കൈകൾകൊണ്ടു മുഖം ഉയർത്തി.

"നിനക്കെന്നോടു ദേഷ്യമുണ്ടോ. ഒന്നും മനപ്പൂർവമായിരുന്നില്ല. എന്തോ, സംഭവിച്ചുപോയി."

പതറിയ ശബ്ദത്തിൽ പറഞ്ഞപ്പോൾ അവൾ അയാളുടെ തോളിലേക്കു ചാഞ്ഞിരുന്നു. കണ്ണുകൾ നിറഞ്ഞെങ്കിലും നേരിയ പുഞ്ചിരി ആ മുഖത്തുണ്ടായിരുന്നു. അയാൾക്കു നല്ല ക്ഷീണം തോന്നി. കട്ടിൽ ചെരിഞ്ഞു

കിടന്ന് കണ്ണെടുക്കാതെ അവളെ നോക്കിയിരുന്നു. അയാൾ മയങ്ങാൻ തുടങ്ങിയപ്പോൾ അവൾ അടുക്കളയിലേക്കു നടന്നു.

നെറ്റിയിൽ തണുത്ത സ്പർശം അനുഭവപ്പെട്ടപ്പോൾ മയക്കംവിട്ട് അയാളുണർന്നു. അവളുടെ കയ്യിൽ ചൂടു കട്ടൻചായ ഉണ്ടായിരുന്നു. അവളുടെ മുടിക്കെട്ടിലെ പൂക്കൾ പുഞ്ചിരിച്ചു. അവളുടെ പല്ലുകൾ പോലെ മനോഹരമായ കുടമുല്ലപ്പൂക്കൾ.

“എടീ, ഞാൻ പോകുന്നു. മൈസൂറിനു പോയിട്ടു കുറച്ചുകാര്യങ്ങൾ ഉണ്ട്. വൈകാതെ മടങ്ങാമെന്നു കരുതുന്നു. കാണാം.” ഇത്രയും പറഞ്ഞപ്പോഴാണ് അയാൾ ഓർത്തത്. എന്താണവളെ വിളിച്ചത്. നീയെന്നോ. ഇതിനുമുൻപൊരിക്കലും അങ്ങനെ വിളിച്ചിട്ടില്ലല്ലോ. ഒറ്റരാത്രി കൊണ്ട്, അല്ല ഏതാനും മണിക്കൂറുകൾ കൊണ്ട് ഒരുപാട് അകലങ്ങൾ ഇല്ലാതായതുപോലെ. ശരീരത്തിന്റെയും മനസ്സിന്റെയും ചിന്തകളുടെയും അകലങ്ങൾ ഇല്ലാതായിരിക്കുന്നു. ആ വിളി അവളും ആസ്വദിച്ചതുപോലെ തോന്നി.

അവളെ നോക്കിയിരുന്നപ്പോൾ ശരീരത്തിനു വീണ്ടും ചൂടുപിടിച്ചു. കൈകൾ മെല്ലെയവളുടെ അരക്കെട്ടിലേക്കു നീണ്ടു. ചേർത്തുനിർത്തിയപ്പോൾ അവളുടെ മാറിലൊരു കടലിരമ്പം നെഞ്ചുകൊണ്ടയാൾ തൊട്ടറിഞ്ഞു. സീൽക്കാരത്തോടെ കട്ടിലിൽ അവൾ മലർന്നു കിടന്നു. അയാൾ മെല്ലെ തിരിഞ്ഞുകിടന്ന് അവളുടെ കാൽപ്പാദങ്ങളിൽ മുഖമമർത്തി. അവൾ അയാളുടെയും. ഓരോ വിരലിലും നാവു ചുറ്റിപ്പിണഞ്ഞു. ചേലയ്ക്കൊപ്പം അയാളുടെ മുഖവും മുകളിലേക്കു നീങ്ങിക്കൊണ്ടിരുന്നു. അയാളുടെ വഴിയേ അവളും നീങ്ങി. നാവിന്റെ ഉന്മാദം ആഴങ്ങളിലൂടെ സിരകളിലേക്കു പടർന്നതോടെ വിറകൊണ്ട ശരീരവുമായി ഭ്രാന്തിയെപ്പോലെ അവൾ ചാടിയെഴുന്നേറ്റു. എല്ലാം മറന്നു കട്ടിലിൽ ഇരുന്ന അയാളുടെ മടിയിൽ നഗ്നശിലയെപ്പോലെ അഭിമുഖമായി അവൾ ഇരുന്നു. ശിലയ്ക്കു ജീവൻവയ്ക്കുന്നതും കുതിരയായി കുതിക്കുന്നതും ആവേശത്തോടെ അയാൾ ആസ്വദിച്ചു. ഒടുവിൽ, വിയർത്തൊട്ടിയ ശരീരവുമായി ഇരുവരും കുഴഞ്ഞുവീണു. അയാളുടെ മനസ്സു ശാന്തമായിരുന്നു. അപ്പൂപ്പൻതാടി പോലെ അതുപറന്നു നടന്നു. എന്തുകൊണ്ടോ ഉറക്കം വന്നില്ല. മെല്ലെ എഴുന്നേറ്റു. കമല തളർന്നുറങ്ങുകയാണ്. അവളുടെ ദേഹത്തേക്ക് അയാൾ തറയിൽ വീണുകിടന്ന ചേല വലിച്ചിട്ടു. അവൾ എന്തൊക്കെയോ പുലമ്പുന്നുണ്ടായിരുന്നു.

അയാൾ പുറത്തിറങ്ങി ശബ്ദമുണ്ടാക്കാതെ കതകുചാരി. ആലയിൽ ചെന്നു ഷർട്ടും മുണ്ടും മാറി. പിന്നെ സകല ഓർമകളോടും യാത്രപറഞ്ഞ് അതിവേഗം ഇറങ്ങിനടന്നു. നേരം പുലരാറായെന്നു തോന്നി. ആദ്യം കണ്ട ബസ്സിൽ കയറി. മൂന്നോ നാലോ യാത്രക്കാരേ ഉണ്ടായിരുന്നുള്ളൂ. ടിക്കറ്റെടുത്ത് മധ്യഭാഗത്തുള്ള സീറ്റിൽ ഇരുന്നു. വണ്ടി പുറപ്പെടുംമുൻപേ അയാൾ ഉറക്കമായി.

ഇരുപത്തിരണ്ട്

വീണ്ടും തിരിച്ചറിവുകളുടെ നഗരത്തിലേക്ക്

കണ്ടക്ടർ തട്ടിവിളിച്ചപ്പോഴാണ് അയാൾ കണ്ണുതുറന്നത്. മൈസൂർ സ്റ്റാൻഡ് ആയി. പൂക്കളുടെ സുഗന്ധമുള്ള നഗരം അയാളെ വരവേറ്റു. നല്ല ഉന്മേഷം തോന്നി. അടുത്തുകണ്ട കടയിൽ നിന്നു ചായകുടിച്ചശേഷം അക്ഷയഭണ്ഡാറിലേക്കുള്ള ബസ്സിൽ കയറി. ഹോസ്റ്റലിൽ ചെല്ലുമ്പോൾ പലരും ഉറക്കത്തിലായിരുന്നു. വെളുക്കുവോളം ഇരുന്നു പഠിച്ചശേഷം ഉച്ചവരെ കിടന്നുറങ്ങുന്നതാണ് പലരുടെയും ശീലം. കതകിൽ മുട്ടിയപ്പോഴേ ഹർഷൻ തുറന്നു.

"ഭാഗ്യം. നീ ഉറങ്ങുകയാകുമെന്നു സംശയിച്ചു."

ഇല്ലണ്ണാ, ഞാൻ രാവിലെ എണീക്കും.

അവന്റെ മുഖത്ത് നിർവികാരഭാവമാണെന്നു തോന്നി.

"എവിടെ ബാക്കി വാനരന്മാരൊക്കെ. ശബ്ദമൊന്നും കേൾക്കുന്നില്ലല്ലോ. എല്ലാരും നന്നാകാനുള്ള പുറപ്പാടിലാണോ?"

അയാൾ ചോദിച്ചു.

"എപ്പോഴും ഒരുപോലെയായിരിക്കുമോ അണ്ണാ. എല്ലാവർക്കും അവരുടേതായ ഉത്തരവാദിത്വങ്ങളില്ലേ. ഇപ്പോഴേ തുഴഞ്ഞുതുടങ്ങിയാലല്ലേ ഒരു കരപറ്റൂ."

പതിവില്ലാത്ത രീതിയിൽ ഹർഷൻ മറുപടി നൽകി. മറുപടി പറയാതെ ചിരിയോടെ അയാൾ എഴുന്നേറ്റു.

"ശരി, എല്ലാവരെയും കണ്ടിട്ടു കുറച്ചായില്ലേടോ. അതുകൊണ്ടു ചോദിച്ചതാ. തിരക്കുകഴിയുമ്പോൾ ഒന്നു കാണണം എല്ലാരേം."

ഹർഷനെ സൂക്ഷിച്ചുനോക്കി അയാൾ പറഞ്ഞു.

"ശരി. അണ്ണൻ റിലാക്സ് ചെയ്യൂ. ഉച്ചയ്ക്കോ വൈകീട്ടോ എല്ലാവരും വരും. കാണാം."

മറുപടി പറഞ്ഞ് ഹർഷൻ പുറത്തേക്കിറങ്ങി.

"അങ്ങനെയാണെങ്കിൽ നമ്മുടെ സഖാക്കളെയെല്ലാവരെയും വിളിക്കൂ. കുറച്ചു സംസാരിക്കാനുണ്ട്."

അയാൾ പിന്നിൽ നിന്നുറക്കെ വിളിച്ചുപറഞ്ഞു.

"ഓ, അവർക്കൊക്കെ സമയമുണ്ടാകുമോയെന്നറിയില്ല. പറ്റുന്നവരെ അറിയിക്കാം. സൗകര്യമുള്ളവർ വരട്ടെ."

തിരക്കിട്ടു താഴേക്കു പോകുന്നതിനിടെ ഹർഷൻ അലസമായി മറുപടി നൽകി.

കതകുചാരി അയാൾ കിടന്നു. മനസ്സിൽ തികട്ടിവന്ന അസ്വസ്ഥത മാറ്റിവച്ച് അയാൾ നീണ്ടുനിവർന്നു കിടന്നു. ജനാലവഴി തണുത്തകാറ്റ് അരിച്ചുകയറിയപ്പോൾ പതിയെ ഉറക്കത്തിലേക്കു വഴുതിവീണു.

എന്തോ സ്വപ്നം കണ്ടാണ് അയാൾ ഉണർന്നത്. ഒന്നും ഓർത്തെടുക്കാനായില്ല. സമയം നാലാകാറായി എന്നു മേശപ്പുറത്തെ പഴഞ്ചൻ ടൈംപീസ് ഓർമിപ്പിച്ചു. എഴുന്നേറ്റു മുഖം കഴുകി പുറത്തേക്കു നടന്നു. ഹോസ്റ്റലിനടുത്ത് ചെറിയൊര ചായക്കട തുടങ്ങിയിരുന്നു. നല്ല വിശപ്പു തോന്നി. ചൂട് ഇഡ്ഡലിയും വടയുമെത്തി. മല്ലിയില ചമ്മന്തിയും സാമ്പാറും കൂട്ടി നന്നായി കഴിച്ചു. മുണ്ടു മടക്കിക്കുത്തി ലോ കോളേജിനു ചുറ്റുമുള്ള തിരക്കൊഴിഞ്ഞ റോഡിലൂടെ നടന്നു. ലേഡീസ് ഹോസ്റ്റലിന്റെ അരികിലൂടെയുള്ള റോഡിലെത്തിയപ്പോൾ കുറച്ചു പെൺകുട്ടികൾ എതിരെ നടന്നുവന്നു. മലയാളിക്കുട്ടികളാണെന്നു തോന്നി.

"ചേട്ടോ, ഷോ കാണിക്കാനിറങ്ങിയതാണോ. ഇതു കേരളമല്ല കേട്ടോ. വേവിച്ച ഉരുളക്കിഴങ്ങുപോലെ സുനാപ്പി ഉടച്ചുകളയും."

നടന്നു നീങ്ങിയ കുട്ടികളിലാരോ പിന്നിൽ നിന്നു കളിയാക്കിച്ചിരിച്ചു വിളിച്ചുപറഞ്ഞത് കേൾക്കാത്ത മട്ടിൽ അയാൾ നടന്നു.

"ചേട്ടായിയേ, മണം പിടിച്ചുനടക്കുവാന്നോ, ഒന്നു കേറീട്ടുപോകുന്നോ, പൂതിമാറ്റി വിടാം."

ലേഡീസ് ഹോസ്റ്റലിൽ നിന്നു മധ്യതിരുവിതാംകൂർ ഭാഷയിൽ ഏതോ ഒരുത്തിയുടെ കമന്റെത്തി. കൂടുതൽ സമയം നിന്നാൽ നാണക്കേടാകുമെന്നു കരുതി വേഗം നടന്നു. പെമ്പിള്ളേർ ഈ ചങ്കൂറ്റം എല്ലായിടത്തും എല്ലാകാര്യത്തിലും കാണിച്ചിരുന്നെങ്കിൽ.

ഹോസ്റ്റലിന്റെ താഴെയെത്തിയപ്പോൾ, ദാ അണ്ണനെത്തിയെന്ന് ആരോ വരാന്തയിൽ നിന്നു വിളിച്ചുപറഞ്ഞു. ഹർഷന്റെ മുറിയിൽ മാത്തപ്പൻ ഉൾപ്പെടെ ഇരുപതു പേരോളം ഉണ്ടായിരുന്നു. എല്ലാവരും എഴുന്നേറ്റു നിന്നു ബഹുമാനം കാണിച്ചു. അഴുക്കുപുരണ്ട പ്ലാസ്റ്റിക് കസേര ഹർഷൻ

അയാൾക്കു മുന്നിലേക്കു നീക്കിയിട്ടു. എല്ലാവരും കട്ടിലിലും താഴത്തുമായി ഇരുന്നു.

"ചങ്ങാതിമാരെ, തിരിച്ചടികൾ കൂടുകയും ലക്ഷ്യങ്ങൾ അകന്നുപോകുകയും ചെയ്യുന്ന സാഹചര്യമാണ് നമുക്കു മുന്നിലുള്ളത്. ആരെങ്കിലും സഹായത്തിനുണ്ടാകുമെന്ന പ്രതീക്ഷ വേണ്ട. അതു വ്യക്തിയായാലും ഏതെങ്കിലും പ്രസ്ഥാനമായാലും. എല്ലാ പ്രശ്നങ്ങളും മാറിയിട്ട് പ്രസ്ഥാനത്തിനുവേണ്ടിയിറങ്ങാം എന്ന ചിന്ത ശരിയല്ല. എന്നെ ഉൾപ്പെടെയാണ് ഞാൻ പറയുന്നത്. നാളെ തെരുവിലിറങ്ങി ആരോടെങ്കിലും യുദ്ധം ചെയ്യണമെന്നല്ല പറയുന്നത്. ഇടയ്ക്കിടെ യോഗം ചേരണം. നാട്ടിലെ പ്രശ്നങ്ങൾ ചർച്ചചെയ്യണം. കഴിയാവുന്ന രീതിയിൽ പ്രതികരിക്കണം. പ്രതിഷേധത്തിന്റെ ശബ്ദം ഉച്ചത്തിൽ ഉയരണം. അവസരങ്ങൾ നോക്കി കഴിയുംപോലെ തിരിച്ചടിക്കണം. പോരാട്ടമെന്നാൽ കേവലം കലാപമല്ല, സമൂഹത്തിനു ആത്മവിശ്വാസവും ഊർജ്ജവും പകരുന്ന കൂട്ടായ്മയുടെ ശബ്ദവും ആയുധം തന്നെയാണ്. ഓരോ ചുവടും തന്ത്രമാകണം. വ്യവസ്ഥിതിയെ മാറ്റിമറിക്കാനുള്ള ഓരോ ചെറിയ നീക്കവും വിപ്ലവമാണ്. വ്യവസ്ഥിതിയെ അന്ധമായി പിന്തുണയ്ക്കുന്നവർ ഭരണവർഗത്തിന്റെ കൂട്ടിക്കൊടുപ്പുകാരാണെന്നും തിരിച്ചറിയണം. സ്റ്റഡി ക്ലാസുകളും സമരങ്ങളും തെരുവുനാടകങ്ങളും പ്രസംഗങ്ങളും ശക്തമായ തൂലികയും വിപ്ലവത്തിന്റെ വഴികളാണ്. പുതിയൊരു വഴിത്തിരിവിന്റെ സമയം അതിക്രമിച്ചതായി തോന്നുന്നു. നിങ്ങൾക്കെന്തു തോന്നുന്നു."

അയാൾ ആവേശത്തോടെ പറഞ്ഞവസാനിപ്പിച്ചു.

ആരും ഒന്നും മിണ്ടാതെ പരസ്പരം നോക്കി. കണ്ണുകൾകൊണ്ട് എല്ലാവരും ഹർഷനെ എന്തോ പറയാൻ നിർബന്ധിക്കുംപോലെ തോന്നി. ഊഹം തെറ്റിയില്ല, ഹർഷൻ പറഞ്ഞുതുടങ്ങി.

"അണ്ണൻ പറഞ്ഞതു ശരിതന്നെ. ഞങ്ങളെല്ലാവരും സമ്മതിക്കുന്നു. അതിനുമുൻപ് കോഴ്സ് പൂർത്തിയാക്കട്ടെ. പ്രസ്ഥാനത്തോടും നാടിനോടുമുള്ള സ്നേഹം വീട്ടുകാരോടുകൂടി വേണ്ടേ. മണ്ഡരി പിടിച്ച തെങ്ങിലെ മുരടിച്ച തേങ്ങയും കൃഷിയിൽ നിന്നുള്ള കുറച്ചുനെല്ലും വിറ്റാണ് അച്ഛൻ എന്നെ പഠിപ്പിക്കുന്നത്. താഴെ രണ്ടു പെങ്ങന്മാരുണ്ട്. യു.പി സ്കൂൾ മാഷായിരുന്ന അച്ഛന്റെ പെൻഷൻ കൊണ്ട് എന്തു ചെയ്യാൻ? പിന്നെ, ജയിച്ചു വക്കീലായിട്ടും കാര്യമില്ലല്ലോ. എത്രകാലം കഴിഞ്ഞാലാ ഒന്നു രക്ഷപ്പെടുക. ഫസ്റ്റ് ചാൻസിൽ തന്നെ പരീക്ഷ പാസ്സാകണമെന്നുണ്ട്. കഴിഞ്ഞവർഷത്തെ മൂന്നു പേപ്പർ കിട്ടാനുമുണ്ട്. ഓർത്തിട്ടൊരു സമാധാനവുമില്ല. പഴയൊരു ശിഷ്യനായ സീനിയറിനെ കണ്ടെത്തി, ഞാൻ സന്നതെടുക്കുന്നതു കാത്തിരിക്കുകയാണ് അച്ഛൻ. ആദ്യചാൻസിൽ കടന്നുകൂടിയില്ലെങ്കിൽ ഇവിടെ തൽക്കാലത്തേക്കൊരു ജോലി സംഘടിപ്പിക്കണം. പാസ്സാകും വരെ. അച്ഛനെ ബുദ്ധിമുട്ടിക്കാൻ ഇനിയും വയ്യ.

പഠിത്തം കളഞ്ഞുള്ള പ്രവർത്തനംകൊണ്ട് പ്രസ്ഥാനത്തിനും ഗുണമുണ്ടാകില്ലല്ലോ. ഇത്രയൊക്കെ പഠിച്ചിട്ടും അണ്ണന്റെ അവസ്ഥ ഇതല്ലേ." ഹർഷന്റെ ശബ്ദം ഉയരുകയും വിറകൊള്ളുകയും ചെയ്യുന്നത് അയാൾ മനസ്സിലാക്കി. മറുപടി പറഞ്ഞില്ല.

"അവൻ പറഞ്ഞതിലും കാര്യമില്ലേ ചേട്ടാ. എല്ലാറ്റിനുമപ്പുറം ജീവിതമെന്നൊന്നില്ലേ. ഒരാവേശംകൊണ്ട് കിണറ്റിൽ ചാടിയാൽ ഒത്തിരിയാവേശം കൊണ്ടും തിരിച്ചുകയറാനാവില്ലല്ലോ. ഞങ്ങളെല്ലാവരും ചേട്ടന്റെ കൂടെയുണ്ട്. പെട്ടെന്നൊരു എടുത്തുചാട്ടം വേണ്ടെന്നേ ഉദ്ദേശിച്ചുള്ളൂ." ഹർഷനെ ന്യായീകരിച്ച് മാത്തൻ രംഗത്തെത്തി.

ജനാലയിലൂടെ പുറത്തേക്കുനോക്കി ദീർഘനിശ്വാസം വിട്ട് അയാൾ ഹർഷനെ നോക്കി. ഹർഷൻ മുഖം കുനിച്ചു.

"രാത്രി ഉറക്കമൊഴിച്ചു പഠിക്കുന്നതിന്റെയാകാം നിങ്ങൾക്കൊക്കെ നല്ല ക്ഷീണമുണ്ട്. എനിക്കുമുണ്ട് ക്ഷീണം. ഒരു ചായ കിട്ടുമോടോ."

അയാൾ പറഞ്ഞതും ജൂനിയർ പയ്യന്മാരിലൊരാൾ കാന്റീനിലേക്കോടി.

"ഹർഷാ, നിങ്ങൾ പറഞ്ഞതാണ് ശരി. എനിക്കതു തോന്നിയിട്ടു കുറേയായി. എനിക്കു കുടുംബബന്ധങ്ങൾ കാര്യമായി ഉണ്ടായിരുന്നില്ല. സുഹൃത്തുക്കളും പ്രസ്ഥാനങ്ങളുമായിരുന്നു എല്ലാം. സുഹൃത്തുക്കളെന്നു വച്ചാൽ നിങ്ങളെല്ലാവരും. ഞാനെന്ന വ്യക്തി എന്തുനേടിയെന്നു ചോദിച്ചാൽ ഉത്തരമില്ലെടോ. നിങ്ങൾ പറഞ്ഞതനുസരിച്ച് നഷ്ടങ്ങൾ മാത്രമാണ് എന്റെ സമ്പാദ്യം. ഏതെങ്കിലും കത്തിമുനയിലോ വെടിയുണ്ടയിലോ വണ്ടിതട്ടിയോ എന്റെ ജീവിതം ഏതു നിമിഷവും അവസാനിച്ചേക്കാം. അതു കരുതിയാണ് ഓരോ ചുവടും മുന്നോട്ടു വയ്ക്കുന്നത്. നിങ്ങൾക്കു നിങ്ങളുടേതും എനിക്ക് എന്റേതുമായ ശരിയുണ്ട്. അതു മനസ്സിലാക്കാൻ ഞാൻ വൈകി. ദാ, ഇതുവരെ കാത്തിരിക്കേണ്ടിവന്നു. രണ്ടു ശരികൾ സമാന്തരപാതകളിലൂടെ പോകുമ്പോൾ തെറ്റുകൾക്കെവിടെ സ്ഥാനം. യോജിക്കാത്ത ശരികൾക്ക് ഒരുത്തരവും കണ്ടെത്താനുമാവില്ലല്ലോ. അപൂർണമായ ശരിയും പൂർണമായ തെറ്റുമാണ് ഏതു പ്രസ്ഥാനവും നേരിടുന്ന വെല്ലുവിളികൾ. ശരിയുടെ പൂർണതതേടി തെറ്റുകൾ ചെയ്തുകൊണ്ടേയിരിക്കും. ഞാനൊക്കെ അതിൽപെടുമായിരിക്കും. നമ്മൾ രണ്ടുകൂട്ടരുടെയും ശരികൾ സമാന്തരമായി പോകുന്നിടത്തോളം ചിന്തകൾക്കു തമ്മിൽ ദാ, ഈ നരച്ചുതുടങ്ങിയ താടിയുടെ അകലമുണ്ടാകും. പതിറ്റാണ്ടുകളുടെ അകലം."

അപ്പോഴേക്കും കട്ടനെത്തി. മെല്ലെ ഊതിക്കുടിച്ച് അയാൾ തുടർന്നു,

"ഞാൻ പടിയിറങ്ങിക്കഴിഞ്ഞു. നിങ്ങൾ അങ്ങനെയല്ല. ഏതു തീരുമാനവും ആലോചിച്ചു മാത്രമെടുക്കുക. എനിക്കിനിയൊരു തിരിഞ്ഞു

നോട്ടമില്ല. ലക്ഷ്യത്തിലെത്തണമെന്നാണ് ആഗ്രഹം. ഒരു മലതുരക്കാൻ ഒരെലിക്കു കഴിയുമെന്നു വിശ്വസിക്കുന്നവനാണ് ഞാൻ. വിഡ്ഢിയുടെ മോഹമായി തോന്നാം. പക്ഷേ, കാലത്തിന്റെ ഓരോ മുന്നേറ്റത്തെയും വിഡ്ഢിത്തമായേ ബുദ്ധിമാന്മാർ വിലയിരുത്തിയിട്ടുള്ളൂ. വഴിയിലെവിടെ യെങ്കിലും ഞാൻ കുഴഞ്ഞുവീണേക്കാം. വണ്ടിയിടിച്ചോ കത്തിമുനയിലോ വെടിയുണ്ടയിലോ തീർന്നേക്കാം. ആ ചോരയിൽ നിന്നു പുതിയൊരു വീര്യം സമരാഗ്നിയായി ഉയർന്നുവരുമെന്നു തന്നെയാണു വിശ്വാസം. ഇറങ്ങട്ടെ സഖാക്കളെ. കാണാം, യോഗമുണ്ടെങ്കിൽ." അയാൾ എഴുന്നേറ്റു പോകാനൊരുങ്ങി.

"അയ്യോ അണ്ണാ അങ്ങനെ പറയല്ലേ. റിലാക്സ് ചെയ്യൂ. ഞങ്ങൾ പ്രാക്ടിക്കൽ സൈഡ് പറഞ്ഞെന്നേയുള്ളൂ." ഹർഷൻ ഓടിവന്നു കൈകളിൽ പിടിച്ചു.

"നിങ്ങൾ പറഞ്ഞതു തെറ്റാണെന്നു പറഞ്ഞില്ലല്ലോ, പറയുകയുമില്ല. തമ്പിമാഷ് ഉൾപ്പെടെയുള്ള പലരും ഇങ്ങനെ ചിന്തിച്ചിരുന്നില്ല. അവരോടെ നിക്കു നീതി പുലർത്തിയേ തീരൂ"മറ്റൊന്നും പറയാതെ അയാൾ ഇറങ്ങി നടന്നു. ആരും തടഞ്ഞില്ല. അത്രമേൽ ഉറച്ചതായിരുന്നു അയാളുടെ ഭാവം.

ഇരുപത്തിമൂന്ന്

ഒറ്റയടിപ്പാതയിലെ കാവൽമാടങ്ങൾ

ഓട്ടോയിൽ കയറി സരസ്വതീപുരത്തേക്കു പോകാൻ അയാൾ പറഞ്ഞു. ആദ്യം കണ്ടത് പെട്ടിക്കടപോലുള്ള ബാർ ആയിരുന്നു. അരക്കുപ്പി റം വാങ്ങി കടയുടെ പിന്നാമ്പുറത്തേക്കു നടന്നു. അല്പം റമ്മൊഴിച്ച് ഗ്ലാസ് കഴുകി. മൂലയ്ക്കിരുന്ന മൺകുടത്തിലെ വെള്ളം ചേർത്ത് ഒരു ഗ്ലാസ് റം വിഴുങ്ങി. ഒന്നു കൂടിയായപ്പോൾ മനസ്സു നേരെയായതു പോലെ തോന്നി. ബാഗിൽ നിന്നൊരു പഴയ പോക്കറ്റ് ഡയറി തപ്പിയെടുത്തു. അന്നു ഹോട്ടലിൽ വച്ചു പരിചയപ്പെട്ട എൽ.ടി.ടി.ഇക്കാരന്റെ ഫോൺ നമ്പർ അതിൽ കാണേണ്ടതാണ്. ജമാൽ എന്ന പേരിലാണ് ഫോൺ നമ്പർ എഴുതിയിരുന്നത്. മുത്തുവേലിനെ ജമാൽ ആക്കിയതാണ്. പൊലീസ് പിടിയിലായാൽ ഡയറിയിൽ നിന്നു കൃത്യമായ വിവരം കിട്ടരുതെന്ന ഉദ്ദേശത്തിൽ ചെയ്തതാണ്.

തമിഴ്നാട്ടിലെ നമ്പരാണ്. വിളിച്ചുനോക്കിയാലോ. കുപ്പിയടച്ച് ബാഗിനുള്ളിലെ അറയിൽ സുരക്ഷിതമായി വയ്ക്കുമ്പോൾ കൈയിലെന്തോ തടഞ്ഞു. ചെറിയൊരു പൊതി. അയാൾ തുറന്നു നോക്കി. നൂറിന്റെയും അൻപതിന്റെയും കുറേ നോട്ടുകൾ. അരണ്ടവെളിച്ചത്തിൽ അയാൾ സൂക്ഷിച്ചുനോക്കി. 10,000 രൂപയിൽ കുറയില്ല. ഇതെങ്ങനെ വന്നു. അയാൾ ഓർത്തുനോക്കി. അതെ, കമല. അവൾ തന്നെയാണിതു വച്ചത്. ഉറങ്ങിക്കിടന്നപ്പോൾ വച്ചതാകും. നേരിട്ടു തന്നാൽ താൻ വാങ്ങില്ലെന്നറിയാം. ആ നോട്ടുകൾക്ക് അവളുടെ പൗഡറിന്റെയും വിയർപ്പിന്റെയും ഗന്ധമുണ്ടായിരുന്നു. നെഞ്ചിലെവിടെയോ ഒരു നോവ്.

ബാറിനോടു ചേർന്ന ബൂത്തിൽ നിന്ന് അയാൾ ഡയറിയിലെ നമ്പറിലേക്കു വിളിച്ചു. ആരും എടുക്കുന്നില്ല. കുറച്ചുസമയം കാത്തുനിന്നശേഷം വീണ്ടും വിളിച്ചു. മൂന്നാലു തവണ റിങ് ചെയ്തുകഴിഞ്ഞപ്പോൾ ഫോൺ എടുത്തു. ഫോൺ എടുത്തയാൾ വേറെയാരോടോ ഉച്ചത്തിൽ സംസാരിക്കുന്നതായി തോന്നി.

“ആ, സൊല്ലുങ്കോ തമ്പി” മറുതലയ്ക്കൽ ശബ്ദമുയർന്നപ്പോൾ അയാൾക്കു സംശയമായി. പ്രായമായ ആളുടെ ശബ്ദം. മുത്തുവേലിന്റെ മുഴക്കമുള്ള ശബ്ദമായിരുന്നല്ലോ. നമ്പർ മാറിയതാകുമോ? ഡയറിയിൽ വീണ്ടുംനോക്കി. ഇല്ല, നമ്പർ അതുതന്നെ. മുത്തുവേലിന്റെ അച്ഛനോ മറ്റോ ആയിരിക്കുമോ? എന്തായാലും ചോദിക്കുകതന്നെ. മുത്തുവേൽ ആണോ?

“യാരത്... എന്ന വേണാപ്പാ...?” ഞാൻ മൈസൂരിൽ നിന്നാണ്. മുത്തു വേലിനെ കിടയ്ക്കുമാ?”. അറിയാവുന്ന തമിഴ് ചേർത്ത് വീണ്ടും ചോദിച്ചു.

ഒരുനിമിഷത്തെ നിശബ്ദതയ്ക്കു ശേഷം ഉത്തരംകിട്ടി. “ആമാ. മുത്തു വേൽ തന്നെ. സൊല്ല് തമ്പി.” ആയാൾക്കാകെ സംശയമായി. മുത്തു വേലിന്റെ ശബ്ദം ഇങ്ങനെയല്ലല്ലോ.

“തമ്പി, നീ ഉദ്ദേശിക്കുന്ന മുത്തുവേൽ ഞാൻ തന്നെ. മലയാളിയാ അല്ലേ. വിഷമിക്കേണ്ട. എന്താണു വേണ്ടത്. ധൈര്യമായി പറഞ്ഞോളൂ.” “എനിക്കൊന്നു കാണണമല്ലോ. വളരെ അത്യാവശ്യമാണ്.” സംശയം മാറാതെ മറുപടി നൽകി.

“ശരി. സത്യമംഗലം തെരിയുമാ. വരൂ. ബസ്സ്റ്റാൻഡ് പക്കത്ത് ഒരു അപ്പളക്കട ഇരുക്കും. അവിടെ ചോദിച്ചാൽ മതി. അപ്പളം തെരിയുമാ. നിങ്ങടെ പപ്പടം തന്നെ.”

അയാൾ എന്തോ പറയാൻ തുടങ്ങിയപ്പോഴേക്കും അപ്പുറത്ത് ഫോൺ താഴെവച്ചിരുന്നു. സംശയം മാറുന്നില്ല. ഇനി മുത്തുവേൽ തന്നെയായി രിക്കുമോ. അസുഖം വന്നാലും മറ്റും ശബ്ദം മാറുമല്ലോ? എന്തുമാകട്ടെ. പോകുകതന്നെ. ഇവിടെ നിന്നിട്ടെന്തു ചെയ്യാൻ. തന്നോടുതന്നെ പുച്ഛം തോന്നിത്തുടങ്ങി. ഇങ്ങനെ ജീവിക്കുന്നതിലും നല്ലത് മരിക്കുന്നതാണ്.

അയാൾ ബാറിൽ നിന്നിറങ്ങി നടന്നു. അയാളെ കാത്തെന്ന പോലെ ഒരു ബസ് വന്നു കിടപ്പുണ്ടായിരുന്നു. ഓടിച്ചെന്നു കയറി.

സബർബൻ ബസ് സ്റ്റാൻഡിൽ നല്ല തിരക്കായിരുന്നു. തമിഴ്നാട് ബസ്സുകളുടെ ഭാഗത്തു ചെന്നപ്പോൾ കുറച്ചു ഡ്രൈവർമാരും കണ്ടക്ടർ മാരും കൂടിനിന്നു സൊറ പറയുന്നു. സത്യമംഗലം ബസ്സ് എപ്പോഴാണ്. കൂട്ടത്തിലൊരു കണ്ടക്ടർ ഒരു ബസ്സിലേക്കു കൈചൂണ്ടി. ഉടനെ പോകുമോയെന്നു ചോദിച്ചപ്പോൾ അയാൾ തലയാട്ടി. ബസ്സിൽ മൂന്നാലു യാത്രക്കാരേ ഉണ്ടായിരുന്നുള്ളൂ. മുന്നിലെ ദൈവങ്ങളുടെ ചിത്രങ്ങളിൽ പൂക്കൾ അണിയിക്കുന്ന തിരക്കിലായിരുന്നു ഡ്രൈവർ. അരമണിക്കൂർ മാത്രമേ കാത്തിരിക്കേണ്ടി വന്നുള്ളൂ. വണ്ടി നീങ്ങിത്തുടങ്ങി.

സത്യമംഗലത്തെത്തിയപ്പോൾ നന്നേ ഇരുട്ടിയിരുന്നു. എങ്കിലും വഴി യിലൊക്കെ നല്ല തിരക്കായിരുന്നു. തട്ടുകടകളിൽ നിന്നു ദോശയുടെയും ഓംലറ്റിന്റെയും ഗന്ധമുയർന്നു. എന്തായാലും മുത്തുവേലിനെ ഇപ്പോൾ തന്നെ കാണാൻ പറ്റുമോയെന്നു നോക്കണം. കടകളൊന്നും അടച്ചിരു ന്നില്ല. സമയം എത്രയായിക്കാണുമോ?

സ്റ്റാൻഡിന്റെ അടുത്തുതന്നെ പപ്പടക്കട കണ്ടെത്തി. പലതരം പപ്പടങ്ങൾ ഉണ്ടാക്കിവിൽക്കുന്ന കടയാണെന്നു തോന്നി. അടുത്തെങ്ങും വേറെ പപ്പടക്കട കണ്ടതുമില്ല.

നേരെ കയറിച്ചെന്നു കൗണ്ടറിലിരുന്ന വയോധികനോടു ചോദിച്ചു, "മുത്തുവേലിനെ കാണണം. അവിടെ എത്തിക്കാമോ?" മൂക്കത്തേക്കിറങ്ങിയ കട്ടിക്കണ്ണാടി വലംകൈയുടെ നടുവിരൽ കൊണ്ടു മുഖത്തോടു ചേർത്തുവച്ച് അയാൾ സൂക്ഷിച്ചുനോക്കി. ചൂഴ്ന്നെടുക്കുന്നതുപോലെ തോന്നി. എന്നിട്ട് അടുത്തിരുന്ന പയ്യനെ നോക്കി എന്തോ ആംഗ്യം കാണിച്ചു.

ഒന്നും പറയാതെ, പിന്നാലെ വരാൻ കൈകൊണ്ടു കാട്ടി പയ്യൻ ഇറങ്ങിനടന്നു. നല്ല വേഗത്തിലാണവൻ നടന്നത്. ഒപ്പമെത്താൻ പലപ്പോഴും ബുദ്ധിമുട്ടി. കുറേ ദൂരം നടന്നതായി തോന്നി. റോഡ് ഇരുഭാഗത്തേക്കു തിരിയുന്നിടത്തുനിന്നു പയ്യൻ വലത്തേക്കു വിരൽ ചൂണ്ടി. അതൊരു ചെറിയ തുണിക്കടയായിരുന്നു. ഇതാണോയെന്നു ചോദിക്കാൻ തുടങ്ങിയപ്പോഴേക്കും പയ്യൻ സ്ഥലംവിട്ടിരുന്നു.

മറ്റൊന്നുമാലോചിക്കാതെ അകത്തേക്കു കയറി. കൗണ്ടറിൽ ആരെയും കണ്ടില്ല. ഒരാൾ താഴെയിരുന്നു തുണികൾ അടുക്കിവയ്ക്കുന്നതു കണ്ടു. "മുത്തുവേൽ...? ഞാൻ മൈസൂറിൽ നിന്ന്..." മുഴുവനാക്കാതെ പറഞ്ഞു നിർത്തി. കുറ്റിത്താടിയുള്ള അയാൾ മുഖമുയർത്തി. അറുപത്തിയഞ്ച് വയസ്സിൽ കുറയില്ലെന്നു തോന്നി. കൈയിൽ കട്ടിയുള്ള വെള്ളിമോതിരം ഉണ്ടായിരുന്നു. നെറ്റിയിൽ നീളത്തിൽ ഭസ്മംകൊണ്ടു നാലു വരകളും.

അഴിഞ്ഞുതുടങ്ങിയ കൈലി വലിച്ചുകുത്തി ആ മനുഷ്യൻ മെല്ലെ എഴുന്നേറ്റു കൗണ്ടറിനു പുറത്തേക്കുവന്നു. ഒരുപാടു ചോദ്യങ്ങൾ ആ മുഖത്തു മിന്നിമറയുന്നതായി തോന്നി. മെല്ലെ നടന്ന് കടയുടെ ഷട്ടർ പകുതി താഴ്ത്തി അയാളെയും കൂട്ടി കടയ്ക്കകത്തേക്കു നടന്നു. പുറമേ ചെറുതായി തോന്നിയെങ്കിലും ഒരു തുരങ്കംപോലെ നീണ്ടതായിരുന്നു ഉൾഭാഗം. അറ്റത്തുള്ള ചെറിയൊരു മരഗോവണി വഴി മുകളിലേക്കു കയറി. കഷ്ടിച്ച് ഒരാൾക്കു നിൽക്കാൻ തക്കവിധം ഉയരമുള്ളതായിരുന്നു മുകൾനില. തടികൊണ്ടുള്ള തറയിലൂടെ നടന്നപ്പോൾ ആകെ കുലുക്കം അനുഭവപ്പെട്ടു. ചെറിയൊരു മേശയ്ക്ക് അപ്പുറത്തും ഇപ്പുറത്തുമായി അവർ ഇരുന്നു.

"നിങ്ങൾ അന്വേഷിക്കുന്ന മുത്തുവേൽ ഞാനാണ്." മുഖവുരയില്ലാതെ ആ മനുഷ്യൻ പറഞ്ഞു. "എന്താണു വേണ്ടത്. എന്തെങ്കിലും സഹായം? നിങ്ങൾ ആകെ അസ്വസ്ഥനാണെന്നു തോന്നുന്നു. ധൈര്യമായി പറഞ്ഞോളൂ. ഇവിടെ നിങ്ങൾ സേഫ് ആണ്." ഒഴുക്കുള്ള മലയാളത്തിൽ തുടർന്നു സംസാരിച്ചപ്പോൾ ആശ്വാസം തോന്നി.

"ഒന്നും തോന്നരുത്. മൈസൂറിൽ വച്ച് മുത്തുവേലിനെയും കൂട്ടുകാരെയും ഞാൻ കണ്ടിരുന്നു. ലോകോളേജിലെ വേണുഗോപാലാണ് പരിചയപ്പെടുത്തിയത്. പക്ഷേ, ആ മുത്തുവേൽ..." ആകെ അങ്കലാപ്പോടെ, വിക്കലോടെ അയാൾ ചോദിച്ചു.

“ഞാൻ പറഞ്ഞല്ലോ. ആ മുത്തുവേൽ തന്നെയാണ് ഈ മുത്തുവേൽ. ഏതുകാലത്തും ഏതുലോകത്തും മുത്തുവേൽ ഉണ്ടാകും. രൂപവും ശബ്ദവും മാറിയേക്കാം.”

മറപടി കേട്ടപ്പോൾ അയാൾ അസ്വസ്ഥനായി. എന്തോ ദുരൂഹതയുള്ള തുപോലെ. “തമ്പീ, നിങ്ങൾ അന്വേഷിച്ചു വന്ന രൂപത്തിലുള്ള മുത്തു വേൽ ഇവിടെയില്ല. ഇനി താങ്കൾക്കു കാണാനും കഴിയില്ല. ശ്രീലങ്കയിൽ അയാൾ കൊല്ലപ്പെട്ടു. അന്നുകണ്ട പലരും ഇപ്പോഴില്ല. പക്ഷേ എത്ര വ്യക്തികൾ കൊല്ലപ്പെട്ടാലും അവരുടെ പേരിൽ ഒരാളുണ്ടാകും. ഞങ്ങളെ സംബന്ധിച്ചിടത്തോളം അവർക്കു മരണമില്ല. ഓരോ ജീവിതവും ഒരേ പേരിൽ തുടരുന്നു. ഒരാൾ പോയാലും അതേപേരിൽ മറ്റൊരാൾ ദൗത്യ മേറ്റെടുക്കുന്നു. തൽക്കാലം ഞാനാണ് നിങ്ങൾ അന്വേഷിക്കുന്ന മുത്തു വേൽ. എന്താണു വേണ്ടത്. ധൈര്യമായി പറഞ്ഞോളൂ.”

അയാൾ എല്ലാ കാര്യങ്ങളും വിശദമായി പറഞ്ഞു. ഒന്നും പറയാതെ ആ മനുഷ്യൻ എല്ലാം കേട്ടിരുന്നു. പറഞ്ഞുതീർന്നപ്പോഴേക്കും ആ മനുഷ്യൻ ഒരു കുപ്പി വെള്ളമെടുത്തു നീട്ടി. അതുമുഴുവൻ അയാൾ കുടിച്ചുതീർത്തു.

വിടർന്നകണ്ണുകൾ കൊണ്ട് ‘മുത്തുവേൽ’ നോക്കിയിരുന്നു. അളന്നു തൂക്കിയ നോട്ടം. “അപ്പോൾ അതാണ് കാര്യം. യുദ്ധം ചെയ്യാനുള്ള മന സ്സുണ്ട്. പക്ഷേ, ആയുധവുമില്ല, അണികളുമില്ല, പണവുമില്ല. നിങ്ങളെ എങ്ങനെയാണ് ഞാൻ സഹായിക്കേണ്ടത്, പറയൂ. പണം തന്നാൽ നിങ്ങൾക്ക് ബാക്കിരണ്ടുകാര്യങ്ങളും കിട്ടുമോ? കുറേ ആയുധം കിട്ടിയിട്ടും കാര്യമുണ്ടോ? പണംകൊണ്ടും ആയുധം കൊണ്ടും നേടാനാവുന്നതല്ല അണികൾ. അഥവാ നേടിയാലും നിലനിൽക്കില്ല. ഞങ്ങളുടെ കൂടെ പ്രവർ ത്തിക്കാൻ തയ്യാറാണോ? അക്കാര്യത്തിൽ എനിക്കുമാത്രമായി തീരുമാനം എടുക്കാൻ പറ്റില്ലെങ്കിലും ചോദിക്കുകയാണ്. ശ്രീലങ്കയിലേക്കു പോരാൻ താങ്കൾക്കു താത്പര്യമുണ്ടാകില്ല. നമ്മുടെ ലക്ഷ്യങ്ങൾ രണ്ടാണ്. താങ്കളുടെ തട്ടകം കേരളമാണ്. ഏറ്റെടുത്ത ദൗത്യം പൂർത്തിയാക്കുക തന്നെവേണം. അതെങ്ങനെ വേണമെന്നു നിങ്ങൾ തന്നെ തീരുമാനിക്കൂ. ഒരു കാര്യം ഉറപ്പിക്കാം. അടിയന്തര ഘട്ടത്തിൽ ഞങ്ങൾ സഹായിക്കാം, ഇപ്പോൾ പ്രവർത്തരെ ഒഴിച്ച്. പണത്തേക്കാളും ആയുധത്തേക്കാളും അമൂല്യമാണ് വ്യക്തികൾ. ഞങ്ങളും അക്കാര്യത്തിലാണ് വെല്ലുവിളി നേരിടുന്നത്. മുത്തുവേൽ എന്ന ഒരാളെയല്ലേ നിങ്ങൾ പരിചയപ്പെട്ടിട്ടുള്ളൂ. ഇതിനോടകം പലരും ആ പേരുകൾ കൈമാറിക്കഴിഞ്ഞു. ഇപ്പോൾ എന്റെ യൂഴം. നിങ്ങൾക്കറിയുമോ? ഒരുപാടു പേരുടെ ജീവനുകൾ ഈ പേരി നോടു ചേർന്നിരിക്കുന്നു. ഇനി താങ്കൾ വിളിക്കുമ്പോഴും ഫോണെടുക്കു ന്നത് ഒരു മുത്തുവേൽ തന്നെയാകും. എന്നാലതു ഞാനാവണമെന്ന് ഉറപ്പു പറയാനാവില്ല. നിങ്ങളെ എനിക്കിഷ്ടപ്പെട്ടു. ഈ ആത്മാർത്ഥത. അതുകൊണ്ടുമാത്രമായോ അനിയാ. പോകേണ്ട വഴികളും രീതികളും വ്യക്തമായി തയ്യാറാക്കൂ. കുറച്ചുപേരെങ്കിലും കൂടെയുണ്ടാകില്ലേ?

ഇനിയൊരിക്കൽ കൂടി മുത്തുവേലിനെ കാണുമ്പോൾ, അതു ഞാനാകാം, മറ്റാരെങ്കിലുമാകാം, ഇക്കാര്യത്തിൽ ഒരുത്തരം തരാൻ കഴിയണം. ഒറ്റയ്ക്കു ജയിക്കാൻ ഇതൊരു കാരംസ് കളിയല്ല. എന്താ ശരിയല്ലേ?"

അയാൾ പോകാൻ എഴുന്നേറ്റപ്പോഴേക്കും 'മുത്തുവേൽ' തടഞ്ഞു. "ഭക്ഷണം കഴിച്ചിട്ടു പോകാം. ഇപ്പോൾ വരും." അല്പം കഴിഞ്ഞപ്പോഴേക്കും ഒരു പയ്യൻ വലിയൊരു തട്ടുമായി വന്നു. മേശപ്പുറത്ത് ഇലയിട്ട് പയ്യൻ ചോറുവിളമ്പി. ആവി പറക്കുന്ന പച്ചരിച്ചോറും സാമ്പാറും പൊരിച്ച കോഴിയും മുന്നിൽ നിരന്നു. ഒരു കൂടുനിറയെ പപ്പടവും ഉണ്ടായിരുന്നു. ചൂടുചോറിന്റെ മണമടിച്ചതും വിശപ്പു കത്തിക്കയറി. പരിസരം മറന്ന് ആർത്തിയോടെ വാരിവലിച്ചുണ്ടു. ഊണുകഴിഞ്ഞ് ഇലയെടുക്കാൻ തുടങ്ങിയപ്പോൾ പയ്യൻ സമ്മതിച്ചില്ല. കൈകഴുകി താഴത്തേക്കിറങ്ങിയപ്പോൾ മുത്തുവേൽ എന്തോ വായിച്ചുകൊണ്ട് കൗണ്ടറിൽ ഇരിക്കുകയായിരുന്നു.

"തമ്പീ, വിഷമിക്കേണ്ട. നമ്മൾ ശരിയാണെങ്കിൽ നമുക്കു മുന്നിൽ വഴികൾ തുറന്നുകൊണ്ടേയിരിക്കും. എപ്പോൾ വേണമെങ്കിലും വിളിക്കാം. വരികയുമാകാം. തൽക്കാലം ഇതിരിക്കട്ടെ." 'മുത്തുവേൽ' ഒരു പൊതി നീട്ടി.

അയ്യോ, പൈസയൊന്നും വേണ്ടെന്നു പറഞ്ഞപ്പോൾ ആ മനുഷ്യൻ വെറുതെ ചിരിച്ചു. പൊതിവാങ്ങിയപ്പോൾ എന്തോ ഉപകരണമാണെന്നു തോന്നി. മെല്ലെ തുറന്നു. അതൊരു കൈത്തോക്കായിരുന്നു.

"തമ്പീ, അത്യാവശ്യത്തിനുപകരിക്കും. നാടനാണ്. കൂടുതൽ റേഞ്ചില്ലെങ്കിലും പിടിച്ചുനിൽക്കാം. പിന്നൊരു കാര്യം കൂടി. മുന്നോട്ടു കുതിക്കുക, തളരുന്നു എന്നു തോന്നിയാൽ ചെറുതായൊന്നു തിരിഞ്ഞു നോക്കുക. ഒരുപാടു മുത്തുവേലുമാരെ കാണാനാകും. ഞങ്ങൾ കൂടെയുണ്ട്." അദ്ദേഹം വീണ്ടും പുസ്തകത്തിലേക്കു മുഖം താഴ്ത്തി.

അയാൾ ഇറങ്ങിനടന്നു. എന്തു ചെയ്യണം. മൈസൂരിലേക്കു പോകാം. വേറെന്തുചെയ്യാൻ. അവിടെ ചെന്നിട്ട് ആലോചിക്കാം. ലോകോളേജിലെ പയ്യന്മാർ പറഞ്ഞതിലും കാര്യമില്ലാതില്ല. ആവേശമല്ല, വിവേകത്തോടെ പെരുമാറുകയാണ് വേണ്ടത്. മറ്റൊരു കാര്യം കൂടി മനസ്സിൽ തെളിഞ്ഞു വന്നു. തമ്പിമാഷെ കാണാൻ ഇടയ്ക്കുവന്നിരുന്ന അപരിചിതരെ കണ്ടെത്താൻ ശ്രമിച്ചാലോ. അവരിൽ ചിലരുടെ മുഖം ഓർമയുണ്ട്. ഉത്തരേന്ത്യക്കാരാണെന്നു തോന്നിയിട്ടുണ്ട്. ഒരുദിവസം അവരുമൊത്ത് ഇരിക്കണമെന്ന് മാഷ് പറഞ്ഞിരുന്നു. മാഷ് തന്ന പുസ്തകങ്ങളിലോ മറ്റോ അവരെക്കുറിച്ചുള്ള കുറിപ്പുകൾ എന്തെങ്കിലും കാണുമോ? പയ്യന്മാരെ ആരെയെങ്കിലും വിട്ട് അയ്യൻകൊല്ലിയിൽ അന്വേഷിപ്പിക്കാം. പോസ്റ്റ്ഓഫിസിലോ മാഷിന്റെ അടുപ്പക്കാരോടോ അന്വേഷിച്ചാൽ എന്തെങ്കിലും കിട്ടാതിരിക്കുമോ?

ഇരുപത്തിനാല്

തീരാത്ത യാത്ര, ലക്ഷ്യങ്ങളില്ലാതെ

ബസ്സ്റ്റാൻഡിൽ നാലോ അഞ്ചോ പേർ മാത്രമുണ്ടായിരുന്നു. കൗണ്ടറിൽ അന്വേഷിച്ചപ്പോൾ വെളുപ്പിന് മൈസൂർ ബസ്സ് ഉണ്ടാകുമെന്ന് അറിഞ്ഞു. സിമന്റ് ബെഞ്ചിൽ അയാൾ ഇരുന്നു. എതിരെയുള്ള ബെഞ്ചിൽ രണ്ടു പെണ്ണുങ്ങൾ വന്നിരുന്നു ചിരിച്ചു. അയാൾക്കു കാര്യം മനസ്സിലായി. വെറുതെ കണ്ണടച്ചിരുന്നു. ഉച്ചത്തിൽ കാർക്കിച്ചുതുപ്പിക്കൊണ്ട് അവർ എഴുന്നേറ്റു പോകുന്നതറിഞ്ഞു.

ഒന്നു മയങ്ങിവന്നപ്പോഴേക്കും ഏതോ ബസ്സ് വന്നു നിൽക്കുന്നതറിഞ്ഞു. മൈസൂർ ബസ്സ്റ്റാൻഡിന്റെ മുന്നിൽകൊണ്ടുവന്നിട്ട് ഡ്രൈവർ ഇറങ്ങി. അയാൾ ധൃതിയിൽ ബസ്സിൽ കയറി പതിവുപോലെ ഏറ്റവും മുന്നിൽ ഇടതുഭാഗത്തുള്ള സീറ്റിലിരുന്നു. ബസ്സിലാകെ എട്ടോ പത്തോ പേർ മാത്രം. കണ്ടക്ടർ ടിക്കറ്റ് കൊടുത്തു മുന്നിലേക്കു വന്നു. എല്ലാവരും മൈസൂരിനു മുൻപിറങ്ങുന്നവരാണെന്നു തോന്നി. കുറച്ചുകഴിഞ്ഞ് ചെറിയൊരു പൊതിക്കെട്ടുമായി ഡ്രൈവറും കയറി. അതിൽ നിന്നൊരു നീളൻ മുല്ലപ്പൂമാലയെടുത്ത് മുന്നിലെ ഗ്ലാസിനു മുകളിലെ ചാമുണ്ഡേശ്വരിയുടെ കൊച്ചുഫോട്ടോയിൽ ചാർത്തി. സുഖകരമായൊരു ഗന്ധം ബസ്സിലാകെ പരന്നു. അതയാളെ ഉറക്കത്തിലേക്കു നയിച്ചു.

ഉറക്കമെണീറ്റപ്പോൾ ബസ്സ് നല്ല വേഗത്തിലായിരുന്നു. ബസ്സിൽ സാമാന്യം സീറ്റുകൾ ഒഴിഞ്ഞുകിടന്നു. ചിന്തകൾ മനസ്സിൽ അടക്കിവച്ച് പുറംകാഴ്ചകൾ ആസ്വദിച്ചിരുന്നു.

മൈസൂരിൽ ബസ്സിറങ്ങിയപ്പോൾ ആലോചിച്ചു. എങ്ങോട്ടു പോകണം. ഒരു തീരുമാനവും എടുത്തിരുന്നില്ലല്ലോ. തൽക്കാലമൊരു ലോഡ്ജിൽ കൂടാം. കുറഞ്ഞനിരക്കിൽ ഇഷ്ടംപോലെ മുറികൾ കിട്ടും. പെണ്ണുങ്ങളുമായി ഇടപാടുകാർ വരുന്നതാണ് ഇതിലേറെയും. രണ്ടോ മൂന്നോ മണിക്കൂർ താമസിച്ച് ആവശ്യംകഴിഞ്ഞു പോകുന്നവർ. തെരുവുപെണ്ണുങ്ങളേക്കാൾ കൂടുതൽ സഹപ്രവർത്തകരുമായി വരുന്ന ഉദ്യോഗസ്ഥകളും

കോളേജ് പിള്ളേരുമാണ്. ലോഡ്ജുകാർ ഒരു ദിവസത്തെ വാടക വാങ്ങും. കൊടുക്കുന്നവർക്ക് ഇതിൽ തീരെ പരാതിയുമില്ല.

അയാൾ അറസ് റോഡിലേക്കു നടന്നു. ആദ്യംകണ്ട ലോഡ്ജിൽ മുറിയെടുത്തു. 'ഹുഡുഗി ബേക്കാ' (പെണ്ണിനെ വേണോ) എന്നായിരുന്നു അവന്റെ ആദ്യചോദ്യം. പെണ്ണുങ്ങളെ അങ്ങോട്ടു വിടരുതെന്നും ശല്യപ്പെടുത്തരുതെന്നും ഒട്ടും മയമില്ലാതെ പറഞ്ഞു. അവൻ തലയാട്ടി.

ചെറിയ മുറിയിൽ അസുഖകരമായൊരു ഗന്ധം ഉണ്ടായിരുന്നു. ജനാലകൾ തുറന്നു ഫാൻ സ്പീഡ് കൂട്ടിയിട്ടു. കട്ടിലിലെ ചുളിഞ്ഞ ഷീറ്റിൽ നേരിയ അറപ്പോടെ നോക്കി. ബാഗിൽ നിന്നൊരു പഴയകൈലിയെടുത്തു വിരിച്ച് കയറിക്കിടന്നു.

ഏതോ സ്വപ്നത്തിൽ നിന്നാണയാൾ ഉണർന്നത്. ഒരുപാടു പേരുള്ള ഏതോ ലോകത്തു കഴിച്ചുകൂട്ടിയശേഷം ഏകാന്തതയിൽ എത്തിപ്പെട്ട പ്രതീതി. മുറിയിലും പുറത്തും ഇരുട്ടുവീണിരുന്നു. മുറിപൂട്ടി പുറത്തേക്കിറങ്ങി. ഉച്ചയ്ക്ക് ഒന്നും കഴിക്കാതിരുന്നതിനാൽ നല്ല വിശപ്പും ദാഹവും തോന്നി. അല്പം മുന്നിലായി ചെറിയൊരു റസ്റ്റോറന്റ് കണ്ടു. മലയാളത്തിലും ബോർഡ് എഴുതിവച്ചിട്ടുണ്ട്. അവിടെ സാമാന്യം തിരക്കുണ്ടായിരുന്നു. നൂൽപ്പുട്ടും (ഇടിയപ്പം) ചിക്കൻകറിയും ഓർഡർ ചെയ്തശേഷം മുഖമുയർത്തിയപ്പോൾ അല്പം മാറി രണ്ടുപേരുടെ ഓർഡർ എടുത്തുകൊണ്ടിരുന്ന സപ്ലയർ പയ്യൻ തന്നെ സൂക്ഷിച്ചു നോക്കുന്നതു കണ്ടു. എവിടെയോ കണ്ടു പരിചയമുണ്ട്. തൽക്കാലം പരിചയം ഭാവിക്കേണ്ട. അയാൾ ഭക്ഷണം കഴിച്ചുതുടങ്ങിയപ്പോഴേക്കും അയാൾ അരികിലെത്തി. “പ്രകാശേട്ടനല്ലേ. എന്നെ മനസ്സിലായില്ലേ. ഹർഷന്റെ മുറിയിൽ വച്ചു നമ്മൾ കണ്ടിട്ടില്ലേ?”

ശരിയാണ്. അവിടെവച്ചുതന്നെയാണു കണ്ടത്. “അയ്യോ, പെട്ടെന്നു മനസ്സിലായില്ലെടാ, നീയെന്താ ഇവിടെ?” അയാൾ ചോദിച്ചു.

“കോളേജിലെ പഠിപ്പുകഴിഞ്ഞ് ഇവിടെ പണിക്കു സഹായിക്കും ചേട്ടാ. രാത്രിയിൽ ഇവരുടെ തന്നെ ഓട്ടോ ഓടിക്കും. പെണ്ണുങ്ങടെ ഓട്ടം ഇഷ്ടംപോലെ കിട്ടും. ടൂറിസ്റ്റ് ഏരിയ അല്ലേ. പിന്നെ ഇക്കായ്ക്ക് എന്നെ ഇഷ്ടാണ്. കടുപ്പോള്ള പണിയൊന്നും ചെയ്യിക്കില്ല. പഠിക്കുന്നതുകൊണ്ട് മൂപ്പർക്കു വലിയ കാര്യാ.” പയ്യൻ പറഞ്ഞപ്പോൾ ചെറിയൊരു വിഷമം തോന്നി.

“എങ്ങനെയെങ്കിലും പാസ്സാകണം ചേട്ടാ. എന്നിട്ടു വേണം എന്തെങ്കിലുമൊക്കെ ചെയ്യാൻ. അല്ലെങ്കിൽ ഇങ്ങനെ മേശതുടച്ച് ജീവിതം അവസാനിക്കും. പിന്നെ ചേട്ടൻ അന്നു ഹോസ്റ്റലിൽ നിന്ന് ഇറങ്ങിപ്പോയപ്പം എല്ലാവർക്കും വലിയ വിഷമായി. ആരും ഒന്നും ഉദ്ദേശിച്ചുപറഞ്ഞതല്ല. ഓരോരുത്തർക്കും അവരവരുടെ പ്രശ്നങ്ങൾ. ആരില്ലേലും ഞങ്ങളു കുറച്ചുപേരെങ്കിലും നിങ്ങടൊപ്പം ഉണ്ടാകും പ്രകാശേട്ടാ.

രാത്രിയാകുമ്പോഴാ പ്രകാശേട്ടാ, പകൽക്കാഴ്ചകളുടെ പൊള്ളത്തരം മനസ്സിലാകുക."അവൻ സംസാരിച്ചുകൊണ്ടേയിരുന്നു.

അയാളുടെ മനസ്സൊന്നു ശാന്തമായി. എന്തോ ഒരു ആശ്വാസം. എഴുന്നേറ്റു കൈകഴുകി കൗണ്ടറിലേക്കു നടന്നു. കൗണ്ടറിലിരുന്നയാൾ നിസ്കാരത്തഴമ്പുള്ള നെറ്റിയിലെ വിയർപ്പ് കൈകൊണ്ടു തുടച്ചു നിറഞ്ഞ ചിരിയോടെ സ്വീകരിച്ചു. "നിങ്ങളു ചങ്ങായിമാരാണല്ലേ. പഹയനോട് വേഗം പാസ്സാകാൻ പറ. എന്നിട്ടുവേണം എനിക്കു കുറേപേരുമായി തല്ലുണ്ടാക്കാൻ. എച്ചിലിനിടയിൽ ജീവിതം കഴിച്ചുകൂട്ടാതെ രക്ഷപ്പെട്ടു പോ പഹയാ എന്നു മ്മള് ഇടയ്ക്കിടെ പറയും. ഉടനെയെങ്ങാനും പാസ്സാകുവോടോ?" അയാളൊരു നല്ല മനുഷ്യനാണെന്നു തോന്നി.

"ങാ പിന്നെ, ചങ്ങായിമാർക്ക് എന്തേലും പറയാനുണ്ടെങ്കി അങ്ങോട്ടു മാറിയിരുന്നോളീ." വേണ്ടെന്നു പറഞ്ഞ് അയാൾ യാത്രപറഞ്ഞിറങ്ങി. ഒപ്പം പയ്യൻസും ഇറങ്ങി. അവന്റെ പേര് ഓർമ്മയില്ല. ഇനി ചോദിക്കുന്നതും മര്യാദയല്ല. യാത്രപറയുന്നതിനിടെ നൂറുരൂപ അവന്റെ കയ്യിൽ തിരുകിവച്ചു. അവന്റെ മുഖത്തൊരു നിഷ്കളങ്കമായ ചിരിവിടർന്നു.

മുറിയിലെത്തി കട്ടിലിൽ നീണ്ടുനിവർന്നു കിടന്ന് ആലോചിച്ചു. പയ്യന്മാരുടെ ഭാഗത്തും ശരിയുണ്ട്. വെറുതെ എടുത്തുചാടിയിട്ടു കാര്യമുണ്ടോ. അവർ പ്രായോഗികമായി ചിന്തിക്കുന്നു. അവരെ അകറ്റി നിർത്തേണ്ട. ഉപദ്രവമുണ്ടാകില്ലല്ലോ. തമ്പിമാഷിന്റെ തീരുമാനങ്ങൾ തെറ്റാൻ വഴിയുമില്ല. അയാൾ മൂടിപ്പുതച്ചുകിടന്നു.

പിറ്റേന്നും അയാൾ അവിടെത്തന്നെ കഴിച്ചുകൂട്ടി. റസ്റ്റോറന്റിൽ ചെന്നെങ്കിലും പയ്യൻസ് ഉണ്ടായിരുന്നില്ല. കൗണ്ടറിലിരുന്ന ആളും മാറിയിരുന്നു. അവൻ ജോലിക്കോ കോളേജിലോ പോയതാകാം. അയാൾ വൈകുവോളം ടൗണിൽ കാഴ്ചകൾ കണ്ടു നടന്നു. ഇടയ്ക്കൊരു കന്നഡ ഹോട്ടലിൽ കയറി ഊണു കഴിച്ചു. അന്നത്തെ രാത്രിയിലും സുഖമായി ഉറങ്ങി. മൂന്നു ദിവസങ്ങൾ അങ്ങനെ മാറ്റങ്ങളൊന്നുമില്ലാതെ കടന്നു പോയി.

ഇരുപത്തിയഞ്ച്

വീണ്ടും പ്രതീക്ഷകളുടെ ഇടത്താവളം

എന്തായാലും ഹോസ്റ്റൽ വരെയൊന്നു പോകാമെന്നു തീരുമാനിച്ചു. പിള്ളേരു ശത്രുക്കളൊന്നുമല്ലല്ലോ. അവരെക്കൊണ്ടു ഗുണമേ ഉണ്ടായിട്ടുള്ളൂ. അവരെ കൂടെ നിർത്തണം. ഒന്നും പ്രതീക്ഷിച്ചിട്ടല്ല. ഉച്ചയോടെ ഹോട്ടലിലെ ബില്ലു തീർത്ത് അയാൾ സിറ്റി സ്റ്റാൻഡിലേക്കു നടന്നു. അക്ഷയഭണ്ഡാർ ബസ്സിൽ നല്ല തിരക്കുണ്ടായിരുന്നു. നഗരത്തിനു നടുവിലൂടെ ബസ് ഇഴഞ്ഞുനീങ്ങി. പുറത്ത് എത്രകണ്ടാലും മതിവരാത്ത കാഴ്ചകൾ കണ്ടപ്പോൾ ബസ്സിലെ തിരക്കുമറന്നു.

ഹോസ്റ്റലിനരികിലെത്തിയപ്പോഴേ ബഹളം കേട്ടു. ഇന്നാരും കോളേജിൽ പോയിട്ടില്ലെന്നു തോന്നുന്നു. അകത്തേക്കു കയറിയതും പയ്യന്മാർ ഓടിവന്നു എടുത്തുപൊക്കി ആർപ്പുവിളികളോടെ മുകളിലേക്കു കൊണ്ടുപോയി. താഴത്തിറങ്ങാനുള്ള ശ്രമം പാഴായി. ഹർഷനും മാത്തനുമെല്ലാം ഓടിയെത്തി. ഹർഷന്റെ മുറിയിൽ കട്ടിലിൽ കൊണ്ടുചെന്നിരുത്തി.

“എന്തായിന്ന് അവധിയാണോ?”

അയാൾ ചോദിച്ചു.

“അതേ. അവധിയാണ്.”

മറുപടിക്കൊപ്പം ഏതോ ഒരു ഉത്സവത്തിന്റെ പേരും ഹർഷൻ പറഞ്ഞു. അയാൾ മൂളി.

പുറത്തു വലിയൊരു ആരവംകേട്ടു. മാത്തന്റെ നേതൃത്വത്തിൽ മൂന്നു ഫുൾബോട്ടിൽ റമ്മുമായി പയ്യന്മാർ എത്തുകയായിരുന്നു. കുപ്പികൾ തലയിൽ വച്ച് കാവടിയാട്ടം നടത്തിയായിരുന്നു വരവ്. കുപ്പികൾ അയാളുടെ മുന്നിൽ വച്ച് പയ്യന്മാർ ഭവ്യതയോടെ മാറിനിന്നു. ആദ്യമോരോന്ന് എല്ലാവരും കഴിക്കും. തുടർന്നുള്ള റൗണ്ടുകൾ സീനിയേഴ്സിനു മാത്രം. ചിന്ന പയ്യന്മാർക്കുള്ള കവറുകൾ ഉടൻ എത്തുന്നതാണ്.

അയാൾക്കു വലിയ താത്പര്യം തോന്നിയില്ലെങ്കിലും പയ്യന്മാരുടെ നിർബന്ധത്തിനു വഴങ്ങി കഴിച്ചു. കുപ്പികൾ പെട്ടെന്നു തീരുകയും കവറുകൾ വന്നുകൊണ്ടിരിക്കുകയും ചെയ്തു. ഒടുവിൽ എല്ലാവരും ജാഥയായി കാന്റീനിലേക്കു നീങ്ങി. പതിവുപോലെ നീളൻ സാമ്പാറും അച്ചാറുമൊക്കെ കൂട്ടിയുള്ള ഊണ്. പക്ഷേ, നല്ല രുചിതോന്നി. ഹോട്ടലിൽ കിട്ടുന്നതിലും നല്ലത് ഇതുതന്നെ. നന്നായി ചോറുണ്ടു. മുറിയിലെത്തി അയാൾ കട്ടിലിലും ബാക്കിയുള്ളവർ താഴത്തും വരാന്തയിലുമായി കിടന്നു. കെട്ടിപ്പിടിച്ചു നിഷ്കളങ്കമായി കിടക്കുന്ന പയ്യന്മാരെ കണ്ടപ്പോൾ വാത്സല്യമാണ് തോന്നിയത്. ജാതി, മതം, നാട്, നിറം, ജൂനിയർ, സീനിയർ തുടങ്ങിയ അകലങ്ങൾ അവർക്കിടയിൽ ഇല്ലായിരുന്നു.

വൈകീട്ട് അയാൾ കണ്ണു തുറന്നപ്പോൾ ഹർഷൻ എഴുന്നേറ്റിരിക്കുകയായിരുന്നു.

"അണ്ണാ, നമുക്കൊരു ചായ കുടിച്ചാലോ, പുറത്തുപോയി?"

ഹർഷൻ പറഞ്ഞപ്പോൾ അയാൾ വേഗം ചാടിയെഴുന്നേറ്റു. കൈകൊണ്ടു മുടിയും താടിയുമൊതുക്കി ഹർഷനൊപ്പം പുറത്തേക്കിറങ്ങി. പെട്ടിക്കടയിൽ നിന്നു ചൂടുചായ ഊതിക്കുടിക്കുന്നതിനിടയിൽ ഹർഷനെ ശ്രദ്ധിച്ചു. അവനെന്തോ പറയാനുണ്ടെന്നു തോന്നി. അയാളുടെ ഭാവം ശ്രദ്ധിച്ച് ഹർഷൻ ശബ്ദം താഴ്ത്തി പറഞ്ഞുതുടങ്ങി.

"അന്നു ഞങ്ങൾ അങ്ങനെ പറഞ്ഞത് ഒന്നും ഉദ്ദേശിച്ചല്ല. വെരി സോറി അണ്ണാ. അങ്ങനെ പറയരുതായിരുന്നു. വീട്ടിലെ ഉത്തരവാദിത്വങ്ങൾ ഓർത്തപ്പോൾ പറഞ്ഞുപോയതാ. ഞങ്ങളെന്നും, കഴിയുംപോലെ സഹായിക്കാനുണ്ടാകും. അത്രമാത്രം പറയുന്നു. എന്തെങ്കിലുമൊക്കെ ചെയ്യാനുണ്ടാകുമല്ലോ."

അയാൾ ഹർഷന്റെ കൈയിൽ പിടിച്ചു. അവൻ നേരിയതായി വിറയ്ക്കുന്നുണ്ടായിരുന്നു.

"അതൊക്കെ പോട്ടെടോ. അതുകൊണ്ടൊന്നുമല്ല ഞാൻ പോയത്. മനസ്സിൽ ഒരുപാടു ചിന്തകൾ വലിഞ്ഞുമുറുകിയപ്പോൾ വല്ലാത്തൊരു അസ്വസ്ഥത. ചെറിയൊരു യാത്ര. അത്രേയുള്ളൂ. നിങ്ങടെ അവസ്ഥ എനിക്കു മനസ്സിലായി. ഞാൻ ചത്താലും ആശുപത്രിയിൽ കിടന്നാലും ചുറ്റും നിങ്ങളേ ഉണ്ടാകൂ. ഈ ലോകത്ത് അതുപോലും ഇല്ലാത്തവർക്കു മുന്നിൽ ഞാൻ ഭാഗ്യവാനാണ്. പഠിച്ചു വേഗം പാസ്സാകൂ. ബൗദ്ധികമുന്നേറ്റമാകട്ടെ ആദ്യം. എന്നിട്ടാകാം മറ്റു കാര്യങ്ങൾ. അല്ലേടോ"

പൊട്ടിച്ചിരിച്ചുകൊണ്ട് അയാൾ പറഞ്ഞപ്പോൾ ഹർഷനും ഒപ്പം കൂടി. ഹോസ്റ്റലിലേക്ക് മടങ്ങുമ്പോൾ എതിരെ വേണുഗോപാലും മൂന്നാലും സുഹൃത്തുക്കളും നടന്നുവന്നു. പതിവിൽ നിന്നു വ്യത്യസ്തമായി വേണുവിന്റെ മുഖത്ത് വിശാലമായൊരു ചിരിയുണ്ടായിരുന്നു. ഇരുകരങ്ങളും

നീട്ടി അയാൾ ജയപ്രകാശിന്റെ തോളുകളിൽ പിടിച്ചു. അപ്പോഴയാളുടെ മുഖത്തെ ചിരി വാചാലമായിരുന്നു. മനസ്സിന്റെ ഭാരം ഒട്ടുമില്ലാതായി.

പാട്ടും മേളവുമായി ഏതാനും ദിവസങ്ങൾ കടന്നു പോയി. ഒരുകാര്യം അയാൾ ശ്രദ്ധിച്ചു. താനിവിടെയുണ്ടെങ്കിൽ ആരും പഠനത്തിൽ ശ്രദ്ധിക്കുന്നില്ല. ആഘോഷം മാത്രം പോരല്ലോ. ഒരു വഴിമുടക്കിയാകരുത്. മുറിയിൽ തനിച്ചായപ്പോൾ അയാൾ കമലയെ ഓർത്തു. അവൾ എന്തെടുക്കുകയാകും. തോട്ടത്തിൽ പണിക്കു പോയിക്കാണും. അതോ ആരുടെയെങ്കിലും കൂടെ കിടക്കുകയാകുമോ. ഇല്ല. ഇനിയവൾ ആ തൊഴിലിലേക്കു പോകില്ല. അകറ്റിനിർത്താൻ ശ്രമിക്കുമ്പോഴും ആ മുഖം തെളിഞ്ഞുവരുന്നു. അവിടെനിന്നു പോന്നിട്ടു കുറേ ദിവസമായല്ലോ. അവിടം വരെ ഒന്നുപോയാലോ. ശരീരമാണോ മനസ്സാണോ അതാവശ്യപ്പെടുന്നത്. രണ്ടുമല്ല, ചില തിരിച്ചറിവുകൾ അവളിലേക്കു കൂടുതൽ അടുപ്പിക്കുന്നു. അതല്ലേ ശരി. അവൾ അഭയംതന്നു, ഭക്ഷണവും പണവും തന്നു. ഒടുവിൽ അവളെത്തന്നെ സമർപ്പിച്ചു. തന്നെക്കൊണ്ട് എന്തു ഗുണമാണവൾക്കുണ്ടായത്. അവൾക്കു വേണമെങ്കിൽ പൊലീസിന് ഒറ്റിക്കൊടുക്കാമായിരുന്നു. കൈനിറയെ പണം നേടിയെടുക്കാമായിരുന്നു.

ഓരോന്നാലോചിച്ചു മയങ്ങി. സന്ധ്യക്കു മുറിയിൽ വന്നു ഹർഷൻ ലൈറ്റിട്ടപ്പോഴാണ് ഉണർന്നത്. “നമുക്കിന്നൊരു സിനിമയ്ക്കു പോയാലോ. ഭക്ഷണം പുറത്തുനിന്നാകാം. എണീറ്റു കുളിക്ക്.”അവൻ പറഞ്ഞു. ശരിയാണ്, ഒന്നു പുറത്തേക്കിറങ്ങാം. അയാൾ വേഗം കുളിമുറിയിലേക്കു നടന്നു.

കുളി കഴിഞ്ഞെത്തി പാന്റ്സിടാൻ തുടങ്ങുമ്പോൾ ഹർഷൻ പറഞ്ഞു, “അണ്ണാ, പറയാൻ വിട്ടു. ഒരു കത്തുണ്ടായിരുന്നു.” അവൻ കീശയിൽ നിന്നൊരു കത്തെടുത്തു നീട്ടി. “കത്തോ, എനിക്കോ...?” എന്നു പറഞ്ഞ് അയാളതു വാങ്ങി. പരിചയമില്ലാത്ത കൈപ്പട. അയാൾ കത്തുപൊട്ടിച്ചു.

മുഖവുരയില്ലാത്ത തുടക്കം. “എന്താണു വിളിക്കേണ്ടത് എന്നറിയില്ല. അവിടെയുണ്ടാകുമോ എന്നും ഉറപ്പില്ല. ആകെ അറിയാവുന്ന വിലാസം അതുമാത്രമാണല്ലോ. അതാണ് ഹോസ്റ്റലിലേക്ക് അയച്ചത്.”

അയാൾ വേഗം താഴേക്കു കണ്ണോടിച്ചു. എന്നു കമല. കൂടെ മനോഹരമായൊരു ഒപ്പും.

അയാൾ കട്ടിലിലിരുന്നു വിശദമായി വായിച്ചു. “സുഖാണോ. ആരോഗ്യം ശ്രദ്ധിക്കുക. ഇവിടെ എല്ലാം പതിവുപോലെ. രാവിലെ തോട്ടത്തിൽ പോകുന്നു. വൈകിട്ടു വരുന്നു. അമ്മൂമ്മയും ഞാനും, പറഞ്ഞ വിശേഷങ്ങൾ വീണ്ടും വീണ്ടും പറഞ്ഞുകൊണ്ടിരിക്കുന്നു. അല്ലാതെന്തു ചെയ്യാൻ. ഈ കത്തിനു മറുപടി അയയ്ക്കേണ്ട. അതു സുരക്ഷിതമല്ല. എന്നെങ്കിലും ഇതിലേ പോകുകയാണെങ്കിൽ, കാണണമെന്നു

തോന്നിയാൽ വരാം. എപ്പോൾ വേണമെങ്കിലും. എനിക്കൊരാവശ്യവും ഇല്ല. ബുദ്ധിമുട്ടിക്കുകയുമില്ല. ഞാനിവിടെയൊക്കെ തന്നെയുണ്ടാകും. ഒറ്റയ്ക്ക്".

അയാൾ വീണ്ടും വായിച്ചു. മനസ്സു വല്ലാതെ അസ്വസ്ഥമായി. 'ആരാ അണ്ണാ' എന്ന ഹർഷന്റെ ചോദ്യത്തിന് പഴയൊരു ചങ്ങാതിയെന്നു മാത്രം മറുപടി പറഞ്ഞു.

"ഹർഷാ നിങ്ങൾ പൊയ്ക്കോളൂ. എനിക്കെന്തോ ഒരു മൂഡില്ല. പിന്നൊരിക്കലാകാം."

നിർബന്ധിക്കാതിരിക്കാനുള്ള പക്വത ഹർഷൻ കാട്ടി. ഒറ്റയ്ക്കായപ്പോൾ മനസ്സിൽ വീണ്ടും കമല മാത്രമായി. ഒന്നുപോയി കണ്ടാലോ. ഇവിടെ ഇത്രയും ദിവസമായില്ലേ. എന്തെങ്കിലും ദുരുദ്ദേശ്യം ഉണ്ടായിട്ടല്ല. കാണാനല്ലേ. ഇവിടെ ഇങ്ങനെ തുടരുന്നതിൽ അർത്ഥമില്ല. അവളുടെ അഭിപ്രായം കൂടി ചോദിക്കാം. പിറ്റേന്നു തന്നെ പോകാൻ തീരുമാനിച്ച് അയാൾ കിടന്നു.

രാവിലെ ഹർഷനോടു വിവരം പറഞ്ഞു. "കുറേ നാളിനു ശേഷം വന്നതല്ലേ അണ്ണാ. മൂന്നാലുദിവസം കൂടി കഴിഞ്ഞാൽ കോളജ് ഡേയാണ്. അതുകഴിഞ്ഞുപോയാൽ പോരേ. ഞങ്ങൾ അഴിഞ്ഞാടുന്ന ദിവസങ്ങളാണിത്. അതുകഴിഞ്ഞാൽ പിന്നെയെല്ലാം തീർന്നു."

അയാളാകെ കുഴങ്ങി. അവരുടെ ആവശ്യം തള്ളിക്കളയാൻ പറ്റില്ല. പറ്റില്ലെന്നു പറഞ്ഞിറങ്ങാം. പക്ഷേ, കൂട്ടുകാരെ വിട്ട് ഒരു പെണ്ണിനെ തേടി പോകുകയല്ലേ. അത്രയ്ക്കേ ഉള്ളോ താൻ. അയാൾ യാത്ര മാറ്റി വച്ചു.

ഇരുപത്തിയാറ്

ചുവന്ന പൂക്കൾ, രക്തനക്ഷത്രങ്ങൾ

പാട്ടും മേളവും കുടിയും തീറ്റയുമായി ആഘോഷം പ്രതീക്ഷിച്ചതിനും അപ്പുറത്തായെങ്കിലും പഴയപോലെ ആസ്വദിക്കാൻ കഴിയുന്നില്ലെന്ന് അയാൾക്കു തോന്നി. ഹർഷനും അതു ശ്രദ്ധിച്ചപോലെ. ഇടയ്ക്കിടെ മനസ്സ് കമലയ്ക്കരികിലേക്കു പറന്നു. എന്താണത്. പ്രണയമോ, കാമമോ, സഹതാപമോ. എത്ര ആലോചിച്ചിട്ടും ഉത്തരംകിട്ടിയില്ല. ഇതുമൂന്നുമല്ല. എന്നാൽ ആ അടുപ്പത്തിൽ ഈ മൂന്നുഘടകങ്ങളും അല്പമെങ്കിലുമില്ലേ. ദിവസങ്ങൾ കടന്നുപോയി. കോളേജിലെ ആഘോഷം കഴിഞ്ഞ് പലരും ഇഴഞ്ഞാണ് ഹോസ്റ്റലിൽ എത്തിയത്. ഞെരക്കവും മൂളലുമായി എല്ലാ വരും അവടവിടെ ചുരുണ്ടുകൂടി. പിറ്റേന്നു ഗുണ്ടൽപേട്ടിനു തിരിക്കാൻ അയാൾ തീരുമാനിച്ചു. എന്നാൽ ഉച്ചയായപ്പോഴാണ് എഴുന്നേറ്റത്. നല്ല തലവേദന. ഇന്നലെ നന്നായി കുടിച്ചതിന്റെയാകാം. ഓരോരുത്തരായി മെല്ലെ തലപൊക്കി. അയാൾ വേഗം കുളിച്ചു തയ്യാറായി. അപ്പോഴേക്കും ഹർഷൻ എഴുന്നേറ്റു.

“ആഹാ, അണ്ണൻ പോകാനൊരുങ്ങിയോ. ഞാൻ കരുതി നാളെയേ പോകൂ. ഉം ശരി, അണ്ണന്റെ ഇഷ്ടം. ഉച്ചയായില്ലേ. കാന്റീനിൽ നിന്നു ഭക്ഷണം കഴിച്ചുപോകാം.”

ഹർഷൻ നിർബന്ധിച്ചു കൂട്ടിക്കൊണ്ടുപോയി. സാമ്പാറും ചോറും എന്തോ തൊടുകറിയും എത്തി. തീരെ വിശപ്പുതോന്നിയില്ലെങ്കിലും വാരി വലിച്ചുണ്ടു. ഇനി ഇന്നത്തെ കഴിപ്പൊക്കെ കണക്കാണ്. വീണ്ടും മുറിയി ലെത്തി എല്ലാവരോടും യാത്രപറഞ്ഞു.

ഹർഷൻ കൂടുതലൊന്നും ചോദിച്ചില്ല. ഹർഷാ ഏതു നിമിഷവും ഞാൻ പ്രത്യക്ഷപ്പെടും കേട്ടോ എന്നു മാത്രം പറഞ്ഞു. “യൂ ആർ വെരി ബിലവഡ് ടു അസ്. എപ്പോൾ വേണമെങ്കിലും വരാം.”ഹർഷൻ മറുപടി പറഞ്ഞു. എങ്ങോട്ടാണു പോകുന്നതെന്ന് ആരോടും പറയാതെ അയാൾ ഇറങ്ങി.

ഗുണ്ടൽപേട്ടിൽ ഇറങ്ങിയപ്പോൾ സമയം ആറരയായിരുന്നു. കമലയുടെ വീട്ടിലേക്കുള്ള വഴി വിജനമായിരുന്നു. അയാൾ നടപ്പിനു വേഗം കൂട്ടി. എതിരെ സൈക്കിളിൽ ഒരാൾ വരുന്നു. ദൂരെ നിന്നേ അയാൾ സൂക്ഷിച്ചു നോക്കുന്നുണ്ടായിരുന്നു. ചെറുതായി ചിരിച്ചെങ്കിലും അയാൾ വല്ലാത്തൊരു ഭാവത്തോടെ തുറിച്ചുനോക്കി കടന്നുപോയി. ഇങ്ങനെയും മനുഷ്യരോ എന്നു കരുതി തിരിഞ്ഞുനോക്കിയപ്പോൾ അയാൾ സൈക്കിൾ നിർത്തി തന്നെ നോക്കി നിൽക്കുന്നു. കാര്യമാക്കാതെ മുന്നോട്ടു നടന്നു. എതിരെ നിന്നു മൂന്നാലു പെണ്ണുങ്ങൾ ഉച്ചത്തിൽ സംസാരിച്ചുകൊണ്ടു വരുന്നു. അയാൾക്കരികിലെത്തിയതും അവർ സംസാരം നിർത്തി സൂക്ഷിച്ചുനോക്കി. പിന്നെ അടക്കം പറഞ്ഞുകൊണ്ടു വേഗത്തിൽ നടന്നു. അയാൾ ആകെ അസ്വസ്ഥനായി. വേഗം കൂട്ടി നടന്നു. അല്ല, ഓടുകയായിരുന്നു.

നാഗരാജയുടെ കടയിലേക്ക് ഓടിക്കയറിയതും അയാൾ ഞെട്ടലോടെ ചാടിയെഴുന്നേറ്റു. കുറേനേരം അയാളെത്തന്നെ നോക്കിനിന്നശേഷം നാഗരാജ പൊട്ടിക്കരഞ്ഞു. "എന്താണ്, എന്തുപറ്റി?" അയാളുടെ ശബ്ദം ഇടറി.

നാഗരാജ പുറത്തേക്കിറങ്ങി വന്ന് അയാളെ കെട്ടിപ്പിടിച്ചു. അയാളുടെ കണ്ണീർ വീണ് ഷർട്ട് നനഞ്ഞു. "എല്ലാം, പോയി എല്ലാം." അയാൾ അലമുറയിട്ടു. അപ്പോഴേക്കും രണ്ടുമൂന്നു പേർകൂടി കടയിലെത്തി. കമലയുടെ കൂടെ തോട്ടത്തിൽ ജോലിചെയ്യുന്നവരാണ്. അവരെല്ലാം അങ്കലാപ്പോടെ അയാളെ നോക്കിനിൽക്കുകയായിരുന്നു. സംശയത്തോടെ അയാൾ പെട്ടെന്നിറങ്ങി കമലയുടെ വീട്ടിലേക്കു നടന്നു. കൂടെ അവരും. പടിക്കലെത്തി വീട്ടിലേക്കു നോക്കിയതും അയാൾ നടുങ്ങി. ഒരു നിലവിളി അയാളുടെ തൊണ്ടയിൽ കുരുങ്ങിക്കിടന്നു. വീടിന്റെ സ്ഥാനത്തു വലിയൊരു കരിക്കട്ട. വേച്ചുകൊണ്ട് അകത്തേക്കു കയറി. കത്തിക്കരിഞ്ഞ ഭിത്തികൾ മാത്രം. മേൽക്കൂര പൂർണമായും കത്തിയമർന്നിരുന്നു. പൊട്ടിപ്പൊളിഞ്ഞ തറ. നാഗരാജയും ഒന്നുരണ്ടു പണിക്കാരും വന്ന് അയാളെ താങ്ങി.

അവർ ഉത്തരത്തിലേക്കു വിരൽ ചൂണ്ടി. "അവിടെയാണ് അവൾ തൂങ്ങിയത്. തള്ള കട്ടിലിലായിരുന്നു. കാണാൻ ഒന്നും ബാക്കിയുണ്ടായിരുന്നില്ല. തീപടർന്നു പിടിക്കുന്നതുകണ്ട് ഞങ്ങൾ ഓടിയെത്തിയപ്പോഴേക്കും എല്ലാം കഴിഞ്ഞു. ഒരു ഇലക്ട്രിക് വയറിലായിരുന്നു. അതുകൊണ്ട്, അവശേഷിച്ച ശരീരം കമ്പിയിൽ തൂങ്ങിനിന്നു. കമല എന്തിനിതു ചെയ്തെന്നു മനസ്സിലാകുന്നില്ല." അവരിലൊരാൾ കന്നഡ ചുവയുള്ള മലയാളത്തിൽ വിശദീകരിച്ചു. ഇനിയിവിടെ നിൽക്കേണ്ട, വരൂയെന്നു പറഞ്ഞ് എല്ലാവരും ചേർന്നു നിർബന്ധിച്ച് നാഗരാജയുടെ കടയിലേക്കു കൊണ്ടുപോയി. അയാളുടെ മനസ്സാകെ മരവിച്ചിരുന്നു. ഒന്നു കരയാൻ ആഗ്രഹിച്ചെങ്കിലും കഴിഞ്ഞില്ല. നാഗരാജ ഒരു കരിക്കുവെട്ടി കൊണ്ടുവന്നു. ആർത്തിയോടെ അയാൾ കുടിച്ചു. വീണ്ടും ഒരു കരിക്കു കൂടിയെത്തി. അതും കുടിച്ചു. ഇനിയും കൊണ്ടുവരട്ടെയെന്നു ചോദിച്ചെങ്കിലും

വേണ്ടെന്ന് ആംഗ്യം കാട്ടി. ആരോ ഒരാൾ ചെറിയൊരു മുറംകൊണ്ട് അയാളെ വീശി.

"എന്താണവൾക്കു സംഭവിച്ചത്. ആത്മഹത്യ ചെയ്യാൻ മാത്രം എന്തുണ്ടായി. അവൾ ആത്മഹത്യ ചെയ്യില്ല. എനിക്കുറപ്പുണ്ട്." അയാൾ പുലമ്പിയപ്പോൾ എല്ലാവരും പരസ്പരം നോക്കി. അവർക്കെന്തോ പറയാനുണ്ടെന്ന് തോന്നി.

അവരിലൊരാൾ ശബ്ദം താഴ്ത്തി അയാളോടു പറഞ്ഞു, "വീടിനു തീയിട്ടശേഷം കമല തൂങ്ങിമരിച്ചതാകുമെന്നാ പൊലീസു പറയുന്നെ. തൂങ്ങുന്നതിനിടെ കാലുതട്ടി വിളക്കു മറിഞ്ഞു വീടിനു തീപിടിച്ചതാകാനും സാധ്യതയുണ്ടത്രേ. എന്തോ, അതിലൊരു പന്തികേടുണ്ട്.

"പിന്നൊരു കാര്യം കൂടി. സംഭവത്തിനു കുറേ ദിവസം മുൻപ് ജീപ്പിൽ മൂന്നാലു പേരുവന്ന് നിങ്ങളെ അന്വേഷിച്ചു. പഴയ ചങ്ങാതിമാരാണെന്നാ പറഞ്ഞെ. അത്യാവശ്യമായിട്ടു കാണണം, അടുത്ത ബന്ധുക്കളാരോ മരിച്ചു, കൂട്ടിക്കൊണ്ടുപോകാൻ വന്നതാണെന്നും പറഞ്ഞു."

കമലയുടെ വീടിനടുത്താണ് താമസമെന്നും അവളോടു ചോദിച്ചാൽ വിശദമായി അറിയാമെന്നും ഞാനും നാഗരാജയും പറഞ്ഞു. അവർ കമലയുടെ വീട്ടിലെത്തി. ചുറ്റും നടന്നു നോക്കിയശേഷം പോയി. തള്ള എന്തൊക്കെയോ ചോദിച്ചെങ്കിലും മറുപടി പറഞ്ഞില്ല. വേഗം ജീപ്പിൽ കയറി പോയി.

"പിന്നെ....., ഒന്നുകൂടിയുണ്ട്. ഞങ്ങളതു പൊലീസിനോടു പോലും പറഞ്ഞില്ല. വെറുമൊരു സംശയമാണ്. കമലയുടെ വീടിനു തീപിടിച്ച ദിവസമാ. അസമയത്ത് തീയും ബഹളവും കേട്ട് ആദ്യം ഞങ്ങളാ ഓടിയെത്തിയത്. അപ്പോൾ ദാ, റോഡിൽ അൽപം ദൂരെയായി ഒരു ജീപ്പ് സ്റ്റാർട്ട് ചെയ്തു പോകുന്നതുകണ്ടു. തീ കെടുത്താനുള്ള ബഹളത്തിനിടെ അതു ഞങ്ങളാരും കാര്യമാക്കിയില്ല. കിട്ടിയ പാത്രങ്ങളിൽ വെള്ളമെടുത്ത് തീകെടുത്താൻ നോക്കിയെങ്കിലും കാര്യമുണ്ടായില്ല. ഞങ്ങടെ കൺമുന്നിൽ അവർ കത്തിത്തീർന്നു പ്രകാശാ." അയാൾ തേങ്ങിക്കരഞ്ഞു. "വീടിനു തീയിട്ടശേഷം ആരെങ്കിലും തൂങ്ങിമരിക്കുമോ. ആ തള്ളയെങ്കിലും അറിയില്ലേ. ആരോ പണി പറ്റിച്ചപോലെ ഇപ്പോ തോന്നുന്നു. അന്നു കടയിൽ അന്വേഷിച്ചുവന്നവരാകുമോ രാത്രിയിൽ ആ ജീപ്പിൽ?. ഞങ്ങൾ പാവങ്ങൾ ഇതൊക്കെ ആരോടു പറയാൻ." മൂക്കുചീറ്റിക്കൊണ്ട് അയാൾ പറഞ്ഞു.

നാഗരാജ മെല്ലെ മുന്നോട്ടു വന്നു അയാളുടെ കൈയിൽപിടിച്ചു. "ഇനിയിവിടെ നിൽക്കണ്ടാ. വേഗം പൊയ്ക്കോളൂ. ഈ രാത്രിപോലും നിൽക്കണ്ടാ." അയാളുടെ ശബ്ദത്തിൽ ഭീതി നിറഞ്ഞിരുന്നു.

കരിഞ്ഞ മാംസത്തിന്റെ ഗന്ധം അവിടെ നിറഞ്ഞുനിൽക്കുന്നതായും കമലയുടെ കരച്ചിൽ ഉയരുന്നതായും പ്രകാശനു തോന്നി. ഇടറുന്ന പാദങ്ങളോടെ അയാൾ അവിടെനിന്നിറങ്ങി നടന്നു. ആരോടും യാത്രപോലും പറയാതെ.

ഇരുപത്തിയേഴ്

ചിറകുവിടർത്തി കറുത്ത കഴുകന്മാർ

ഇരുണ്ടുതുടങ്ങിയിരുന്നെങ്കിലും നല്ല നിലാവെളിച്ചമുണ്ടായിരുന്നു. മുന്നിലായൊരു കാളവണ്ടിയിലെ വെളിച്ചം കണ്ടു. അയാൾ വേഗത്തിൽ നടന്ന് പിന്നിൽ കയറിയിരുന്നു. അല്പം കഴിഞ്ഞപ്പോൾ ഒരു ജീപ്പ് അതിവേഗം കടന്നുപോകുന്നതുകണ്ടു. അയാൾ കാതോർത്തു. കുറച്ചു കഴിഞ്ഞ് അതു ബ്രേക്ക് ചെയ്യുന്ന ശബ്ദംകേട്ടു. നാഗരാജയുടെ കടയ്ക്കരികിലാകുമോ. തന്നെ അന്വേഷിച്ച് വന്നവരാകുമോ. അയാളുടെ മനസ്സിൽ അപകടം മണത്തു.

വേഗം വണ്ടിയിൽ നിന്നു ചാടിയിറങ്ങി വലതുഭാഗത്തെ കരിമ്പിൻ തോട്ടത്തിലേക്ക് ഓടിക്കയറി. അല്പം അകത്തേക്കു കയറി റോഡിലേക്കു നോക്കിയിരുന്നു. പെട്ടെന്ന് ആ ജീപ്പ് തിരികെവരികയും കാളവണ്ടിയുടെ കുറുകെ വലിയ ശബ്ദത്തോടെ നിർത്തുകയും ചെയ്തു. പൊലീസ് ജീപ്പാണ്. അഞ്ചാറുപേർ ഉണ്ടായിരുന്നു. നാലുപേർ യൂണിഫോമിൽ. കാളവണ്ടിക്കാരനോട് എന്തോ ചോദിച്ചശേഷം അവർ ചുറ്റുംനോക്കി. അയാൾ അരയിൽ തപ്പിനോക്കി. കഠാരയും തോക്കും ഭദ്രം.

“വാടാ വാ. എല്ലാവരും വാ. കൊന്നുതള്ളും ഞാൻ.” ഭ്രാന്തമായി പിറുപിറുത്തു.

അയാളിൽ പക തികട്ടി വന്നു. പരസ്പരം എന്തോ പറഞ്ഞശേഷം അവർ ജീപ്പിൽ കയറി പോയി.

ഇനിയുള്ള ഓരോ ചുവടും ശ്രദ്ധിക്കണം. ശത്രുക്കൾ വളഞ്ഞു കഴിഞ്ഞു. കരിമ്പുകൾ വകഞ്ഞുമാറ്റി റോഡിനു സമാന്തരമായി അയാൾ വന്യമായ വാശിയോടെ നടന്നു. അല്പം കഴിഞ്ഞതും വലിയൊരു പൊലീസ് വണ്ടി കമലയുടെ വീടിന്റെ ഭാഗത്തേക്കു പോകുന്നതുകണ്ടു. ഇടിവണ്ടിയെന്ന് ഓമനപ്പേരുള്ള ആ വാഹനത്തിൽ നിറയെ പൊലീസുകാരുണ്ടെന്ന് അരണ്ട വെളിച്ചത്തിൽ തോന്നി. കരിമ്പിൻതോട്ടം പിന്നിട്ട് പ്രധാനറോഡിനോടു ചേർന്ന ഭാഗത്തെത്തി. എന്തൊക്കെയോ കൊണ്ട്

ശരീരമാകെ നീറുന്നു. മാരിയമ്മൻ കോവിലിന്റെ പിൻഭാഗത്താണ് ചെന്നുകയറിയത്. ചെറിയൊരു ക്ഷേത്രം. ചെറിയ പടിക്കെട്ടിൽ ചിതറിക്കിടന്ന ചുവന്ന കുങ്കുമം എടുത്ത് നെറ്റിയിൽ അയാൾ നീളൻ കുറി വരച്ചു. അമ്പലത്തോടു ചേർന്ന പെട്ടിക്കടയിൽ നിന്നൊരു കാവിമുണ്ടു വാങ്ങി ഇരുട്ടത്തേക്കു മാറി നിന്നു വേഷം മാറി. ജീൻസിന്റെ കീശയിലുള്ളതെല്ലാം എടുത്തു സഞ്ചിയിൽ ഭദ്രമായി വച്ചശേഷം ജീൻസ് ഉപേക്ഷിച്ചു. കാവിമുണ്ടും. ചുവന്ന കുറിയുമാകുമ്പോൾ പെട്ടെന്നു കാണുന്നവർക്ക് കന്നഡക്കാരനാണെന്നു തോന്നിയേക്കാം. സംശയത്തോടെ ചുറ്റും നോക്കി മെല്ലെ മുന്നോട്ടു നീങ്ങി. എത്രയും പെട്ടെന്ന് ഇവിടെ നിന്നു കടക്കണം. റോഡിൽ നല്ല തിരക്കായിരുന്നു. പെണ്ണുങ്ങളും കുട്ടികളുമെല്ലാം കലപിലകൂട്ടി നടക്കുന്നു. എല്ലാവരും എന്തോ വിശേഷം ആസ്വദിക്കുന്നതുപോലെ.

അല്പം മാറിയൊരു മിനിബസിൽ ഡ്രൈവറും ക്ലീനറും ചേർന്ന് ആളുകളെ വിളിച്ചുകയറ്റുന്നു. ഏതോ ക്ഷേത്രത്തിൽ ഉത്സവം നടക്കുകയാണ്. അങ്ങോട്ടുള്ള ട്രിപ്പ് ആണ്. അയാൾ പതുക്കെ അവിടേക്കു ചെന്നു. എല്ലാവരും ചെയ്യുന്നപോലെ ക്ലീനർ പയ്യന്റെ കയ്യിൽ അഞ്ചുരൂപ വച്ചുകൊടുത്തശേഷം വണ്ടിക്കകത്തേക്കു കയറി. പിൻസീറ്റിൽ ഞെങ്ങി ഞെരുങ്ങി ഇരിക്കേണ്ടിവന്നു. എങ്ങനെയെങ്കിലും ഇവിടം വിട്ടാൽ മതിയായിരുന്നു.

അധികം കാത്തിരിക്കേണ്ടിവന്നില്ല. വണ്ടി നീങ്ങിത്തുടങ്ങി. മൈസൂർ ഭാഗത്തേക്കായിരുന്നു യാത്ര. അല്പം കഴിഞ്ഞ് വണ്ടി ഇടത്തോട്ടുള്ള വഴിയിലേക്കു കയറി. വലിയൊരു ക്ഷേത്രത്തിനു മുന്നിലാണ് വണ്ടി നിന്നത്.

ഉച്ചഭാഷിണിയിലൂടെ ഭക്തിഗാനങ്ങൾ കാതടപ്പിക്കുന്ന ശബ്ദത്തിൽ ഉയരുന്നുണ്ടായിരുന്നു. മെല്ലെ പുറത്തേക്കിറങ്ങി. തനി ഗ്രാമീണർ. ഉച്ചത്തിൽ സംസാരിച്ചും വിലകുറഞ്ഞ പലഹാരങ്ങൾ പങ്കുവച്ചും അവർ ക്ഷേത്രത്തിലേക്കു കയറി. ക്ഷേത്രത്തിനു സമീപത്തെ ആൽമരച്ചുവട്ടിൽ വെളിച്ചം കുറഞ്ഞ ഭാഗത്തേക്കു മാറിയിരുന്നു. ഇവിടെനിന്നു മൈസൂരിലേക്കു ബസ്സുണ്ടോയെന്നു നോക്കണം. കുറച്ചുകഴിഞ്ഞ് അയാളൊരു ബലൂൺ വിൽപ്പനക്കാരനോട് അന്വേഷിച്ചു. കുറച്ചുകഴിയുമ്പോൾ ഒരു ബസ്സ് വരുമെന്നു പറഞ്ഞു. സ്പെഷൽ ട്രിപ്പാണ്. നാടുമുഴുവൻ കറങ്ങിപ്പോകുന്ന ഓർഡിനറി ബസ്സാണതെന്നും ഗുണ്ടൽപേട്ടിലേക്കു പോയാൽ വേഗം മൈസൂരിലെത്താമെന്നും പറഞ്ഞു.

ബസ്സിനായി കാത്തിരുന്നു. രണ്ടുമണിക്കൂർ കഴിഞ്ഞാണ് ബസ്സ് എത്തിയത്. ബസ്സിന്റെ മുകളിൽ വരെ ആളുകൾ കയറിയിരിപ്പുണ്ടായിരുന്നു. ഒച്ചയും ബഹളവുമുണ്ടാക്കി എല്ലാവരും തിരക്കിട്ടിറങ്ങി. ആളൊഴിഞ്ഞ

പ്പോൾ അയാൾ ബസ്സിൽ കയറി മധ്യഭാഗത്തുള്ള സീറ്റിൽ ഇരുന്നു. ബസ്സ് പോകാൻ വൈകുമെന്ന് ഡ്രൈവർ പറഞ്ഞപ്പോൾ തലയാട്ടി.

കഴിഞ്ഞ ഏതാനും മണിക്കൂറുകളിൽ സംഭവിച്ചതെല്ലാം മനസ്സിലൂടെ കടന്നുപോയി. കമലയുടെ നിലവിളി കാതിൽ മുഴങ്ങുന്നതുപോലെ. കത്തിയമർന്ന ആ വീട്ടിൽ നിസ്സഹായയായി നിലവിളിക്കുമ്പോൾ അവളുടെ മനസ്സിൽ താനുണ്ടായിരുന്നിരിക്കാം. മൈസൂരിൽ താനപ്പോൾ ആഘോഷത്തിലായിരുന്നല്ലോ. ആദ്യമായും അവസാനമായും അവളയച്ച ആ കത്തിൽ തന്നെ കാണണമെന്ന ആഗ്രഹം വ്യംഗ്യമായി പ്രകടിപ്പിച്ചിരുന്നല്ലോ. അവിടെ നിന്നിറങ്ങുമ്പോൾ അവളുടെ സമ്പാദ്യത്തിൽ നിന്നൊരു വലിയ പങ്ക് തരികയും ചെയ്തു. ആ പണംകൊണ്ടാണ് ഇപ്പോഴും ബുദ്ധിമുട്ടില്ലാതെ ജീവിക്കുന്നത്.

സങ്കടം സഹിക്കാനാവാതെ അയാൾ പൊട്ടിക്കരഞ്ഞു. ദേഷ്യവും സങ്കടവും നിസ്സഹായതയും അയാളെ പൊള്ളിച്ചു. ആർക്കും ഗുണമില്ലാതെ, ആർക്കുവേണ്ടി ഇങ്ങനെ ജീവിക്കുന്നു. ആത്മഹത്യ ചെയ്താലോ. അതിനും ധൈര്യക്കുറവൊന്നുമില്ല. മനസ്സിൽ കമല മാത്രമായിരുന്നു. കത്തിക്കരിഞ്ഞ ആ വീടും അതിൽ ജീവൻ ഹോമിക്കേണ്ടി വന്ന രണ്ടു ജന്മങ്ങളും.

ഇരുപത്തിയെട്ട്

കരുത്തിന്റെ കുളമ്പടികൾ

വണ്ടി സ്റ്റാർട്ടാകുന്ന ശബ്ദംകേട്ട് ചിന്തയിൽ നിന്നയാൾ ഉണർന്നു. സമയം പോയതറിഞ്ഞില്ല. ബസ്സിൽ ആകെ മൂന്നോ നാലോ പേർ മാത്രം. വണ്ടി നീങ്ങിത്തുടങ്ങിയപ്പോൾ തണുത്തകാറ്റ് അടിച്ചുകയറി. ഷട്ടർ താഴ്ത്തി മുന്നിലെ സീറ്റിൽ തലവച്ച് കണ്ണടച്ചു കിടന്നു. ബസ്സ് ഏതോ സ്റ്റോപ്പിൽ നിർത്തി യാത്രക്കാർ ഇറങ്ങുകയും കയറുകയും ചെയ്തു. വണ്ടി വീണ്ടും നീങ്ങി. അല്പം കഴിഞ്ഞപ്പോൾ അരികിലൊരാൾ വന്നിരുന്നതായി തോന്നി. കണ്ണുകൾ മെല്ലെ തുറന്ന് അയാൾക്കിരിക്കാനായി കുറച്ചുകൂടി ഒതുങ്ങിയിരുന്നു. വീണ്ടും കണ്ണുകൾ മെല്ലെയടഞ്ഞു.

"ചെറിയൊരു മയക്കത്തിലായിരുന്നുവെന്നു തോന്നുന്നു അല്ലേ മിസ്റ്റർ ജയപ്രകാശ്. സോറി ഞാൻ ഡിസ്റ്റർബ് ചെയ്തോ?"-ഒരു നിമിഷം നടുങ്ങി പ്പോയ പ്രകാശൻ അരയിലെ കഠാരയിൽ പിടിച്ചുകൊണ്ട് അയാളെ നോക്കി. ജീൻസും ടീഷർട്ടും ധരിച്ച സുമുഖൻ. വെട്ടിയൊതുക്കിയ മീശ. കുറ്റിത്തലമുടി.

"ആ കത്തിയവിടെ ഭദ്രമായി ഇരിക്കട്ടെ. അതുകൊണ്ടെന്തു ചെയ്യാൻ. പേടിക്കേണ്ട. നമുക്കടുത്ത സ്റ്റോപ്പിൽ ഇറങ്ങാം. എന്നിട്ടു ജീപ്പിലാകാം യാത്ര. താങ്കൾക്ക് ഒരുപാട് കഥകൾ ഞങ്ങളോടു പറയാനുണ്ടാകുമല്ലോ. രക്ഷപ്പെടാൻ ശ്രമിക്കേണ്ട. പൊലീസ് ജീപ്പിലെ യാത്രയാണ് ഇനി സെയ്ഫ്"- കുറ്റിമുടിക്കാരന്റെ ശബ്ദം പതിഞ്ഞതായിരുന്നെങ്കിലും അതിനൊരു മുരൾച്ചയുടെ വന്യതയുണ്ടായിരുന്നു. വയറിന്റെ വലതു ഭാഗത്ത് ലോഹത്തിന്റെ നേരിയ തണുപ്പ് അനുഭവപ്പെട്ടു. അതൊരു തോക്കിൻകുഴലാണെന്നും അയാൾ തിരിച്ചറിഞ്ഞു. ഇനിയൊന്നും ചെയ്യാ നില്ല. നിസ്സഹായനായി അയാൾ സീറ്റിലേക്കു ചാരി കണ്ണുകളടച്ചു.

പെട്ടെന്നു ഹോൺ മുഴക്കിയൊരു വാഹനം ബസ്സിനെ കടന്നു പോകു ന്നതും വലിയൊരു ശബ്ദത്തിൽ ബ്രേക്ക് ചെയ്യുന്ന ശബ്ദവും കേട്ടു. ബസ്സ് വലിയൊരു കുലുക്കത്തോടെ നിന്നു. എല്ലാവരും ഞെട്ടിയെഴുന്നേറ്റു. ബസ്സിലേക്കു ചാടിക്കയറിയ രണ്ടുപേർ കുറ്റിമുടിക്കാരന്റെ അടുത്തേക്കു

ചീറിയടുത്തു. തോക്കുമായി അയാൾ ചാടിയെഴുന്നേറ്റപ്പോഴേക്കും വെടി ശബ്ദമുയർന്നു. ഒപ്പം നിലവിളിയും. അയാളുടെ വലതു കയ്യിൽ നിന്നു തോക്ക് തെറിച്ചുവീണിരുന്നു. കൈ ചോരയിൽ കുതിർന്നു. ഉടനെ രണ്ടു പേർ കൂടി ബസ്സിലേക്കു കയറി. എല്ലാവരുടെയും കയ്യിൽ തോക്കുണ്ടായിരുന്നു. പ്രകാശനോട് വേഗം പുറത്തിറങ്ങാൻ ആവശ്യപ്പെട്ടു. രണ്ടു പേർ വെടിയേറ്റു കിടന്നയാളെ താഴത്തേക്കിറക്കി. യാത്രക്കാരോട് ശബ്ദമുണ്ടാക്കരുതെന്നു പറഞ്ഞു. കുറച്ചുകഴിഞ്ഞു പുറപ്പെട്ടാൽ മതിയെന്നും പൊലീസിനെ അറിയിക്കാൻ ശ്രമിക്കരുതെന്നും ഡ്രൈവർക്കു നിർദേശം നൽകി.

ബസ്സിനു കുറുകെയിട്ടിരുന്ന അംബാസഡർ കാറിന്റെ പിൻസീറ്റിലേക്ക് അവർ പ്രകാശനെ കയറ്റി. പൊലീസുകാരന്റെ കാലും കൈയും കെട്ടുകയും വായ് പ്ലാസ്റ്റർകൊണ്ടു മൂടുകയും ചെയ്ത് കാറിന്റെ ഡിക്കിയിലേക്കു കയറ്റി. അയാൾ ഞരങ്ങുന്നുണ്ടായിരുന്നു. എല്ലാവരും കാറിൽ കയറി. അതൊരു പുതിയ അംബാസഡർ കാർ ആയിരുന്നു. രണ്ടു പേർ മുന്നിലും രണ്ടുപേർ അയാളുടെ ഇരുഭാഗത്തുമായി ഇരുന്നു. വലത്തോട്ടുള്ള ടാറിടാത്ത റോഡിലൂടെ അതു പാഞ്ഞു.

“പിന്നെ നിങ്ങളാരാണ്. എന്താണുദ്ദേശ്യം.” വിറയലോടെ ജയപ്രകാശ് ചോദിച്ചു. “തൽക്കാലം ചോദ്യങ്ങൾ വേണ്ട. വേണ്ടപ്പെട്ടവരാണെന്നറിയുക. നിങ്ങളുടെ പിന്നാലെ ഞങ്ങൾ ഉണ്ടായിരുന്നു. ഗുണ്ടൽപേട്ടിൽ നിന്നു പുറപ്പെടുമ്പോൾ ഫോളോ ചെയ്യുകയായിരുന്നു. അയ്യൻകൊല്ലി പോലെ ഗുണ്ടൽപേട്ടോ ലോകോളജ് ഹോസ്റ്റലോ മൈസൂരോ നിങ്ങളെ സംബന്ധിച്ചിടത്തോളം ഇനി സുരക്ഷിതമല്ലെന്നറിയുക. വേട്ടപ്പട്ടികളെപ്പോലെ നിങ്ങളെ കടിച്ചുകീറാൻ ശത്രുക്കൾ ഒരുമിച്ചുകഴിഞ്ഞു. എളിയിൽ തിരുകിയ, തുരുമ്പുപിടിച്ചു തുടങ്ങിയ ആ കഠാരകൊണ്ടോ കൈത്തോക്കുകൊണ്ടോ ജയിക്കാവുന്ന യുദ്ധമല്ല ഇത്.”- മുന്നിലെ ഇടത്തെ സീറ്റിലിരുന്നയാൾ പറഞ്ഞു.

“നിങ്ങളാരാണ്. എന്നെ എങ്ങനെയറിയാം. നിങ്ങളെ മുൻപ് കണ്ടതായി പോലും ഓർക്കുന്നില്ല.” - അയാൾ പരിഭ്രാന്തനായി വീണ്ടും ചോദിച്ചു. “കണ്ടുകാണണം. പക്ഷേ ഓർക്കുന്നുണ്ടാകില്ല. ഞങ്ങൾക്കു നിങ്ങളെ നന്നായി അറിയാം പ്രകാശാ. നിങ്ങൾക്കു നിങ്ങളെ അറിയാവുന്നതിലും നന്നായി. ആഴ്ചകളായി ഞങ്ങളുടെ കൺവെട്ടത്തുതന്നെ നിങ്ങളുണ്ടായിരുന്നു. നിങ്ങളെക്കുറിച്ച് എല്ലാ കാര്യങ്ങളും തമ്പിമാഷ് പറഞ്ഞിട്ടുണ്ട്. മറ്റു പലരും. അതുപോലെ ഒരുപാട് മാഷുമാർ നമുക്കൊപ്പമുണ്ട്. ഞങ്ങൾ ശത്രുക്കളല്ല. മിത്രങ്ങളാണോയെന്നും ആകണമോയെന്നും പ്രകാശൻ തീരുമാനിക്കുക. ഈ കണ്ടുമുട്ടൽ അനിവാര്യമായിരുന്നു. എല്ലാം വിശദമായി പറയാം.”

ആൾതാമസമില്ലാത്ത ഇടത്തരമൊരു വീടിനു മുന്നിൽ കാർ നിന്നു. "പ്രകാശൻ പോയി കുളിച്ചുവരൂ. ഷേവ് ചെയ്ത് ഈവേഷമൊക്കെ മാറ്റണം. ബെഡ് റൂമിലെ മേശപ്പുറത്തൊരു ബ്രീഫ്കെയ്സുണ്ട്. അതു പ്രകാശനുള്ളതാണ്. യൂ ആർ ഇൻ എ സെയിഫ് സോൺ. റിലാക്സ്. ചിയേഴ്സ്...."

അയാൾ ചിരിച്ചപ്പോൾ ഡ്രൈവറും കൂടെയുള്ളയാളും അതിൽ പങ്കുചേർന്നു.

എല്ലാ സൗകര്യങ്ങളുമുള്ള വലിയൊരു മുറിയായിരുന്നു അത്. ശരിയാണ്. മേശപ്പുറത്തൊരു ബ്രീഫ്കെയ്സ് ഉണ്ട്. അയാൾ തുറന്നുനോക്കി. ശരിക്കും അദ്ഭുതം തോന്നി. ഷേവിങ് സെറ്റും സോപ്പും അണ്ടർവെയർ ഉൾപ്പെടെ എല്ലാ വസ്ത്രങ്ങളുമുണ്ട്.

വേഗം ഷേവ് ചെയ്തു കുളിച്ചു. പുതിയ ജീൻസും ഷർട്ടും ധരിച്ചു. മുറിപൂട്ടി താഴെത്തെത്തിയപ്പോൾ അവർ ചായകുടിക്കുകയായിരുന്നു. ഫ്ളാസ്കിൽ നിന്നു പേപ്പർഗ്ലാസിലേക്ക് അയാൾക്കുള്ള ചൂടു ചായ ഒരാൾ പകർന്നു. ചായ ചെന്നപ്പോൾ ക്ഷീണം പമ്പകടന്നു.

"ആഹാ, പ്രകാശാ, ഷേവുചെയ്തു വേഷമൊക്കെ മാറിയപ്പോൾ പത്തുവയസ്സു കുറഞ്ഞല്ലോ."-പിൻസീറ്റിൽ ഒപ്പമിരുന്നയാൾ പറഞ്ഞപ്പോൾ അതെയെന്നു കൂടെയുള്ളവരും തലയാട്ടി. ജയപ്രകാശ് കാറിന്റെ ഡിക്കിയിലേക്ക് പരിഭ്രാന്തിയോടെ നോക്കി. "പേടിക്കേണ്ട. അയാളെ എത്തേണ്ടിടത്ത് എത്തിച്ചിട്ടുണ്ട്. ചുരുങ്ങിയത് ആറുമണിക്കൂർ ഉറങ്ങിയിട്ടേ എണീക്കൂ. കൈയിൽ ചെറിയൊരു വെടിയുണ്ട താങ്ങാനുള്ള കെല്പില്ലെങ്കിൽ അവരൊക്കെ പൊലീസായിട്ടു കാര്യമുണ്ടോ. പാസ്റ്റ് ഈസ് പാസ്റ്റ്. ലെറ്റ് അസ് സ്റ്റാർട് ടു ദ് ഫ്യൂച്ചർ."

കാലിയായ ചായഗ്ലാസ് വലിച്ചെറിഞ്ഞുകൊണ്ട് അവർ പറഞ്ഞു.

ഇരുപത്തിയൊമ്പത്

വിശ്വഗോപുര മുകളിലെ ചെന്താരകങ്ങൾ

കാർ യാത്രതുടർന്നു. തണുത്ത കാറ്റടിച്ചപ്പോൾ കുറേശ്ശെ ഉറക്കം വന്നു. കണ്ണുകളടഞ്ഞപ്പോൾ മനസ്സിൽ കമലയുടെ പുഞ്ചിരിക്കുന്ന മുഖമെത്തി. പെട്ടെന്നാരോ അവളുടെ മുഖം പൊത്തിപ്പിടിക്കുന്നതും അവൾ പിടയുന്നതും കണ്ടു. പിന്നൊരു പൊട്ടിത്തെറിയും ആളിപ്പടരുന്ന തീയും. നിലവിളിയോടെ അയാൾ ഞെട്ടിയെഴുന്നേറ്റു. "നിർത്തൂ. എനിക്കു പോണം. കൊല്ലണമെനിക്ക്. എല്ലാവരെയും. ഒന്നിനെയും വെറുതെ വിടില്ല." ഭ്രാന്തനെ പോലെ പുലമ്പി. പിന്നീടതൊരു പൊട്ടിക്കരച്ചിലായി മാറി.

"നിങ്ങളാരാണ്. എന്നെ സഹായിക്കുമോ. എങ്ങോട്ടാണ് എന്നെ കൊണ്ടുപോകുന്നത്?"

അയാൾ അലറിയപ്പോൾ ഒപ്പമിരുന്നയാൾ ചേർത്തിരുത്തി തലയിൽ തലോടി.

"ഇവിടെ പേരിലെന്തു കാര്യമിരിക്കുന്നു മിസ്റ്റർ പ്രകാശ്. പ്രവൃത്തിയിലും ചിന്തയിലുമല്ലേ കാര്യം. എന്നെ മുത്തുവേൽ എന്നു വിളിച്ചോളൂ. താങ്കൾക്കും അതാകും പരിചിതം. അത് ഷൺമുഖം, ഫെർണാണ്ടസ്."-

അയാൾ മുൻസീറ്റിലേക്കു വിരൽചൂണ്ടി. "ഞങ്ങൾ അയ്യൻകൊല്ലിയിൽ തമ്പിമാഷിനെ കാണാൻ വന്നിട്ടുണ്ട്. പലപ്പോഴും. ഇടയ്ക്കെപ്പോഴോ നിങ്ങളെയും കണ്ടിരുന്നു. പരിചയപ്പെടാൻ സാധിച്ചില്ല. ഞങ്ങൾക്കൊരു പദ്ധതിയുണ്ടായിരുന്നു. മുഴുവനാക്കാനായില്ല. അതൊക്കെ പോട്ടെ. ഞങ്ങൾ ശത്രുക്കളല്ലെന്നു മാത്രം മനസ്സിലാക്കുക. ഞങ്ങളൊരു ബാധ്യതയാകുമെന്നു കരുതുകയും വേണ്ട."

അതുകേട്ടപ്പോൾ ആശ്വാസം തോന്നി. അയാളുടെ കൈകൾ ചേർത്തുപിടിച്ച് ജയപ്രകാശ് കെഞ്ചി.

"എന്നെയൊന്നു സഹായിക്കുമോ. എനിക്കവരെ കൊല്ലണം. ആരായാലും. അതു ഞാൻ കണ്ടെത്തും. അതിനു ചാവേറാകാനും ഞാൻ

തയ്യാറാണ്. എനിക്കിനി ജീവിക്കേണ്ട. ഞാൻ ഒറ്റപ്പെട്ടു. എനിക്കാരുമില്ല. ആരും..."

"പ്രകാശ്, പ്ലീസ് റിലാക്സ്. ആരെയാണു കൊല്ലേണ്ടത്. ഒരാളെയോ ആൾക്കൂട്ടത്തെയോ. അയ്യൻകൊല്ലിയിലും ഗുണ്ടൽപേട്ടിലും മൈസൂരിലും അതിനർഹരായ പലരെയും നിങ്ങൾ കണ്ടിട്ടുണ്ടാകും. എണ്ണമെടുത്താൽ ഇനിയുമുണ്ടാകും. അവിടെയെല്ലാം പോയി നിങ്ങൾക്കു ചാവേറാകാനാകുമോ. പ്രകാശ് എത്രതവണ ജനിക്കേണ്ടിവരും. നോക്കൂ നിങ്ങളുടെ വിഷമം മനസ്സിലാക്കുന്നു. എന്തു സഹായം ചെയ്യാനും ഞങ്ങളുണ്ടാകും. അതാണു ഞങ്ങളും തമ്പിമാഷും തമ്മിലുള്ള ബന്ധം.

എന്തുചെയ്യണമെന്നൊക്കെ തീരുമാനിക്കേണ്ട സമയം ഇതല്ല. മനസ്സ് ശാന്തമാകട്ടെ. സാവകാശം എല്ലാം തീരുമാനിക്കാം. തല്ലുന്നതോ കൊല്ലുന്നതോ അല്ല നമ്മുടെ വിഷയം. അതു വളരെ എളുപ്പമല്ലേ. കത്തികൊണ്ടും തോക്കുകൊണ്ടും മാത്രം നടത്താവുന്നതല്ല പ്രകാശ് വിപ്ലവം. അതൊരു തുടർപ്രക്രിയയാണ്. ഒരു വിപ്ലവകാരിയുടെ ഏറ്റവും വലിയ ആയുധം അയാളുടെ ചിന്തകളാണ്. ആവനാഴിയിലെ ഏതായുധത്തെക്കാളും അതിനു മൂർച്ചയുണ്ട്. ശരീരം മുറിപ്പെടുത്തുന്ന ആയുധത്തെക്കാൾ വലുതല്ലേ മനസ്സ് കീഴടക്കുന്ന ആയുധം.

ഒരു വിപ്ലവത്തിനു പല തലങ്ങളുണ്ട്. ആയുധമെടുക്കുന്നവൻ മാത്രമല്ല വിപ്ലവകാരി. വാക്കുകൊണ്ടും ചിന്തകൊണ്ടും പേനകൊണ്ടുമൊക്കെ വിപ്ലവം നടത്താം. ഈ തുടർപ്രക്രിയയിൽ ഓരോരുത്തരും ഓരോ കണ്ണികളാണ്.

ഒറ്റപ്പെട്ട ലോകത്തുനിന്ന് ഒരു വലിയ മല തുരന്നു പുറംലോകത്തെത്താനുള്ള വലിയ നിയോഗം പോലെയാണിത്. ബോംബ് വച്ചോ യന്ത്രങ്ങൾ കൊണ്ട് ഇടിച്ചുനിരത്തിയോ പെട്ടെന്ന് ഇതു സാധ്യമാകും. അല്ലേ. അതിനു സാധിച്ചില്ലെങ്കിലോ!. കരഞ്ഞുകൊണ്ടു കാലംകഴിക്കുമോ. ഇല്ല. ഒരു തൂമ്പയും കമ്പിപ്പാരയുമൊക്കെയെടുത്ത് ഇറങ്ങണം. എന്തിനാണെന്നോ. മല വെട്ടിമറിക്കാൻ. പരിഹസിക്കുന്നവരാകും ചുറ്റും. ലക്ഷ്യം നേടാൻ ഈ ജന്മം മുഴുവൻ വേണ്ടിവന്നേക്കാം. അതുമതിയായെന്നും വരില്ല. അടുത്തതലമുറ ആ നിയോഗം ഏറ്റെടുക്കും. അതിനവരെ പ്രാപ്തമാക്കണം. പക്ഷേ, ഒരിക്കൽ ആ ലക്ഷ്യം സാക്ഷാൽകരിക്കുകതന്നെ ചെയ്യും. അതുതന്നെയാണു വിപ്ലവവും. പ്രകാശൻ ഒരു കണ്ണിമാത്രം. ഒരുപാടു കാര്യങ്ങൾ ചെയ്യാനുണ്ട്. അല്ലാതെ, ഒരു കത്തിയുമെടുത്ത് ആരെയെങ്കിലും കുത്തിവീഴ്ത്തി നേടാവുന്നതല്ല. പ്രകാശൻ ചിന്തിക്കുന്നതുപോലെയാണെങ്കിൽ അയ്യൻകൊല്ലിയിൽ വിപ്ലവം നടത്തിയിട്ട് എന്തു നേടി. വ്യവസ്ഥിതികൾ മാറ്റേണ്ടത് ആശയങ്ങൾ കൊണ്ടാണ്. അനിവാര്യമാകുമ്പോൾ മാത്രം പ്രയോഗിക്കേണ്ടതാണ് ആയുധം.

നമുക്കൊരു യാത്രപോകാം. ഇതുവരെ കാണാത്ത സ്ഥലങ്ങളിലേക്ക്. അയ്യൻകൊല്ലിക്കും ഗുണ്ടൽപേട്ടിനും മൈസൂറിനുമപ്പുറം നാടുകളുണ്ട്, മനുഷ്യജീവിതങ്ങളും. ഇതുവരെ താമസിച്ച സ്ഥലങ്ങളൊന്നും സുരക്ഷിതമല്ലെന്നും തിരിച്ചറിയുക. അനുഭവങ്ങൾ ഇനിയുമുണ്ടാകണം. അതിൽ നിന്നു കൂടുതൽ പഠിക്കാനാകും. ജീവിതങ്ങൾ ഒരുപാടു കാണാനുണ്ട്.

പുതിയ മനുഷ്യരെയും ഭൂമിയെയും ജീവിതരീതികളെയും പരിചയപ്പെടാം. ജീവച്ഛവങ്ങളെ പോലെ കഴിയുന്ന ആ മനുഷ്യക്കോലങ്ങളെ വാക്കുകൾ കൊണ്ട് ഉണർത്തിയെടുക്കാൻ ശ്രമിക്കാം. അവരുടെ പ്രശ്നങ്ങൾ പഠിക്കാം. വാക്കുകൾകൊണ്ടും അക്ഷരങ്ങൾകൊണ്ടും ചിന്തകൊണ്ടും അവരെ മാറ്റിയെടുക്കാൻ കഴിയുന്നതുമാണ് വിപ്ലവം. അറിയുന്നതൊക്കെ പങ്കുവയ്ക്കുന്നതിലൂടെ കൂടുതൽ അറിയാൻ കഴിയുന്നു. ആയുധമെടുക്കണമെന്നു തോന്നിയാൽ അതുമാകാം. ഞങ്ങളുണ്ട് കൂടെ. എണ്ണിത്തീർക്കാവുന്നതിലപ്പുറം കൂട്ടുകാർ പ്രകാശനുണ്ടെന്നും തിരിച്ചറിയുക. രാജ്യാതിർത്തികൾക്ക് തടഞ്ഞുനിർത്താൻ കഴിയുന്നതല്ല വിപ്ലവകാരിയുടെ ചിന്തകൾ.

വിപ്ലവത്തിന്റെ ഈ വഴിയിൽ ഒരുപാട് അറിവുകൾ കാത്തിരിക്കുന്നുണ്ട്. അല്ലാതെ തുരുമ്പിച്ച കത്തിയും നാടൻബോംബുംകൊണ്ട് വ്യവസ്ഥിതിയെ തോൽപിച്ചാൽ വസന്തകാലം യാഥാർഥ്യമാകുമെന്നു തോന്നുന്നുണ്ടോ. ചുറ്റുമുള്ള ലോകത്തേക്കു നോക്കൂ. തുടർപഠനത്തിനുള്ള യാത്രയാണിതെന്നു കരുതൂ. മറ്റൊന്നും ആലോചിക്കേണ്ട. തൽക്കാലം നമുക്ക് രാമേശ്വരം വരെ പോകാം. പിന്നീട് മറ്റിടങ്ങളിലേക്കും. എൽ.ടി.ടി.ഇയോ പീപ്പിൾസ് വാർഗ്രൂപ്പോ മറ്റാരോ ആകട്ടെ. എല്ലാവരും ഓരോ പോരാട്ടത്തിലാണ്. അവരുടെ ശരികൾ നമുക്കു തെറ്റുകളാകാം. അതുപോലെ നമ്മുടേത് അവർക്കും. യോജിക്കാവുന്ന കാര്യങ്ങളിൽ സഹകരിക്കുക. ഓരോ മുന്നേറ്റവും പ്രവചനങ്ങൾക്കതീതമാണ്. നിങ്ങൾക്കത് അറിവുള്ളതാണല്ലോ. അതുകൊണ്ട് എല്ലാവരുമായി ബന്ധങ്ങൾ നിലനിർത്തുക. ഓരോരുത്തരുടെയും വഴികൾ വ്യത്യസ്തമാകാം. നിങ്ങൾ ശരിയാണെങ്കിൽ എവിടെനിന്നും സഹായം കിട്ടും. ഒട്ടും പ്രതീക്ഷിക്കാത്തയിടങ്ങളിൽ നിന്നുപോലും. സാഹചര്യങ്ങൾക്കനുസരിച്ച് ആവശ്യമായ സഹായങ്ങൾ പരിമിതികൾക്കുള്ളിൽ നിന്ന് അവർ കൈമാറും. കഴിയുന്ന സഹായം നിങ്ങളും ചെയ്യുക.

ഓരോ വിപ്ലവപ്രസ്ഥാനവും ഓരോ വ്യവസ്ഥിതിക്കെതിരെയാണ് പോരാടുന്നത്. എതിർക്കാനും ചോദ്യം ചെയ്യാനും ആരെങ്കിലുമൊക്കെ ഉണ്ടാകുമ്പോഴാണ് ഏതു വ്യവസ്ഥിതിയും ശുദ്ധീകരിക്കപ്പെടുക. ഈ പോരാട്ടത്തിൽ വിപ്ലവ പ്രസ്ഥാനങ്ങളെ മറ്റൊരു ശക്തിയും വിലയ്ക്കെടുക്കുന്ന സാഹചര്യമുണ്ടാകുകയുമരുത്. സ്വന്തം ജീവിതം ശുദ്ധീകരിക്കാനാവാത്ത വിപ്ലവംകൊണ്ട് സമൂഹത്തെ മാറ്റിയെടുക്കാൻ ശ്രമിക്കുന്ന

കപട വിപ്ലവകാരിയുമാകരുത്. ശരിയെന്നു തോന്നുകയാണെങ്കിൽ ഈ യാത്രതുടരാം. അവസാനം വരെ എല്ലാവരും ഒപ്പമുണ്ടാകില്ലെന്നു മാത്രം മനസ്സിലാക്കുക."

ജയപ്രകാശ് കുറേനേരം മുൻസീറ്റിൽ മുഖം അമർത്തിയിരുന്നു. ചിന്തകൾക്കൊപ്പം മയക്കത്തിലേക്കു വഴുതിവീണു. സ്വസ്ഥത നൽകാൻ സ്വപ്നങ്ങൾപോലും മാറിനിന്നു. പതിയെ ചുറ്റുമുള്ള ഇരുളകന്നു. വലിയൊരു തുരങ്കം കടന്നു വെളിച്ചത്തിലേക്കു കടക്കുംപോലെ തോന്നി. മെല്ലെ കണ്ണുകൾ തുറന്നു. കിഴക്കൻമാനം ചുവന്നുതുടുത്തിരുന്നു. ചെമ്പട്ടിന്റെ നിറമുള്ള സൂര്യകിരണങ്ങൾ അയാളെ തഴുകി. ജാലകത്തിലൂടെ തണുത്ത കാറ്റ് വീശുന്നുണ്ടായിരുന്നു. കാട്ടുപൂക്കളുടെ സാന്ത്വനഗന്ധമുള്ള കാറ്റ്. പുൽപ്പടർപ്പുകൾക്കിടയിലെ മഞ്ഞിൻതുള്ളികളിൽ ഓരോ സൂര്യനെയും അയാൾ കണ്ടു. വജ്രത്തിളക്കമുള്ള ആയിരമായിരം സൂര്യോദയങ്ങൾ.

■

www.ingramcontent.com/pod-product-compliance
Lightning Source LLC
Chambersburg PA
CBHW031351230926
51848CB00002B/475